ഓർമയുടെ മുനമ്പങ്ങൾ

ormmayude munambangal

•

brindha

•

first edition
february 2014

•

typesetting & published
chintha publishers, thiruvananthapuram

•

printed at
Repro India Ltd, Mumbai.

•

cover
midas

•

price
rupees one hundred and five only

വിതരണം

ദേശാഭിമാനി ബുക്ക് ഹൗസ്
H O തിരുവനന്തപുരം–695 035
phone: 0471-2303026, 6063026
www.chinthapublishers.com
chinthapublishers@gmail.com

ബ്രാഞ്ചുകൾ

ഹെഡ്ഡാഫീസ് ബ്രാഞ്ച് കുന്നുകുഴി • സ്റ്റാച്യു തിരുവനന്തപുരം • കെ എസ് ആർ ടി സി ബസ് സ്റ്റേഷൻ ആലപ്പുഴ • കെ എസ് ആർ ടി സി ബസ് സ്റ്റേഷൻ എറണാകുളം • മച്ചിങ്ങൽ ലെയ്ൻ തൃശൂർ • ഐ ജി റോഡ് കോഴിക്കോട് • മാവൂർ റോഡ് കോഴിക്കോട് • എൻ ജി ഒ യൂണിയൻ ബിൽഡിങ് കണ്ണൂർ • സെൻട്രൽ ബസ് ടെർമിനൽ കോംപ്ലക്സ് താവക്കര കണ്ണൂർ

CO - 2037 / 3421

ഓർമയുടെ മുനമ്പങ്ങൾ

ബൃന്ദ

ചിന്ത പബ്ലിഷേഴ്സ്
തിരുവനന്തപുരം-695 035
വില : ₹ 105

ബൃന്ദ

പുനലൂർ സ്വദേശം. അഡ്വ. എൻ സോമരാജന്റെയും കെ. സുലോ
ചനയുടെയും മകൾ. കവി, കഥാകാരി, ലേഖിക. തീക്കു
പ്പായം, *പ്രണയജാലകം* (കവിതാസമാഹാരം) *എ അയ്യപ്പൻ:
നരകത്തിന്റെ വിശുദ്ധകവിത* (ഓർമ), *ലിപ്-ലോക്ക്* (ദീർഘ
കവിത), *ഡയലോഗ്* (അഭിമുഖം), *വായിച്ചെടുക്കാൻ കഴി
യാത്തത്, ഡ്രാക്കുള പ്രണയിക്കുന്നു* (കഥാസമാഹാരം)
എന്നിവ കൃതികൾ. വിശ്വമലയാള സമ്മേളനത്തിൽവച്ച്
സംസ്ഥാന ബാലസാഹിത്യ ഇൻസ്റ്റിറ്റ്യൂട്ടിന്റെ പുസ്തകപു
രസ്കാരം, മലയാറ്റൂർ അവാർഡ്, പച്ചമഷി പുരസ്കാരം,
പായൽ ബുക്സ് കവിതാ അവാർഡ്, വി ബാലചന്ദ്രൻ
സ്മാരക കവിതാ പുരസ്കാരം, ബാലാമണിയമ്മ കവിതാ
അവാർഡ്, പ്രചോദ കഥാ പുരസ്കാരം, മിനിമോൾ മെമ്മോ
റിയൽ ട്രസ്റ്റ് കലാപ്രതിഭാ പുരസ്കാരം എന്നിവ ലഭിച്ചി
ട്ടുണ്ട്.

വിലാസം   : ജൂനാ മഹൽ
                 പ്ലാച്ചേരി പി ഒ
                 പുനലൂർ – 691331
ഫോൺ   : 9847069755

ഉള്ളടക്കം

ഭൂമിയിലെ തനിച്ചായിപ്പോയ
അമ്മമാർക്ക്

പ്രസാധകക്കുറിപ്പ്

ഒരാൾ മറഞ്ഞു പോകുമ്പോഴും ഓർമയുടെ അടരുകളുമായി ചില രുണ്ടാകും. മറ്റുള്ളവരുടെ ഓർമകളിൽ ഉണ്ടായിരിക്കുവോളം ഒരാ ളുണ്ടാവും. ജീവിതം പകുത്തെടുത്തവരിൽ ഒരാൾ പെട്ടെന്നൊരു ദിവസം കടന്നുപോകുന്നു. ഇരമ്പുന്ന സാഗരത്തിനുമുന്നിൽ ഓർമ യുടെ മുനമ്പങ്ങളിൽ ഏകരായിരിക്കുന്നവർ അടിച്ചുകയറുന്ന ഓള ങ്ങളിൽ തെളിയുന്ന ചിത്രങ്ങൾ കാണുന്നുണ്ട്. മഹാപ്രതിഭ കൾക്കൊപ്പമുള്ള ജീവിതം പങ്കാളിയെ എപ്രകാരമെല്ലാം മാറ്റി ത്തീർത്തിട്ടുണ്ടാവാം. മലയാളത്തിന്റെ പ്രിയപ്പെട്ട സാഹിത്യകാര ന്മാർ പോയിമറഞ്ഞിട്ടും അവരുടെ ഓർമകളുടെ തണലിൽ അഥവാ പൊള്ളുന്ന വെയിലിൽ കഴിയുന്ന ജീവിതപങ്കാളികൾ പങ്കുവ യ്ക്കുന്ന അനുഭവങ്ങളാണ് ഈ കൃതിയിൽ. കാവ്യസാന്ദ്രമായ ഭാഷയിൽ ഈ കുറിപ്പുകൾ തയാറാക്കിയത് കവിതയിൽ തന്റെ ഇടം കണ്ടെത്തിയ ബൃന്ദയാണ്. കാക്കനാടൻ, വൈക്കം ചന്ദ്രശേ ഖരൻനായർ, എം കൃഷ്ണൻനായർ, കെ പി അപ്പൻ, കേശവദേവ്, തിരുനല്ലൂർ കരുണാകരൻ, പുനലൂർ ബാലൻ, കിളിമാനൂർ രമാ കാന്തൻ, എൻ മോഹനൻ, പവനൻ, പി ഭാസ്കരൻ, രവീന്ദ്രൻ, എം ജി രാധാകൃഷ്ണൻ, പി പത്മരാജൻ, ലോഹിതദാസ്, വേണു നാഗവള്ളി, കൊച്ചിൻ ഹനീഫ, എം എസ് തൃപ്പൂണിത്തുറ, ബ്രഹ്മാ നന്ദൻ എന്നിവരുടെ ജീവിതത്തിലേക്കു തുറക്കുന്ന ജാലകമാണ് ഈ പുസ്തകം.

ചിന്ത പബ്ലിഷേഴ്സ്

സ്നേഹത്തിന്റെ പ്രാർത്ഥനകൾ

ഓർമ സ്നേഹം കൊണ്ടുള്ള പ്രാർത്ഥനയാണ്. ഒരാൾ ഏകാന്തത യിൽ മറ്റേയാൾക്കു നൽകുന്ന ഹൃദയസമ്മാനമാണ്.

ഓരോ വ്യക്തിയുടെ ജീവിതവും പ്രിയപ്പെട്ട ഒരാളിന്റെ സാന്നിധ്യം കൊണ്ട് സമ്പൂർണമാണ്. വേർപെട്ടുപോകുന്ന സ്നേഹത്തിന്റെ നേർപ കുതികൾ ജീവിതത്തിന് കണ്ണുനീരിന്റെ നിറങ്ങളാകും നൽകുന്നത്.

സിനിമ-സാഹിത്യ മേഖലകളിൽ വ്യക്തിമുദ്ര പതിപ്പിച്ച പ്രമുഖരുടെ ജീവിതപങ്കാളികൾ തങ്ങളുടെ ഓർമകൾ പങ്കുവയ്ക്കുകയാണ് ഈ പുസ്തകത്തിലൂടെ.

വിട്ടുപിരിഞ്ഞുപോയ പ്രിയപ്പെട്ടവരെക്കുറിച്ച് പറയുമ്പോൾ അവരുടെ മിഴികളിൽ നിന്നൊഴുകിയ സ്നേഹത്തിന്റെ നദികൾ ദുഃഖകാലങ്ങളുടെ ഓർമകളിലേക്ക് അവരെ മടക്കിക്കൊണ്ടുപോയോ എന്നൊരു കുറ്റബോധം എന്നിലുണർത്തി. എങ്കിലും വേർപാടിന്റെ സൗമ്യവേദനകളെ ചേർത്തു ണക്കുന്ന ഔഷധക്കൂട്ടുകളായി മായാത്ത ഓർമകളെ അവർ ഉള്ളിലേ റ്റുന്നു.

വ്യക്തിപരമായ സന്തോഷങ്ങൾ മാറ്റിവച്ച്, കുടുംബത്തിന്റെ ഉത്തര വാദിത്വങ്ങൾ ഏറ്റെടുത്ത്, സഹനത്തിന്റെയും സമർപ്പണത്തിന്റെയും ജീവിതം നയിച്ച ഈ വനിതകൾ; നിസ്സാരകാര്യങ്ങൾക്ക് കുടുംബ ബന്ധ ങ്ങൾ വിച്ഛേദിക്കുന്ന പുതുതലമുറയ്ക്ക് ഉത്തമ മാതൃകകളാണ്.

അക്ഷരങ്ങളിലൂടെയും അഭ്രപാളികളിലൂടെയും മലയാളിക്ക് അഭി മാനമായി മാറിയ ഈ പ്രതിഭാധനർ ജീവിച്ചിരുന്നപ്പോൾ നാം അവരെ സ്നേഹാദരങ്ങൾകൊണ്ട് വീർപ്പുമുട്ടിച്ചു. പക്ഷേ, അവരുടെ വിയോഗ ശേഷം അവരുടെ ജീവിതപങ്കാളികളെ നാം സൗകര്യപൂർവം വിസ്മരി ച്ചുപോകുന്നു. അതിനാൽ സ്നേഹപൂർണമായ ചില ഓർമപ്പെടുത്തലു

കൾ ഈ പുസ്തകം നിർവഹിക്കുന്നുണ്ട് എന്ന് കരുതുന്നു.

ഗാന്ധിഭവൻ *സ്നേഹരാജ്യം* മാസികയിലെ 'പിൻനിലാവ്' എന്ന പംക്തിയിൽ പ്രസിദ്ധീകരിച്ച് വന്നതാണ് ഇതിലെ ലേഖനങ്ങളെല്ലാം. സ്നേഹരാജ്യം മാസികയ്ക്കും, ഗാന്ധിഭവൻ സെക്രട്ടറി പുനലൂർ സോമ രാജൻ, പി എസ് അമൽരാജ്, അലി അക്ബർ തുടങ്ങിയവർക്കും എന്റെ നന്ദി.

പ്രിയപ്പെട്ടവരുടെ വിയോഗത്തിന്റെ വേദനകൾ ഒരിക്കലും അവസാ നിക്കാത്തതാണ്. ഈ ഓർമാക്ഷരങ്ങൾകൊണ്ട് ആ സങ്കടങ്ങൾക്കുമീതെ മെല്ലെ തലോടാനേ എനിക്കു കഴിയൂ.

സ്നേഹപൂർവം

ബൃന്ദ

നടന്നുപോയവരെപ്പറ്റി

പി വത്സല

ബൃന്ദ ഒരു കവിയാണ്. അതിനാൽ വായനക്കാരെ ആകർഷിക്കാൻ എന്തെഴുതണമെന്ന് അറിയാം. സ്ത്രീ വായനക്കാരെ തൊടുമ്പോൾ പഴയ മട്ടിലാണെങ്കിൽ അതു കുടുംബപുരാണത്തിൽനിന്നാണ് തുടങ്ങുക. ഒരു പ്രതിഭാശാലിയുടെ പിന്നിൽ പുരുഷനാണെങ്കിൽ ഒരു പെണ്ണും പെണ്ണാ ണെങ്കിൽ ഒരു പുരുഷനും ഉണ്ടാകും എന്നത് യാഥാസ്ഥിതിക ബോധ മാണ്.

ഇവിടെ ബൃന്ദ ചെയ്യുന്നത് പുതിയകാലത്തിൽ ജീവിച്ച ദമ്പതിക ളുടെ ജീവിതത്തെ തൊട്ടുകൊണ്ടുള്ളതാണെങ്കിലും അവർക്കിടയിൽ രൂപ പ്പെട്ട ഒരു പരസ്പര പൂരകവ്യക്തിത്വ വ്യഥയാണ്. എന്നാലും അവരവ രുടെ വ്യക്തിത്വബോധം നിലനിർത്തുന്നുമുണ്ട്. അവർ എങ്ങനെ കുടും ബജീവിതപ്പാതയിലൂടെ കടന്നുപോകുന്നു എന്ന് ലേഖിക മനസിലാ ക്കുന്നു. അനുഭവങ്ങളുടെ മർമം തൊട്ടുകൊണ്ടുള്ള ജീവിതമാണ് ഇവിടെ ആവിഷ്കരിക്കപ്പെടുന്നത്. കേരളീയ സ്ത്രീകൾക്ക് ഭർത്താക്കന്മാരെ പുക ഴ്ത്തിപ്പാടാൻ പ്രത്യേകിച്ചും സവിശേഷ താൽപ്പര്യം കണ്ടിട്ടുണ്ട്. ഈ ദൗർബല്യത്തെയാണ് ന്യൂ ജനറേഷൻ എഴുത്തുകാരിയായ ബൃന്ദ സൂക്ഷ്മതയോടെ സമീപിക്കുന്നത്. അതിനുവേണ്ടി അവർ മാന്യ വനി തകളെ ചെന്നുകാണുകയും അവരുടെ ഹൃദയതന്ത്രികളെ ഏകാന്തത യിൽനിന്ന് വിളിച്ചുണർത്തുകയും ചെയ്യുന്നു. അതിനുള്ള ബൃന്ദയുടെ പാടവം സവിശേഷമാണ്. കുടുംബജീവിതത്തെക്കുറിച്ചാകുമ്പോൾ രച നയിൽ ഭാഷയ്ക്ക് അൽപ്പം ആഡംബരം ഉണ്ടാകുന്നതും നല്ലതുതന്നെ. നമ്മുടെ നാട്ടിൽ അടുത്തകാലത്ത് നിര്യാതരായ കവികൾ, കഥാകാര ന്മാർ, സിനിമാ ആർട്ടിസ്റ്റുകൾ, സംവിധായകർ, ഗാനരചയിതാക്കൾ, ഗായ കർ, ചിലപ്പോഴെങ്കിലും നായകപദവി കിട്ടാത്ത നടന്മാർ, സാഹിത്യനിരൂ

പകന്മാർ എന്നിവരാണ് അവരുടെ പാതി കുടുംബത്തിന് ചിന്തിക്കാനുള്ള സംഭവങ്ങൾ, അനുഭവങ്ങൾ എന്നിവ അവശേഷിപ്പിച്ചു പോയിരിക്കുന്നത്. ഇക്കാര്യമാണ് ബൃന്ദ സഫലമായി എഴുതുന്നത്. അതറിയാൻ വായന ക്കാർക്ക് അത്യന്തം ജിജ്ഞാസ ഉണ്ടാവുക സ്വാഭാവികമാണ്. കാരണം, വ്യക്തികളോട് അനുഭാവപൂർണമായിട്ടാണ് നമ്മൾ എപ്പോഴും സമീപി ക്കുന്നത്. അവരുടെ സംഭാവനകളെ അറിഞ്ഞ് അഭിനന്ദിക്കുന്നത്.

അപരന്റെ കഥ കേൾക്കാൻ പണ്ടേ കുതുകികളാണ് മനുഷ്യർ. പ്രത്യേകിച്ചും കലകൾ, വൈജ്ഞാനിക വിഷയങ്ങൾ എന്നിവയുമായി ബന്ധപ്പെട്ടവരുടെ ഈ ചെറുലേഖനങ്ങൾ വാച്യഘടനകൊണ്ടും, വൈകാ രിക തേജസ്സ് കൊണ്ടും മനോഹരമായിരിക്കുന്നു. ഓരോ ലേഖനവും വായിച്ചുകഴിയുമ്പോൾ അൽപ്പംകൂടി ആകാമായിരുന്നു എന്ന് വായന ക്കാർക്ക് തോന്നും. ഇതാണ് യഥാർഥ കലയുടെ മർമം.

തെറ്റുകളുടെയും കുറ്റങ്ങളുടെയും കഥകളും ദൃശ്യങ്ങളും കേട്ടും കണ്ടും മടുത്ത വർത്തമാന കേരളത്തിൽ വായനക്കാർ ഇത്തരം രചന കളെ ഹൃദയപൂർവം സ്വീകരിക്കും. പ്രത്യേകിച്ചും ഫിക്ഷൻ എഴുത്തു കാർ അനുഭവങ്ങളെ കൃത്രിമവും ആശയജഡിലവും ആക്കിത്തീർക്കുന്ന അവസരത്തിൽ ഇത്തരം ആർജവമുള്ള രചനകൾക്ക് പ്രത്യേകം ഒരു ചാരുതയുണ്ട്.

സിനിമ

ഗന്ധർവ്വസ്മൃതികളുടെ
മുന്തിരിത്തോപ്പിൽ

ഒരിടത്ത് ഒരു ഗന്ധർവനുണ്ടായിരുന്നു. അവൻ മൗനതുവാനത്തെ ലോലമായ വെള്ളിത്തിരയിലാക്കി. അവന്റെ പ്രണയത്തിലലിഞ്ഞ് വാക്കു കളെ വെള്ളച്ചാട്ടമാക്കിയ പെൺകുട്ടി പ്രതിമയായി.

അവൻ ഈ ഭൂമിയിൽ അവൾക്കൊപ്പം ജീവിച്ച് അവളുടെ ഓർമ യുമായി മരിക്കുന്ന പത്മരാജൻ എന്നു പേരുള്ള മനുഷ്യൻ.

അവൾ ഓർമകളുടെ സൂര്യമകരന്ദം നുകർന്ന്, ഗന്ധർവലോക ത്തിന്റെ കാണാപ്പൂട്ടുകൾ തുറക്കുന്നതും കാത്ത് പ്രണയ വെളിപാടുക ളിൽ നിറഞ്ഞുലഞ്ഞ രാധാലക്ഷ്മി.

വർഷങ്ങൾക്കുമുമ്പ്, ഒരു തിങ്കളാഴ്ച വടക്കുംനാഥന്റെ നാട്ടിൽ ആകാശവാണിയുടെ കൺട്രോൾ റൂമിൽവച്ച് ചുരുണ്ടമുടിയും വെളുത്ത നിറവും മനംമയക്കുന്ന കണ്ണുകളുമുള്ള മെല്ലിച്ച ചെറുപ്പക്കാരനെ രാധാ ലക്ഷ്മി ആദ്യമായി കണ്ടു. അതിനടുത്ത ദിവസം പ്രോഗ്രാം എക്സി ക്യൂട്ടീവ് അവരെ തമ്മിൽ പരിചയപ്പെടുത്തി. അന്ന് ഒരു ചൊവ്വാഴ്ചയാ യിരുന്നു. രാധാലക്ഷ്മി പത്മരാജനെ അവസാനമായി കണ്ടതും ഒരു ചൊവ്വാഴ്ചയായിരുന്നു.

ചൊവ്വാഴ്ചയിൽനിന്നും ചൊവ്വാഴ്ചയിലേക്കുള്ള പ്രണയസുരഭില മായ ഇരുപത്തിയാറു വർഷങ്ങളുടെ ഇലപ്പച്ചകളും കുളിർകാറ്റുകളും പൂമണങ്ങളും രാധാലക്ഷ്മിയുടെ പ്രണയചില്ലകളിലിപ്പോഴും മധുരോ ദാരം ഒഴുകിനടക്കുന്നു.

വാക്കുകളെ പെരുമഴയാക്കുന്ന രാധാലക്ഷ്മിയെ മിതഭാഷിയായ പത്മരാജൻ തന്റെ നക്ഷത്രക്കണ്ണുകളിലേക്ക് ആവാഹിച്ചു. അല്ലെങ്കിലും പ്രണയം സാധാരണമായ അസാധാരണത്വമാണല്ലോ.

തൃശൂർ ആകാശവാണിയിലെ ജീവിതം അവരെ കൂടുതൽ അടു

പ്പിച്ചു. എങ്കിലും യാഥാസ്ഥിതിക കുടുംബപശ്ചാത്തലത്തിൽ വളർന്ന രാധാലക്ഷ്മിക്ക് ഒരു വർഷത്തിനുശേഷം തന്റെ ജോലി രാജിവയ്ക്കേണ്ടി വന്നു.

എതിർപ്പുകൾ സ്നേഹബന്ധത്തിന്റെ ഇഴകൾ അടുപ്പിക്കുന്ന കരാം ഗുലികളാണ്.

പ്രണയാനന്തരമുള്ള നാലു വർഷക്കാലം ബന്ധപ്പെടാനുള്ള പ്രധാന ഉപാധി കത്തുകളായിരുന്നു. കത്തുകൾ ഓർമപ്പുസ്തകങ്ങളാണ്. കാഴ്ചയും കേൾവിയും സ്വപ്നങ്ങളും പരിഭവങ്ങളും തൂലികത്തുമ്പിലെ പക്ഷികളാകുന്നു. ഒരു ഹൃദയത്തിൽ നിന്ന് മറ്റൊന്നിലേക്ക് അവ ചേക്കേ റുന്നു.

രാധാലക്ഷ്മി പറയുന്നു: "നാലു വർഷക്കാലം ആഴ്ചയിൽ ഒന്ന് എന്ന കണക്കിൽ അദ്ദേഹമയച്ചിരുന്ന കത്തുകൾ വിവാഹാനന്തരം നാലു ഫയലുകളിലാക്കി ഞങ്ങൾ സൂക്ഷിച്ചു വച്ചു. എല്ലാമെല്ലാം കത്തുകളി ലൂടെ ഞങ്ങൾ പങ്കുവച്ചു. പരസ്പരം ഒളിക്കുവാൻ ഞങ്ങൾക്ക് ജീവിത ത്തിലൊന്നും ഉണ്ടായിരുന്നില്ല."

പിൽക്കാലത്ത് 'പത്മരാജൻ എന്റെ ഗന്ധർവ്വൻ' തുടങ്ങിയ ഓർമ ക്കുറിപ്പുകൾ എഴുതേണ്ടിവന്നപ്പോൾ ആ ആലേഖ്യങ്ങൾ അവരെ ഏറെ സഹായിച്ചു.

ഓർമകളിൽ തൂവാനമായി പത്മരാജൻ, തണലിടം, കാലത്തിന്റെ വക്ഷസ്സിൽ ഒരു ഓർമത്തുരുത്ത്, വസന്തത്തിന്റെ അഭ്രജാലകം തുട ങ്ങിയ കൃതികളും രാധാലക്ഷ്മി പ്രസിദ്ധീകരിച്ചു.

രാധാലക്ഷ്മിയുടെയും പത്മരാജന്റെയും കത്തുകൾ വൈകാരിക മായ പങ്കുവയ്ക്കലിനപ്പുറം ഗൗരവമായ അക്ഷരയാത്രയായിരുന്നു. വായ നാനുഭവങ്ങളെക്കുറിച്ച്, സാഹിത്യത്തെയും സിനിമയെയും കുറിച്ച്, സു ഹൃത്തുക്കളെക്കുറിച്ച്, നാടിനെക്കുറിച്ച് അറിയലും അറിയിക്കലുമായി അക്ഷരങ്ങളുടെ ഹൃദയരേഖയായി അവ. വിവാഹത്തിനുമുമ്പുതന്നെ പത്മരാജന്റെ അമ്മയുമായും രാധാലക്ഷ്മിക്ക് കത്തിടപാടുകൾ ഉണ്ടാ യിരുന്നു. അവരുടെ വിവാഹത്തിന് മുൻകൈ എടുത്തതും സ്നേഹനി ധിയായ ആ അമ്മയാണ്.

പത്മരാജന്റെ ഉദകപ്പോള എന്ന നോവലിലെ പല കഥാപാത്രങ്ങളും തൃശൂരിന്റെ സന്തതികളാണ്. അതാണ് 'തൂവാനത്തുമ്പി' കളായത്. ആ ചിത്രം കണ്ടിട്ട് സുഹൃത്തായ ഉണ്ണിമേനോൻ പറഞ്ഞു: "എല്ലാ മഹാ ന്മാർക്കും മരണാനന്തരമാണ് സ്മാരകങ്ങൾ ഉണ്ടാകാറ്. പക്ഷേ, എനിക്ക് ജീവിച്ചിരിക്കുമ്പോൾ തന്നെ സ്മാരകമുണ്ടാക്കിയിരിക്കുന്നു എന്ന്."

പത്മരാജന്റെ 'പാർവ്വതിക്കുട്ടി' എന്ന കഥ ഏറെ പ്രശ്നങ്ങൾ സൃഷ്ടിച്ച ഒന്നാണ്. രാധാലക്ഷ്മി പറഞ്ഞു. ഒരുപാടു കാര്യങ്ങൾ പറ യുന്ന കൂട്ടത്തിൽ ഞാൻ പറഞ്ഞുകൊടുത്ത സംഭവമായിരുന്നു കഥാത ന്തു. കഥ വന്നതോടുകൂടി നാട്ടുകാർ മുഴുവൻ ശത്രുക്കളായി. അതിന്റെ

പേരില്‍ പത്തിരുപതു കൊല്ലമായി ഒപ്പമുണ്ടായിരുന്ന 'പാര്‍വ്വതിക്കുട്ടി'യെ എനിക്കു നഷ്ടമായി. പിന്നീട് 24 വര്‍ഷങ്ങള്‍ ഞങ്ങള്‍ കാണുകപോലു മുണ്ടായില്ല. ഒടുവില്‍ ഓര്‍ക്കാപ്പുറത്തുണ്ടായ ജനുവരി നഷ്ടത്തില്‍ ഞാന്‍ പിടയ്ക്കുമ്പോള്‍ അവള്‍ എന്നെത്തേടി വരികയും ആത്മാവിന്റെ അനന്തരധ്യകളെക്കുറിച്ച് അനേകനേരം സംസാരിക്കുകയും ചെയ്തു. 'ശാലിനി എന്റെ കൂട്ടുകാരി' എന്ന സിനിമയായത് ആ ചെറുകഥയാണ്.

ഈ അടുത്തയിടെ 'പാര്‍വ്വതിക്കുട്ടി' യെ വീണ്ടും കണ്ടത് രാധാ ലക്ഷ്മി അനുസ്മരിച്ചു. സൗഹൃദങ്ങളുടെ സ്വര്‍ണനൂലിഴകള്‍ അവര്‍ എന്നും സൂക്ഷിക്കുന്നു. മദ്രാസിലായിരിക്കുന്ന അമ്മുക്കാശും ഒപ്പമുണ്ടാ യിരുന്നെങ്കില്‍ എന്ന് പൂവിതള്‍ കോര്‍ക്കുന്നു. സുഹൃത്തുക്കളായ ഓമ നയും സരളയുമൊന്നിച്ചാണ് ഒറ്റപ്പാലത്ത് വിവാഹവീട്ടിലേക്ക് പാര്‍വ്വതി ക്കുട്ടിയെ കാണാന്‍ പോയത്. പിരിയാന്‍നേരം പാര്‍വ്വതിക്കുട്ടി പറഞ്ഞു. ഓരോ വേര്‍പിരിയലും കൂടിക്കാഴ്ചയ്ക്കുവേണ്ടിയുള്ളതാണ്. അതിനാല്‍ നമുക്ക് ചിരിച്ചു പിരിയാം. എന്നിട്ട് മനസിന്റെ വ്യായാമമായ ചിരിയെക്കു റിച്ച് സംസാരിക്കുകയും കൂടിയിരുന്നവരെ പൊട്ടിച്ചിരിയുടെ ചില്ലകളി ലേക്ക് കൂട്ടിക്കൊണ്ടുപോവുകയും ചെയ്തു.

പത്മരാജന്‍ വളരെ സെന്‍സിറ്റീവ് ആയ പ്രകൃതമായിരുന്നു. എഴു താന്‍ നിശബ്ദതയും സ്വസ്ഥ തയും തേടി വാസസ്ഥാന ങ്ങള്‍ മാറിക്കൊണ്ടേയിരുന്നു. കുഞ്ഞുങ്ങള്‍ വലുതായ തോടെ എഴുത്തുജോലി കള്‍ക്കായി സ്വന്തമായി ഒരു ഫ്ളാറ്റ് വാങ്ങി. എഴുത്തുകാ രന്‍, തിരക്കഥാകൃത്ത്, സംവിധായകന്‍ എന്നീ നില കളില്‍ പത്മരാജന്‍ പ്രശ സ്തനായിരുന്നു. അദ്ദേഹ ത്തിന്റെ *നക്ഷത്രങ്ങളേ കാവല്‍* എന്ന നോവലിന് കേരള സാ ഹിത്യ അക്കാദമി അവാര്‍ഡ് ലഭിച്ചിട്ടുണ്ട്. *ഒരിടത്തൊരു ഫയല്‍വാന്‍, മൂന്നാംപക്കം, കരിയിലക്കാറ്റുപോലെ, നമു ക്കുപാര്‍ക്കാന്‍ മുന്തിരിത്തോ പ്പുകള്‍, ഞാന്‍ ഗന്ധര്‍വ്വന്‍* തുടങ്ങി 18 സിനിമകള്‍ സംവിധാനം ചെയ്യുകയും

രാധാലക്ഷ്മി

മറ്റ് 18 ചിത്രങ്ങളുടെ തിരക്കഥയിലും, പിന്നണിയിലും പ്രവർത്തിക്കുകയും ചെയ്തു. നിരവധി സംസ്ഥാന അന്താരാഷ്ട്ര പുരസ്കാരങ്ങളും അദ്ദേഹത്തിനു ലഭിച്ചു.

പത്മരാജൻ തന്റെ തിരക്കഥകൾ രാധാലക്ഷ്മിയെ വായിച്ചുകേൾപ്പിച്ചിരുന്നു. സജീവമായ സാഹിത്യചർച്ചകൾ അവർക്കിടയിലുണ്ടായിരുന്നു. ആദ്യകാലത്ത് അദ്ദേഹം എഴുതുന്നതൊക്കെ പകർത്തിയെഴുതുന്നത് രാധാലക്ഷ്മിയായിരുന്നു. വീട്ടുകാര്യങ്ങളുടെ ഉത്തരവാദിത്വം കൂടിയപ്പോൾ അതിൽനിന്ന് പിൻവാങ്ങി. പിന്നീട് നീണ്ട കാലത്തിനുശേഷം അദ്ദേഹത്തിന്റെ 'പ്രതിമയും രാജകുമാരിയും' എന്ന നോവൽ അവർ തന്നെ പകർത്തിയെഴുതി മാതൃഭൂമിയിലേക്കയച്ചു.

മക്കളെ കൂട്ടുകാരെപ്പോലെയാണ് പത്മരാജൻ എന്ന അച്ഛൻ കണ്ടിരുന്നത്. മകൾ മാധവിക്കുട്ടിയെ 'മാധാ' എന്നും മകൻ അനന്തപത്മനാഭനെ 'പാപ്പഡ്', 'ഫയൽവാൻ' തുടങ്ങി നിരവധി കുസൃതിപേരുകളിലും സംബോധനചെയ്തു.

പത്മരാജൻ ഫാന്റസിയെ പ്രണയിച്ചു. കുടകപ്പാല മരങ്ങളുടെ സുഗന്ധതീക്ഷ്ണതകളിലേക്ക് സ്വയം ആവാഹിച്ചു. അശരീരാത്മാക്കളുടെ ആത്മരേണുക്കളെ അനുധാവനം ചെയ്തു.

ഞാൻ ഗന്ധർവ്വൻ എന്ന ചിത്രം അദ്ദേഹത്തിന്റെ സ്വപ്നസാക്ഷാത്കാരമായിരുന്നു. ആ സിനിമയുടെ ആരംഭംമുതൽ തന്നെ ഒട്ടേറെ അപകടങ്ങളും ദുശ്ശകുനങ്ങളും പിന്തുടർന്നു.

ഗന്ധർവന്മാർ ദേവഗായകരാണ്. ഭൂമിയിലെത്തുന്ന അവർ ഏതെങ്കിലും കന്യകയിൽ ആവേശിച്ച് സ്വന്തമാക്കിയിട്ട് ഭൂമിയിൽനിന്നും മറയാറായാണ് പതിവ്. എന്നാൽ പത്മരാജൻ സൃഷ്ടിച്ച പ്രണയഗന്ധർവ്വൻ സൂര്യസ്പർശമുള്ള പകലുകളിലും ചന്ദ്രസ്പർശമുള്ള രാത്രികളിലും പ്രണയിനിയോടൊത്ത് ഉണ്ടാവുകയും അവളോടുള്ള സ്നേഹത്താൽ വിങ്ങി ഏതു ശിക്ഷയും സ്വീകരിക്കുന്നവനുമായിരുന്നു.

'ഗന്ധർവ്വൻ' സിനിമ കഴിഞ്ഞപ്പോൾതന്നെ അദ്ദേഹത്തിൽ പ്രകടമായ മാറ്റങ്ങൾ പ്രത്യക്ഷപ്പെട്ടു. ആരോഗ്യം നന്നായി ശ്രദ്ധിച്ചിരുന്നിട്ടും ശരീരഭാരം കുറഞ്ഞു. കൊളസ്ട്രോളിന്റെ അളവ് ക്രമാതീതമായി വർദ്ധിച്ചു. എങ്കിലും അതുവരെയില്ലാത്ത അഭൗമസൗന്ദര്യം അദ്ദേഹത്തിന്റെ മുഖത്ത് ദർശിക്കുവാൻ കഴിഞ്ഞുവെന്ന് രാധാലക്ഷ്മിയുടെ നിറമിഴികൾ.

പ്രകൃതി അതിന്റെ നാൾവഴിപ്പുസ്തകത്തിൽ ദുരന്തത്തിന്റെ പാഴ്ക്കല്ലുകൾ കൂട്ടിവയ്ക്കുകയായിരുന്നു. വർഷങ്ങളായി വീട്ടിൽ താലോലിച്ചു വളർത്തിയിരുന്ന പുൽച്ചെടികൾ കരിഞ്ഞുപോയി. പാലപ്പൂക്കൾ നേരത്തേ പൂത്തുകൊഴിഞ്ഞു.

കോഴിക്കോട്ട് 'ഗന്ധർവ്വൻ പ്രദർശിപ്പിക്കുന്ന തീയേറ്ററുകൾ സന്ദർശിക്കാൻ പോയതായിരുന്നു അദ്ദേഹം. രാത്രി, മേഘമാലകൾ നീന്തിത്തുടിച്ചു. നക്ഷത്രങ്ങൾ കൺചിമിഴ് തുറന്നു. ആകെയുള്ള ഒരേയൊരു രാത്രി.

പത്മരാജൻ എന്ന ഗന്ധർവ്വൻ ഭൂമിയിൽനിന്നും യാത്രയായി. പതിനേഴാ മത്തെ കാറ്റു വീശിക്കഴിഞ്ഞു. ഒന്നിനും ഇനി തിരികെ വിളിക്കാനാവില്ല.

രാധാലക്ഷ്മി ശൂന്യതയുടെ പ്രജ്ഞയിലേക്ക് കൺതുറന്നു. സുഗ ന്ധപുഷ്പങ്ങൾ നഷ്ടപ്പെട്ട പാലമരങ്ങളുടെ മൗനത്തിലൂടെ ഒരു ഫെതർകോക്ക് അവരുടെ മടിയിലേക്ക് വന്നുവീണു.

തന്റെ പ്രണയഗന്ധർവ്വന്റെ പ്രിയസപ്നങ്ങളിൽ മയങ്ങിയുണർന്ന് ഓർമത്താളുകളിൽ അക്ഷരമാല്യങ്ങൾ കോർത്ത്, പൂവിട്ടില്ലെങ്കിൽ മുറി ച്ചുകളയും എന്ന് പത്മരാജൻ ഭീഷണിപ്പെടുത്തി പൂവിടുവിച്ച വെള്ള ചെമ്പകത്തിന്റെ ഓർമ്മമണം നുകർന്ന്, അതേ ചെമ്പകം തന്നെ പിൽക്കാ ലത്ത് പടർന്ന് പന്തലിച്ച് വേരുകൾ ചുവരുകളിൽ വിള്ളൽ വീഴ്ത്തിയ പ്പോൾ വെട്ടിമാറ്റേണ്ടിവന്നതിന്റെ വേദനയുള്ളിലൊതുക്കി രാധാലക്ഷ്മി...

എഴുത്തിനൊപ്പം സാമൂഹ്യപ്രവർത്തനവും രാധാലക്ഷ്മിയുടെ ജീവി തത്തിന് തണൽ പകരുന്നു. പൂജപ്പുരയിലെ 'ഹിന്ദു മഹിളാ മന്ദിരം' എന്ന ജീവകാരുണ്യ സ്ഥാപനത്തിന്റെ പ്രസിഡന്റും സ്ഥാപനത്തിന്റെ 'മഹിളാ മന്ദിരം' എന്ന ത്രൈമാസികയുടെ എഡിറ്ററുമാണ് രാധാലക്ഷ്മി.

ജാലകത്തിനപ്പുറം ഇപ്പോൾ മഴപെയ്യുന്നുണ്ട്. ഇലകളുടെ മർമരം. മേഘജ്യോതിസ്സുകൾ വാനം പിളർക്കുന്നു. അതാ ഗന്ധർവ്വൻ! മഴയിൽ തൂവാനമായി, വെയിൽചൂടിൽ വെണ്ണയായി, പ്രണയം വാരിയിട്ടു കണ്ണ ഞ്ചിപ്പിച്ചുകൊണ്ട് നക്ഷത്രക്കണ്ണുള്ള ഗഗനചാരി...

ലോഹിതദാസ്

എന്നിട്ടും സിന്ധു ശാന്തമായി ഒഴുകുന്നു

പാലക്കാട് ലക്കിടിയിലെ 'അമരാവതി' എന്ന അരയന്നങ്ങളുടെ വീട് ഇപ്പോൾ നിശബ്ദമാണ്. എല്ലാ ജലപക്ഷികളും കൂടൊഴിഞ്ഞു പൊയ്ക്കഴിഞ്ഞു. കുളപ്പടവിൽ കരിയിലകൾ മൗനം കൊണ്ട് വീടുവച്ചു. അക്ഷരങ്ങളുടെ ഭൂതക്കണ്ണാടി നോക്കി ഉടയാത്ത കഥകൾ ഒരുക്കുമായി രുന്ന ഒരാൾ ഇനിയൊരിക്കലും ആ വഴി വരില്ല. ചിത്രത്തൂവാലകൾ കൊണ്ടോ വർണ്ണത്തൊപ്പികൾ കൊണ്ടോ കഥകളുടെ ശിരസ്സലങ്കരിച്ചി രുന്ന ഒരാൾ ഇനിയൊരിക്കലും പൂമുഖത്തെ ചാരുകസേരയിൽ ഉണ്ടാ കില്ല. 'ചിന്തുമണീ' എന്ന സ്നേഹം പുരട്ടിയ തേൻവിളിയൊച്ചകൾ ഇനി യൊരിക്കലും മുഴങ്ങില്ല.

എന്നിട്ടും സിന്ധു ശാന്തമായി ഒഴുകുന്നു. മലയാള തിരക്കഥയുടെ കിരീടവും ചെങ്കോലുമണിഞ്ഞ്, കഥപറഞ്ഞു തീ രുംമുമ്പേ കാണാക്ക ഥയുടെ അഭ്രപാളികളിലേക്കു മടങ്ങിവരാത്ത യാത്രപോയ, സംവിധായ കനും ഗാനരചയിതാവും കൂടിയായ ലോഹിതദാസിന്റെ ജീവന്റെ നേർപ കുതിയാണ് സിന്ധു.

അശാന്ത ചലനങ്ങൾക്കുമേൽ ജലഭിത്തികൾ പണിതുയർത്തി അര യന്നങ്ങൾ പോയ വഴിയെ സിന്ധു നോക്കിയിരിക്കുന്നു. ആകാശക്കൂടു തുറന്ന് ഏതു വെൺപക്ഷിയാണ് തന്റെ 'മുത്തപ്പനെ' മടക്കിത്തരിക?

'മുത്തപ്പൻ' എന്ന പേരിന് ഒരു കൗതുകമുണ്ട്. എന്തേ ഇങ്ങനെ അപൂർവ്വമായ പേരുചൊല്ലൽ എന്നു തിരക്കിയപ്പോൾ സിന്ധു പറഞ്ഞു: "മുത്തേ എന്നാണ് ഞാനദ്ദേഹത്തെ വിളിച്ചിരുന്നത്. പിന്നീട് മുത്തിന് മക്കൾ പിറന്നപ്പോൾ മുത്ത്, മുത്തപ്പനായി." ഹൃദയാഴങ്ങളിൽ നിന്ന് സ്നേഹത്തിന്റെ സാന്ദ്രസുഗന്ധം പരന്നു. "മുത്ത് എന്നും മുത്തായിത്ത ന്നെയിരിക്കും. ഒരു പോറലേറ്റാൽ മുത്ത് അങ്ങനെയല്ലാതായിപ്പോകില്ലേ. അദ്ദേഹത്തിന്റെ മനസ്സും അങ്ങനെയായിരുന്നു. ഒരു ചെറിയ കാര്യം മതി വാടിയുലയാൻ..."

പുഴകൾ ഭൂമിക്കടിയിൽ പുതുവഴികൾ രൂപപ്പെടുത്തുന്ന കാലത്ത് പഴയ പ്രൗഢചാരുതയുടെ ഓർമയോളങ്ങളുമായി ചാലക്കുടിപ്പുഴ ഇപ്പോ ഴുമൊഴുകുന്നുണ്ട്. പുഴവക്കത്തു കൂടി സിന്ധുവിന്റെ കൈപിടിച്ചു നട ന്നുകൊണ്ട് ഇളയ മകൻ വിജയശങ്കർ പറഞ്ഞു:

"അമ്മേ നമുക്ക് പുഴയുടെ കുറെ ചിത്രങ്ങൾ എടുത്തു വയ്ക്കണം."

പുഴയുടെ ജലവിരിപ്പുകളിന്മേൽ വെള്ളാരം കല്ലുകൾ എറിഞ്ഞ് ചുളി വോളങ്ങൾ ഉണ്ടാക്കിക്കൊണ്ടിരുന്നു. മൂത്തയാൾ ഹരികൃഷ്ണൻ. സായം സന്ധ്യയിൽ പുഴയുടെ വിദൂരമായ കൺപീലികളിലേക്കു നോക്കി നിൽക്കുന്ന ആ അമ്മയുടെയും മക്കളുടെയും രൂപം ഏതോ ലോഹി ചിത്ര ത്തിലെ നൊമ്പരസീൻ പോലെ തോന്നിച്ചു.

"മക്കളോട്, നന്നായി എഴുതാനാണ് ശ്രമിക്കേണ്ടത് എന്ന് അദ്ദേഹം പറയുമായിരുന്നു. സംവിധാനം ചെയ്യാൻ ധാരാളം ആളുകളുണ്ട്. എന്നാൽ നല്ല കഥകളാണ് ഉണ്ടാകാതെ പോകുന്നത്. മഹാഭാരതം മനസ്സിരുത്തി വായിക്കണമെന്ന് മക്കളെ ഉപദേശിക്കുമായിരുന്നു.

"ഈ ലോകത്ത് മനുഷ്യനുള്ള കാലത്തോളം മനുഷ്യന്റെ കഥയ്ക്ക് പഞ്ഞമില്ല. മനുഷ്യൻ ഒരു മനോഹരമായ കഥയാണ്. കഥയുണ്ടാകണ മെന്ന് പ്രാർത്ഥിക്കുന്ന നിമിഷത്തിൽ കഥയുണ്ടാകണമെന്നില്ല. പ്രതീക്ഷി ക്കാതെയുള്ള ഒരു നിമിഷത്തിൽ അതിങ്ങനെ ഉണ്ടായിപ്പോകും." കവി തകളും കഥകളുമെഴുതുന്ന സിന്ധു തന്റെ മുത്തപ്പന്റെ വാക്കുകൾ ഉരു വിട്ടു.

"ഒരുപാടാളുകൾ അദ്ദേഹത്തെ കാണാൻ വരും. അവർ അവരുടെ സങ്കടങ്ങൾ പറയും. നിശ്ശബ്ദമായിരുന്ന് അവയൊക്കെ അദ്ദേഹം കേൾക്കും."

ഈ മനുഷ്യസങ്കടങ്ങളിൽ നിന്നും ഉള്ളുകടഞ്ഞായിരിക്കണം ലോഹി തദാസ് പ്രേക്ഷകരുടെ ഹൃദയത്തിന്റെ വെള്ളിത്തിരയിൽ ഒരിക്കലും മങ്ങാത്ത നൊമ്പരചിത്രങ്ങൾ തീർത്തുവച്ചത്.

മോഹൻലാലിനെ നായകനാക്കി ഭീഷ്മർ, മമ്മൂട്ടി നായകനാകുന്ന ചിത്രം, പൃഥ്വിരാജ് നായകനാകുന്ന തമിഴ് ചിത്രം എന്നിവയായിരുന്നു ലോഹിതദാസിന്റെ മനസ്സിലുണ്ടായിരുന്ന പ്രോജക്ടുകൾ. ഭീഷ്മർ ഇരു പതു സീൻ മാത്രമേ എഴുതി വച്ചിട്ടുള്ളൂ.

സ്വപ്നചിത്രങ്ങൾ ബാക്കി വച്ചിട്ട് കഥകളുടെ സൂത്രധാരൻ കറുത്ത തിരശ്ശീലയിട്ടു.

ചാലക്കുടി പരിയാരം അമ്പഴത്തു പറമ്പിൽ കരുണാകരൻ-മയ്യ ദമ്പ
തികളുടെ മകനാണ് ലോഹിതദാസ്. തിരുവനന്തപുരം മെഡിക്കൽ
കോളേജിൽ നിന്ന് ലാബ് ടെക്നീഷ്യൻ കോഴ്സ് പാസ്സായതിനു ശേഷ
മാണ് ലോഹിതദാസ് കുടുംബസമേതം ചാലക്കുടിയിലെത്തുന്നത്.
അവിടെ അദ്ദേഹം ഒരു ലാബ് തുറന്നു. അവിടെ പഠിക്കുമ്പോഴാണ് സിന്ധു
തന്റെ മുത്തിനെ കണ്ടുമുട്ടുന്നത്.

"അദ്ദേഹം നന്നായി വായിക്കുന്ന ആളായിരുന്നു. എപ്പോഴും പുസ്ത
കവുമായി മാത്രമേ കണ്ടിട്ടുള്ളു. അങ്ങനെയുള്ള ഒരാളോട് സ്നേഹവും
ബഹുമാനവും തോന്നുക സ്വാഭാവികം. പ്രണയം അറിയാതെ ഉറവപൊ
ട്ടുന്ന നദിയാണ്. എപ്പോഴോ അത് ഞങ്ങൾക്കിടയിലുണ്ടായി."

ചാലക്കുടി സാരഥി തീയറ്റേഴ്സുമായി ചേർന്ന് നാടക രചന ആരം
ഭിക്കുന്നതോടെ കലാപ്രവർത്തനത്തിൽ അദ്ദേഹം സജീവമായി. 'സിന്ധു
ശാന്തമായൊഴുകുന്നു' ആണ് ആദ്യനാടകം. 1985-ൽ മികച്ച നാടകരച
നയ്ക്കുള്ള സംസ്ഥാന അവാർഡ് അദ്ദേഹം നേടി.

പിന്നീട് സിബിമലയിൽ സംവിധാനം ചെയ്ത തനിയാവർത്ത
നത്തിന്റെ തിരക്കഥയിലൂടെ 1987 ൽ സിനിമാരംഗത്തെത്തി. നടൻ തില
കനാണ് ലോഹിയെ സിബിക്ക് പരിചയപ്പെടുത്തിയത്. "പത്തു തവണ
യാണ് ഞാൻ തനിയാവർത്തനം കണ്ടത്. ഓരോ തവണയും കണ്ണുനിറ
യാതെ കാണാൻ സാധിക്കുമായിരുന്നില്ല. ഇത്രയും വർഷങ്ങൾക്കുശേ
ഷവും ഇന്നും ആ ചിത്രം കാണുമ്പോൾ കണ്ണുനിറഞ്ഞൊഴുകാറുണ്ട്."
സിന്ധു പറയുന്നു. പിന്നെ പുതുകാലത്തിന്റെ സിനിമയെക്കുറിച്ച് വാചാ
ലയാകുന്നു.

"അതൊക്കെ മനുഷ്യന്റെ പച്ചയായ ആവിഷ്ക്കാരങ്ങളായിരുന്നു.
അതുകൊണ്ടാണ് ഇന്നും ഉള്ള് പൊള്ളിക്കുന്നത്. ഇന്നത്തെ സിനിമക
ളിൽ നേർജീവിതത്തിന്റെ രേഖപ്പെടുത്തലുകൾ വളരെ കുറവാണ്.
കോമഡി തന്നെ നോക്കൂ. ഇന്ന് കോമാളിത്തരങ്ങളാണുള്ളത്. അവ ചിരി
യല്ല പുച്ഛമാണുണ്ടാക്കുന്നത്. ശ്രീനിവാസന്റെയും മറ്റും സിനിമകളിലെ
കോമഡികൾ നാം ഓർത്തോർത്ത് രസിക്കും... മറ്റുള്ളവരോട് പറഞ്ഞുരസി
ക്കും..."

ലോഹിതദാസ് തന്റെ ചിന്തുമണിയോട് ഉള്ളിലൊരുക്കുന്ന ചിത്ര
ങ്ങളുടെ കഥകളെക്കുറിച്ച് സൂചിപ്പിക്കുമായിരുന്നു. "എന്റെ റിയാക്ഷൻ
അറിയാനാണ് പറയുന്നത്. അതാണ് ആൾക്കു കിട്ടുന്ന റിസൾട്ട്."

പിന്നെ ചിന്തുമണിക്ക് ഒരു സൂത്രമുണ്ട് അദ്ദേഹം എഴുതുന്ന തിര
ക്കഥകൾ വായിക്കാൻ. എഴുതിക്കൊണ്ടിരിക്കുമ്പോൾ അദ്ദേഹമാകട്ടെ
സിന്ധുവിനെ കാണിക്കുകയുമില്ല. സിന്ധുവാകട്ടെ എഴുതിക്കൊണ്ടിരി
ക്കുമ്പോൾ മെല്ലെ അടുക്കൽ ചെന്ന് തലയൊക്കെ ഒന്ന് മസാജ് ചെയ്തു
കൊടുത്ത് സൂത്രത്തിൽ എല്ലാം വായിക്കും. ആ കള്ളത്തരം അദ്ദേഹ
ത്തിന് മനസ്സിലാകുമെങ്കിലും ഒന്നും അറിയാത്ത ഭാവത്തിൽ "വീണ്ടും
ചില വീട്ടുകാര്യങ്ങളി"ലെ ജയറാമിനെപ്പോലെ ഭാവന വികസിപ്പിക്കാൻ

മസാജർ വാങ്ങാതെ ചിന്തു മണി മസാജിൽ രസംപൂണ്ട് എഴുതിക്കൊണ്ടിരിക്കും.

അദ്ദേഹം ചെയ്യുന്ന എല്ലാ ചിത്രങ്ങളുടെയും പാട്ടിന്റെ സി ഡികൾ ചിന്തു മണിയെ കേൾപ്പിച്ചിരുന്നു. "അദ്ദേഹം മൂളിപ്പാട്ടിന്റെ ആളായിരുന്നു. തനിയാ വർത്തനത്തിൽ ആ മൂളിപ്പാട്ട് ഇത്തിരി കേൾക്കാം." തന്റെ മുത്തിന്റെ സംഗീതത്തെക്കുറിച്ച് സിന്ധു പറയുന്നു.

'തനിയാവർത്തന' ത്തിനു ശേഷമാണ് സിന്ധു വിന്റെയും ലോഹിയുടെയും വിവാഹം നടക്കുന്നത്. പിൽ ക്കാലത്ത് ജില്ലാ ആശുപത്രി യിലുണ്ടായിരുന്ന ജോലി യിൽനിന്ന് ലീവെടുത്ത് മുഴു

സിന്ധു ലോഹിതദാസ്

വൻ സമയ സിനിമാപ്രവർത്തനത്തിൽ അദ്ദേഹം മുഴുകി.

"ഇപ്പോഴും അദ്ദേഹം ലീവിലാണ്. ജോലി രാജിവെച്ചിട്ടോ ഉപേക്ഷി ച്ചിട്ടോ ഒന്നുമില്ല." സിന്ധു അറിയിച്ചു.

തൊഴിൽ സംസ്കാരത്തെക്കുറിച്ച് സിന്ധുവിന് വ്യക്തമായ ധാരണ ഗളുണ്ട്. "ഓരോ ആളും അവനവനിഷ്ടപ്പെട്ട തൊഴിലുകൾ ചെയ്യണം. പലപ്പോഴും ഉപജീവനത്തിനുള്ള ഉപാധി എന്ന നിലയിൽ ആളുകൾ ഏതെങ്കിലും തൊഴിൽ ചെയ്യാൻ നിർബന്ധിതരാവുകയാണ്. ഇഷ്ടമുള്ള ജോലി ചെയ്യുമ്പോഴേ അതിൽ അർപ്പണമനോഭാവമുണ്ടാകൂ."

ഈ അർപ്പണബോധം കൊണ്ടാകാം പത്മരാജനും ഭരതനും എം ടി ക്കും ശേഷം മലയാള ചലച്ചിത്രമേഖലയിൽ ശക്തമായ തിരക്കഥാ സാന്നിദ്ധ്യമാകാൻ ലോഹിതദാസിനു കഴിഞ്ഞത്. *നിവേദ്യം* വരെയുള്ള സിനിമാജീവിതത്തിൽ നാൽപ്പതോളം തിരക്കഥകൾ, പന്ത്രണ്ടോളം ചിത്ര ങ്ങൾക്ക് തിരക്കഥയും സംവിധാനവും നിർവ്വഹിച്ചു. കൂടാതെ നിവേദ്യ ത്തിലെ "കോലക്കുഴൽ വിളി കേട്ടോ..." എന്ന പ്രശസ്തമായ ഗാനവും രചിച്ചു. തൂവൽക്കൊട്ടാരം, സുൽത്താൻ, ചക്കരമുത്ത് തുടങ്ങിയ ചിത്ര ങ്ങളിലും ലോഹിയുടെ ഗാനങ്ങൾ ശ്രദ്ധേയമായിരുന്നു. കൂടാതെ ഏതാനും ചിത്രങ്ങളിൽ അഭിനയിക്കുകയും, കസ്തൂരിമാൻ എന്ന ചിത്രം തമിഴിൽ നിർമിക്കുകയും ചെയ്തു. *ദശരഥം, കിരീടം, ഹിസ്ഹൈനസ് അബ്ദുള്ള, ജോക്കർ, ഭരതം, പാഥേയം, സല്ലാപം* തുടങ്ങി ഒട്ടേറെ അനശ്വര

ചിത്രങ്ങൾ അദ്ദേഹത്തിന്റേതാണ്.

ആദ്യചിത്രമായ തനിയാവർത്തനം മുതൽ അംഗീകാരങ്ങളുടെ വേസ ന്തമായിരുന്നു ലോഹിതദാസിന്റേത്. 18 ഫിലിംക്രിട്ടിക്സ് അവാർഡുക ളും, ഭൂതക്കണ്ണാടിക്ക് മികച്ച നവാഗത സംവിധായകനുള്ള ദേശീയ അവാർഡ്, മികച്ച സംവിധായകനും തിരക്കഥയ്ക്കുമുള്ള സംസ്ഥാന അവാർഡ്, കസ്തൂരിമാനിന് മികച്ച രണ്ടാമത്തെ ചിത്രത്തിനുള്ള തമി ഴ്നാട് സർക്കാരിന്റെ അവാർഡ്, ഇന്ദിരാഗാന്ധി അവാർഡ്, രാമുകാര്യാട്ട് അവാർഡ്, അരവിന്ദൻ പുരസ്കാരം, പത്മരാജൻ പുരസ്കാരം തുടങ്ങി യവ അദ്ദേഹത്തിന് ലഭിച്ച അംഗീകാരങ്ങളിൽ ചിലതു മാത്രമാണ്.

മാത്രമല്ല, തന്റെ സിനിമകളിലെ പ്രവർത്തകർക്ക് ലഭിച്ചിരുന്ന അംഗീ കാരങ്ങൾ തനിക്ക് ലഭിച്ചതുപോലെ കണക്കാക്കി സന്തോഷിക്കുന്ന പ്രകൃ തമായിരുന്നു അദ്ദേഹത്തിന്റേത് എന്നും സിന്ധു ഓർക്കുന്നു.

കുട്ടിക്കാലത്ത് ഒരു എലിക്കുഞ്ഞിന്റെ ചോര കണ്ട് ഉള്ളുരുകി നാലു വരി കവിതയെഴുതിപ്പോയ ലോഹി എന്ന ചിത്രശലഭങ്ങളുടെ മനസ്സുള്ള കുട്ടി, പിന്നെ ബാർബർ ഷോപ്പുകളെ ആദ്യകാല വായനശാലയാക്കിയ നാട്ടിൻപുറത്തുകാരൻ, സ്വാമി വിവേകാനന്ദന്റെ കണ്ണുകളെ സ്നേഹിച്ച സ്വപ്നക്കാരൻ, ജീവിതഗന്ധിയായ കഥകൾ പറഞ്ഞ് പ്രേക്ഷകമനസ്സിന്റെ ആസ്വാദന വീട്ടിൽ താമസമാക്കിയ ചലച്ചിത്രകാരൻ അങ്ങനെ ഒട്ടേറെ സ്നേഹപര്യായങ്ങൾ ലോഹിതദാസിനുണ്ട്.

പ്രകൃതിയോടും പുഴകളോടും അദ്ദേഹത്തിന് പ്രത്യേകമായൊരിഷ്ടം ഉണ്ടായിരുന്നു. ആ ഇഷ്ടം കൊണ്ടാണ് പാലക്കാട്ട് 'കാരുണ്യം' എന്ന സിനിമയുടെ ചിത്രീകരണത്തിനായി കണ്ടെത്തിയ തറവാട് താല്പര്യ പൂർവ്വം സ്വന്തമാക്കിയത്. കണ്ടൽ മരങ്ങൾ വിരിയിട്ട തൊടിയും കുളക്ക ടവും മണ്ണിന്റെ മണമുള്ള ഒട്ടേറെ ചിത്രങ്ങൾക്ക് ജന്മം നൽകി.

നാട്ടിൻപുറത്തിന്റെ രുചിമനസ്സും ലോഹിതദാസ് സൂക്ഷിച്ചിരുന്നു. തൃശൂരുകാർക്ക് പ്രത്യേകമായുള്ള കഞ്ഞിയും എരിവുള്ള ഉപ്പേരിക്കറി കളും സാമ്പാറുമൊക്കെ അദ്ദേഹത്തിനുവേണ്ടിയുള്ള സിന്ധുവിന്റെ സ്പെഷ്യലുകളായിരുന്നു. ഒരു ചാകരക്കാലത്ത് 'അമര'ത്തിന്റ ലൊക്കേ ഷൻ നോക്കാൻ കടപ്പുറത്തു പോയിവന്ന ലോഹി ഇരുകൈകളിലും വലിയ മീനുമായി വീട്ടിൽ വന്നു കയറിയ രംഗം അനശ്വര സീനുകളായി ഇന്നും സിന്ധുവിന്റെ ഉള്ളിലുണ്ട്. പേന പിടിക്കുന്ന അന്നു മുതൽ 54-ാം ദിവസം റിലീസായ ചിത്രമാണ് കാരുണ്യം. 59-ാം ദിവസം റിലീസായ ചിത്രമാണ് 'കന്മദം' എന്നും സിന്ധു അഭിമാനത്തോടെ പറഞ്ഞു.

അപൂർവ്വമായ ഒരു സ്നേഹബന്ധമായിരുന്നു അവരുടേത്. ലോഹി ഒരിക്കൽപോലും സിന്ധുവിനെ പേരുവിളിച്ചിരുന്നില്ല. ചിന്തോ എന്നോ ചിന്തുമണി എന്നോ ആണ് വിളിച്ചിരുന്നത്. സിന്ധു എന്ന് അപൂർവ്വമായെ വിളിക്കാറുള്ളൂ. അത് കേൾക്കുമ്പോഴേ തനിക്ക് ഒരു പേടിവരും എന്ന് സിന്ധു ഓർക്കുന്നു. എന്തെങ്കിലുമൊക്കെ അടുക്കും ചിട്ടയുമില്ലാതെ കിട ക്കുന്നതു കാണുമ്പോഴാണ് ലോഹിയുടെ പേരുവിളി. സിന്ധുവിന്റെ പേടി

ക്കണ്ണുകൾ കാണുമ്പോൾ ലോഹിക്കു പിന്നെ ചിരിവരും.

അത്രമേൽ അഗാധമായ പ്രണയം തന്റെ മുത്തപ്പനോട് സൂക്ഷിച്ചി രുന്നതു കൊണ്ടാണ് അദ്ദേഹത്തിന്റെ സിനിമാതിരക്കുകളോട് പൊരു ത്തപ്പെട്ടുപോകുവാനും സിനിമയേയും ജീവിതത്തേയും വേർതിരിച്ചുകാ ണാനും സിന്ധുവിന് കഴിഞ്ഞത്. അതുകൊണ്ടാണ് മുത്തപ്പനില്ലാത്ത കാലത്ത് ആധിയുടെയും വിവശതയുടെയും ഒടുങ്ങാത്ത പുഴക്കയങ്ങ ളിൽ അവർ ആഴ്ന്നുപോയത്.

അദ്ദഹം തമിഴിൽ നിർമ്മിച്ച ഒരു ചിത്രം വളരെയെറെ സാമ്പത്തിക പ്രശ്നങ്ങൾ സൃഷ്ടിച്ചു. "എല്ലാ സാമ്പത്തിക പ്രതിസന്ധികളും കാലം പരിഹരിക്കും." സിന്ധു പറഞ്ഞു. ജീവിതത്തിലെ മുൾവഴികൾ പണ ത്തെക്കുറിച്ചുള്ള അവരുടെ കാഴ്ചപ്പാടുകൾക്ക് പുതുരൂപം നൽകി.

"മനുഷ്യന് ഭയം പണത്തെയാണ്. കാരണം അത് എപ്പോൾ വേണ മെങ്കിലും നഷ്ടപ്പെട്ടുപോകാം എന്ന ബോധ്യം മനുഷ്യനുണ്ട്. ധനം സൗഹൃദങ്ങളെ ചുരുക്കും. മനുഷ്യൻ അവനിലേക്കുമാത്രമായി ചുരുങ്ങും. പങ്കുവെയ്ക്കപ്പെടേണ്ടി വന്നാലോ എന്ന ഉൾഭയം കൊണ്ടാണത്".

പിന്നെ സിന്ധു ഒരു നീണ്ട മൗനത്തിലേക്കുപോയി. അശാന്തമായ ഉൾക്കയങ്ങളിൽനിന്ന് ഒരിക്കലും മരിക്കാത്ത ദുഃഖത്തിന്റെ നനവുകളെ തൊട്ടു

"അന്ന് ഒരു ഞായറാഴ്ചയായിരുന്നു. ഞങ്ങൾ ആലുവയിലെ വീട്ടി ലായിരുന്നു. വയ്യായ്കകൾക്കിടയിലും തിരക്കഥയുടെ പണിപ്പുരയിലായി രുന്നു അദ്ദേഹം. ഹൃദയപ്രശ്നങ്ങൾക്ക് മരുന്ന് കഴിക്കുന്നുണ്ടായിരുന്നു. പുറംവേദന വന്നിട്ട് വിശ്രമിക്കാതെ കുറേ യാത്രകളും മറ്റും ചെയ്തതി നാൽ പുറത്ത് നീരുകണ്ടു. അദ്ദേഹം രാവിലെ ചായമാത്രമേ കഴിച്ചിരു ന്നുള്ളൂ. ഭക്ഷണം എടുത്തു വയ്ക്കാൻ വേണ്ടി ഞാൻ അടുക്കളയിലേക്കു പോയി. അപ്പോഴാണ് അടുക്കള വശത്ത് രണ്ടു തത്തകളെ കണ്ടത്. മുമ്പൊരിക്കലും അവിടെ തത്തകളെ കണ്ടിട്ടുണ്ടായിരുന്നില്ല. തത്തക ളെന്തൊക്കെയോ പരസ്പരം പറയുന്നുണ്ടായിരുന്നു. അടുത്തേക്ക് ചെന്ന പ്പോൾ അവ പറന്നു പോയി. പെട്ടെന്നാണ് മോൻ "അമ്മേ" എന്ന് ഉറക്കെ നിലവിളിക്കുന്നതുകേട്ടത്. ഓടിച്ചെന്നപ്പോൾ അദ്ദേഹം മോന്റെ നെഞ്ചി ലേക്ക് ചാഞ്ഞുനിൽക്കുന്ന കാഴ്ചയാണ് കണ്ടത്. ഉണ്ടായിരുന്ന മരുന്നു കൾ നൽകി. പക്ഷേ അദ്ദേഹം 'സിന്ധു...'എന്ന് വിളിച്ച് എന്റെ കൈകൾ പിടിച്ച് നെഞ്ചിലേക്ക് വച്ച് കണ്ണുകളടച്ചു. അശുപത്രിയിൽ കൊണ്ടുപോ യെങ്കിലും...."

2009 ജൂൺ 28 ന് കഥകളുടെ കസ്തൂരിമാൻ ജനനമരണങ്ങളുടെ തനിയാവർത്തനമില്ലാത്ത ലോകത്തേക്ക് യാത്രയായി. ഇനിയിവിടെ കോലക്കുഴൽ വിളി ഉയരില്ല.

"തത്ത വന്നു കൊണ്ടുപോയി." സിന്ധു മന്ത്രിക്കുന്നു. ലോഹിയുടെ ഭൗതികശരീരം 'അമരാവതി'യുടെ തെക്കേത്തൊടിയിൽ എരിഞ്ഞടങ്ങി.

ഓർമകൾക്കിപ്പോൾ തെറ്റിപ്പൂവിന്റെ നിറം. അമരാവതിയിലും ആലു

വയിലെ ശാന്തിനികേതനിലുമായി മാറിമാറി സിന്ധുവിന്റെ ജീവിതം.

ഞാനിപ്പോൾ എന്റെ മാത്രം ലോകത്താണ്. സിന്ധു തെറ്റിപ്പൂക്കളി റുക്കുന്നു.

അദ്ദേഹത്തിന്റെ ഒന്നാമത്തെ ആണ്ടിന് അമരാവതിയുടെ വളപ്പിൽ ഒരു പകൽ മുഴുവൻ ഒരു തത്തക്കുടുംബം വന്നിരുന്നു. സിന്ധുവിന്റെ നൊമ്പരത്തിന് സാന്ത്വനത്തിന്റെ ഇത്തിരിപ്പച്ച നൽകി പിന്നെ അവ എങ്ങോട്ടോ പറന്നുപോയി. തത്തകളുടെ പച്ചനിറമുള്ള സന്ദേശങ്ങ ളിൽനിന്ന് തന്റെ പ്രിയപ്പെട്ടവന്റെ സാന്ത്വനം സിന്ധു തിരിച്ചറിയുന്നു.

"മിക്കപ്പോഴും അദ്ദേഹത്തെ സ്വപ്നംകാണും. മിക്കവാറും ഇളം ചോക്ലേറ്റ് കളർ ഷർട്ടിട്ടാണ് സ്വപ്നത്തിൽ എന്റെ അരികിൽ എത്തുന്നത്.

എന്തെങ്കിലുമൊക്കെ കഥകൾ പറഞ്ഞുകൊണ്ട് അടുത്തിരിക്കും. എന്നും ഉറങ്ങാൻ കിടക്കുമ്പോൾ എന്റെ മുത്തപ്പൻ ഇന്നും സ്വപ്നത്തിൽ വരണേ എന്ന് പ്രാർത്ഥിച്ചിട്ടാണ് കിടക്കാറ്. അങ്ങനെയെങ്കിലും എനി ക്കൊന്ന് കാണാമല്ലോ."

കഥകളും കവിതകളും ഓർമക്കുറിപ്പുകളുമായി അക്ഷരലോകത്ത് കഴിയുന്ന സിന്ധു തന്റെ സ്വപ്നാക്ഷരങ്ങൾ ഈറൻതുടിക്കുന്ന മിഴിക ളോടെ പങ്കുവയ്ക്കുന്നു.

"ലക്കിടിയിൽ പോകുമ്പോൾ വീട് അടുക്കാറാകുമ്പോഴേ ഉള്ളിലൊരു വിങ്ങലാണ്. ഉമ്മറത്ത് മുത്തപ്പന്റെ കസേരയുണ്ട്. ഞാൻ കണ്ണടച്ച് പ്രാർത്ഥിക്കും. ഞാനങ്ങെത്തുമ്പോൾ ഉമ്മറത്തെ ചാരുകസേരയിൽ എന്റെ മുത്തപ്പനുണ്ടാകണേ ദൈവമേ... എന്ന്"

ചിന്തുമണിക്ക് കാണാൻ വേണ്ടി എന്നും ചാരുകസേരയിൽ മുത്ത പ്പനുണ്ടായിരിക്കട്ടെ. എല്ലാരാത്രികളിലും സ്വപ്നത്തിലൂടെ ചിന്തുമ ണിക്കരികിലെത്തട്ടെ. സിന്ധു ശാന്തമായിരിക്കട്ടെ.

പി ഭാസ്കരൻ

അല്ലിയാമ്പൽ കടവിലെ
തോണി

ഒരു തീരത്തുനിന്നും മറ്റൊന്നിലേക്ക്
എപ്പോഴും
ഒരു ശരീരം നിവർന്നു കിടക്കുന്നു.
ഒരു മഴവില്ല്.
അതിന്റെ കമാനത്തിനു കീഴെ
ഞാനുറങ്ങും. (ഒക്ടേവിയോ പാസ്)

മഴവില്ലിനു കീഴെ ഒരാൾ മയങ്ങുകയാണ്. ഗാനകല്ലോലങ്ങളുടെ സപ്തസൂര്യവർണ്ണങ്ങൾ കാട്ടിലെ പാഴ്മുളംതണ്ടിൽ നിന്നും ഉതിരുന്നുണ്ട്. 'താമസമെന്തേ വരുവാൻ...' ആരോ ചോദിക്കുന്നുണ്ട്. മലയാള ഗാനരച നയുടെ പൂക്കാലത്തിന് അല്ലിയാമ്പലുകൾ സമ്മാനിച്ച മലയാളികളുടെ പ്രിയപ്പെട്ട ഭാസ്കരൻ മാസ്റ്ററാണത്. മുകിൽക്കാട്ടിൽ ഗാനവസന്തം വിട രുന്നുണ്ട്.

കടവത്ത് പ്രാണസഖി തനിച്ചാണ്. ഭാസ്കരൻ മാസ്റ്ററുടെ സർവ്വ സ്വവുമായ ഇന്ദിര ഇപ്പോൾ ചാറ്റൽ മഴയും പൊൻവെയിലുമേൽക്കുന്നത് ഒറ്റയ്ക്കാണ്.

പൂമുഖത്തെ അരമതിലിൽ ഒരു ചിത്രത്തിനുവേണ്ടി ഇരിക്കുമോ എന്നു ചോദിച്ചപ്പോൾ അവർ ഒന്നു പുഞ്ചിരിച്ചു. എല്ലാ വേദനകൾക്കും മീതെ മനോഹരമായ പുഞ്ചിരി പൊതിയാൻ അവർ പഠിച്ചുകഴിഞ്ഞിരുന്നു. എന്നിട്ടും പറഞ്ഞു, "എത്രയോ ചിത്രങ്ങൾ ഞങ്ങളൊരുമിച്ചിരുന്ന് എടു ത്തിട്ടുള്ളതാണിവിടെ. ഇപ്പോൾ ഞാനൊറ്റയ്ക്ക്." ഓർമകളുടെ വേവിൽ അവർ പിടഞ്ഞു. പിന്നെ മുറ്റത്തെ തുളസിത്തറയിലേക്ക് മിഴിനട്ടു. നാഴി യുരിപ്പാലുകൊണ്ട് ഇല്ലായ്മകളെയും വല്ലായ്മകളെയും പൊന്നോണമാ ക്കിയവൻ ഒപ്പമില്ലല്ലോ.

കഴുത്തിൽ കിടന്ന തുളസിമാല എല്ലാം തൊട്ടറിഞ്ഞു. കൈത്തണ്ട യിൽ അണിഞ്ഞിരുന്ന നൈമിഷികാരണ്യത്തിലെ വള ജീവിതസമസ്യ യിലെ വളയങ്ങളുടെ അർത്ഥമില്ലായ്മകളെ ഓർമിപ്പിച്ചു.

ഇന്ദിരാ ഭാസ്കരൻ ഇപ്പോൾ ആധ്യാത്മികതയുടെ സുവർണ്ണ ആമ്പ ലുകൾ നുള്ളിയെടുക്കുകയാണ്. ശാരദാമിഷനുമായി ബന്ധപ്പെട്ടു പ്രവർത്തിക്കുകയും സത്സംഗങ്ങളിൽ പങ്കെടുക്കുകയും ചെയ്ത് ശിഷ്ട ജീവിതം ധന്യമാക്കുന്നു.

> അറിവിൻ മുറിവുകൾ
> ആത്മാവിൽ നിറകയാൽ
> മരുന്നും വച്ചുകെട്ടി
> മൗനിയായിരിക്കുന്നു. (ഉത്തരം ലഭിക്കാത്ത ചോദ്യം)

പി ഭാസ്കരൻ മലയാളികൾക്ക് ഭാസ്കരൻ മാസ്റ്ററാണ്. കവി, ചല ച്ചിത്ര ഗാനരചയിതാവ്, സംവിധായകൻ, നിർമാതാവ് തുടങ്ങി ഒട്ടേറെ മേഖലകളിൽ അദ്ദേഹം നിറഞ്ഞുനിന്നു. ഒരിക്കലും മരിക്കാത്ത ഒട്ടേറെ ഗാനങ്ങളിലൂടെ മലയാളിമനസിൽ ചിരഞ്ജീവിയായി അദ്ദേഹം വാഴുന്നു.

കൊടുങ്ങല്ലൂരിൽ പത്മനാഭമേനോന്റെയും അമ്മാളു അമ്മയുടെയും പുത്രനായ ഭാസ്കരൻ മാസ്റ്റർ വിദ്യാർത്ഥിയായിരിക്കുമ്പോൾ തന്നെ ദേശീയപ്രസ്ഥാനത്തിലും പുരോഗമന രാഷ്ട്രീയ പ്രസ്ഥാനത്തിലും സജീ വമായി പങ്കുകൊള്ളുകയും ക്വിറ്റ് ഇന്ത്യാ പ്രക്ഷോഭണവുമായി ബന്ധ പ്പെട്ട് ജയിൽശിക്ഷയ്ക്കു വിധേയനാവുകയും ചെയ്തിട്ടുണ്ട്. പിൽക്കാ ലത്ത് കമ്മ്യൂണിസ്റ്റ് അനുഭാവിയാവുകയും, അക്കാലത്ത് രചിച്ച 'വയ ലാർ ഗർജ്ജിക്കുന്നു' എന്ന കൃതിയിലൂടെ കമ്മ്യൂണിസ്റ്റ് പ്രസ്ഥാനത്തിന്റെ വളർച്ചയ്ക്ക് സാഹിത്യസൃഷ്ടിയിലൂടെ വിലപ്പെട്ട സംഭാവനകൾ നൽകു കയും ചെയ്തു.

ഇന്ദിരയുടെ പതിനെട്ടാമത്തെ വയസ്സിലാണ് ഭാസ്കരൻ മാഷുമാ യുള്ള വിവാഹം നടന്നത്. ഇരുകുടുംബവും തമ്മിൽ പരിചയക്കാരായി രുന്നു. എങ്കിലും ഡോ. ഒ പി ആർ മേനോന്റെയും ലക്ഷ്മിക്കുട്ടിയുടെയും മകളായ ഇന്ദിര ഭാസ്കരൻ മാസ്റ്ററെ മുമ്പ് കണ്ടിട്ടുണ്ടായിരുന്നില്ല. മാസ്റ്റർ കവിതയും സിനിമയുമൊക്കെയായി മദ്രാസിലും മറ്റു പല സ്ഥലങ്ങളി ലുമായിരുന്നു. രാമു കാര്യാട്ടുമായി ചേർന്ന് *നീലക്കുയിൽ* എന്ന സിനിമ യുടെ തിരക്കിലും. പ്രസിഡന്റിന്റെ വെള്ളിമെഡലിന് അർഹമായ ചിത്ര

മാണ് *നീലക്കുയിൽ.*

എക്കാലവും മലയാളികൾ മൂളിനടക്കുന്ന ഒരുപിടി ഗാനങ്ങൾ ആ ചിത്രത്തിലുണ്ട്. 'എല്ലാരും ചൊല്ലുന്ന്', 'എങ്ങനെ നീ മറക്കും', 'കായലരികത്തു വലയെറിഞ്ഞപ്പോൾ...' തുടങ്ങിയവ അവയിൽ ചിലതു മാത്രമാണ്.

'തുറക്കാത്ത വാതിൽ' എന്ന ചിത്രത്തിലെ,
"നാളികേരത്തിന്റെ നാട്ടിലെനിക്കൊരു
നാഴിയിടങ്ങഴി മണ്ണുണ്ട് – അതിൽ
നാരായണക്കിളിക്കൂടുപോലുള്ളൊരു
നാലുകാലോലപ്പുരയുണ്ട്..." എന്ന ഗാനം മൂളിനടക്കാത്ത ഒരു മലയാളിയുമുണ്ടാകില്ല. മനസ്സുകളിൽ നൊസ്റ്റാൾജിയയുടെ സൗരഭ്യം ചിതറിപ്പിച്ചുകൊണ്ട് കാലാതിവർത്തിയായി ഭാസ്കരഗാനങ്ങൾ നിലകൊള്ളുന്നു.

എന്നാൽ പാട്ടെഴുത്തുകാരന്റെ എല്ലാ പാട്ടുകളും ഇന്ദിരയ്ക്ക് പ്രിയമാണ്. പ്രിയപ്പെട്ട പാട്ടേതെന്ന് പറയാൻ തന്നെ പ്രയാസം.

എഴുത്തിന്റെയും വായനയുടെയും തിരക്കുകൾക്കിടയിൽ ഭാസ്കരൻ മാസ്റ്റർ സഹധർമ്മിണിയെ കവിതകൾ ചൊല്ലിക്കേൾപ്പിച്ചിരുന്നു. ഇന്ദിരയാകട്ടെ 'എനിക്കുവേണ്ടി പാടുന്നൊരാളാണ് ഞാൻ' എന്നൊരു നില പാടിലുമായിരുന്നു.

എഴുതിയൊരാൾ തന്നെ പാടി പ്രിയമുള്ളൊരാളെ കേൾപ്പിക്കുമ്പോൾ മധുരം ഇരട്ടിക്കുന്നു.

"വിവാഹവാർഷികം,
തുടർക്കഥയിലെ
പുതിയൊരധ്യായം,
പുതിയ ശീർഷകം,
പഴവും പാലുമായ്
പഴയൊരോർമ്മകൾ
ഒരു വട്ടം കൂടി മനസ്സിലെത്തുന്നു." (വിവാഹവാർഷികം)

എന്ന് ഉള്ളിലുള്ള മധുരോദാരസ്മരണയ്ക്ക് പ്രായമില്ല എന്ന് ഭാസ്കരൻ മാസ്റ്റർ കവിതയാക്കുമ്പോൾ മറവിയുടെ വാതിൽ തുറന്നെത്തുന്ന ഓർമ്മകളെ വായനക്കാരൻ തുറന്നുനോക്കുന്നു.

വാക്കിനു വിലപ്പിടി–
പ്പേറുമീ സന്ദർഭത്തിൽ

ഇന്ദിര ഭാസ്കരൻ

'ഓർക്കുക വല്ലപ്പോഴു'–
മെന്നല്ലാതെന്തോതും ഞാൻ! (ഓർക്കുക വല്ലപ്പോഴും)

അനശ്വരനായ കവിയാണ് ഭാസ്കരൻ മാസ്റ്റർ. ചങ്ങമ്പുഴ പാരമ്പര്യ ത്തിന്റെ പ്രണയവിഷാദങ്ങൾ അദ്ദേഹത്തിന്റെ കവിതകളിൽ കാണാം. പിന്നീട് ആത്മകഥാംശമുള്ള 'അമ്മയും മകനും' എന്ന കവിതയും രചി ച്ചു. 'വയലാർ ഗർജ്ജിക്കുന്നു' എന്നത് ചരിത്രത്തിലിടം നേടിയ വിപ്ലവ ഗാഥയാണ്. അത് വയലാർ സമരത്തിന്റെ പരിച്ഛേദ്യമാണ്. നിരവധി രക്ത സാക്ഷികളുടെ സമരവീര്യവും, സ്വന്തം മക്കളുടെ ജഡങ്ങൾ ഏറ്റുവാ ങ്ങേണ്ടിവന്ന ഗ്രാമത്തിന്റെ ധീരവിലാപവും, എന്തിന്, വെടിയുണ്ട തറച്ച് ജീവിക്കുന്ന രക്തസാക്ഷിയായി മാറിയ ഒരു തെങ്ങിന്റെ ദുരന്തസാക്ഷ്യ വുമുണ്ട്.

ഓടക്കുഴലും ലാത്തിയും, വില്ലാളി, പാടുന്ന മണ്ഡരികൾ, മുൾക്കി രീടം, സത്രത്തിൽ ഒരു രാത്രി, ഓർക്കുക വല്ലപ്പോഴും തുടങ്ങിയവയാണ് പ്രധാന കൃതികൾ. ഇരുപത് വയസ്സിൽ ആദ്യ കവിതാസമാഹാരം പുറ ത്തിറക്കിയ ഭാസ്കരൻ മാസ്റ്ററുടേതായി ഏതാണ്ട് ഇരുപതോളം കൃതി കളുണ്ട്.

ഓടക്കുഴൽ അവാർഡ്, കേരള സാഹിത്യ അക്കാദമി അവാർഡ്, ഫെലോഷിപ്പ് എന്നിവ അദ്ദേഹത്തിനു ലഭിച്ചു.

"അദ്ദേഹത്തിന്റെ പുസ്തകങ്ങളുടെയും ഗാനങ്ങളുടെയും റോയൽറ്റി തുകകൾ ഇപ്പോഴും എന്നെ തേടി വരുന്നു." ഭാസ്കരൻ മാസ്റ്ററുടെ സഹ ധർമ്മിണി ഇതു പറയുമ്പോൾ മരിക്കാത്ത അക്ഷരങ്ങൾ വിടർന്ന സൂര്യ തൂലിക ആസ്വാദകമനസ്സിൽ ഉദയം കൊള്ളുന്നു.

ജീവിതമിതിവൃത്തം
ജീവരക്തം താൻ മഷി,
ഭാവിയെ രചിക്കുന്ന
കാവ്യം താൻ മഹാകാവ്യം! (കവിയുടെ ആത്മകഥ)

"ഏതുസമയത്തും പാട്ടെഴുതാൻ അദ്ദേഹം സന്നദ്ധനായിരുന്നു. വീട്ടി ലുള്ളപ്പോൾ രാവിലെ ഏഴു മണിക്കേ എഴുന്നേൽക്കൂ. പിന്നെ പത്രവായന, ചായകുടി, എഴുത്ത്... അങ്ങനെ പോകും."

ആത്മകഥയിലില്ലാത്ത ചില കാര്യങ്ങൾ ഇന്ദിരാഭാസ്കരൻ പുഞ്ചി രിയോടെ പറഞ്ഞു. എല്ലാ വേദനകളെയും നിഷ്പ്രഭമാക്കുന്ന ഒരു ചിരി യുണ്ട് അവരുടെ മുഖത്ത്. സങ്കടങ്ങളുമായി സമഞ്ജസപ്പെടുന്ന വഴി യായിരിക്കും ആ മധുരഹാസം.

"വർഷങ്ങളുടെ ജീവിതം. വിചാരിക്കാത്ത കാര്യങ്ങൾ കണ്ടു, കേട്ടു, അറിഞ്ഞു..." എത്ര നിർമമതയോടെയാണവർ പറയുന്നത്.

ഏതൊരു തിരക്കുപിടിച്ച വ്യക്തിയുടെയും സഹധർമ്മിണിക്ക് കുടും ബത്തിൽ ഉത്തരവാദിത്തങ്ങൾ ഏറും. മക്കളെ ശരിയാംവണ്ണം വളർ ത്തുക, അവരുടെ വിദ്യാഭ്യാസകാര്യങ്ങൾ ശ്രദ്ധിക്കുക, അങ്ങനെ ഒട്ടെറെ ചുമതലകൾ നിർവ്വഹിച്ച് പ്രിയതമന് പൂർണ്ണപിന്തുണയുമായി അരിക

ത്തുണ്ടാവുക. ഇതൊക്കെ നിർവ്വഹിച്ച് ഒരു ഇന്ദിരാപുഷ്പമായി അവർ കുടുംബപൂങ്കാവനത്തിൽ വിളങ്ങി നിന്നു.

ഇന്ദിര-ഭാസ്കരൻ മാസ്റ്റർ ദമ്പതികൾക്ക് നാലു മക്കളാണ്. പുസ്തകപ്രസാധന രംഗത്തു പ്രവർത്തിക്കുന്ന രാധിക, മാത്തമാറ്റീഷ്യ നായ രാജീവൻ, ബാംഗ്ലൂരിലെ വിനയൻ, തമിഴ്നാട്ടിൽ ടെലിവിഷൻ രംഗത്തു പ്രവർത്തിക്കുന്ന അജിതൻ എന്നിവരാണ് മക്കൾ. മലയാള ടെലി വിഷൻ അവതാരക രേഖ അജിത് മരുമകളാണ്.

തിരക്കുപിടിച്ച സിനിമാജീവിതമായിരുന്നു ഭാസ്കരൻ മാസ്റ്ററിന്റേത്. അദ്ദേഹം സംവിധാനം ചെയ്ത *ഇരുട്ടിന്റെ ആത്മാവ്* എന്ന ചിത്രത്തിന് ദേശീയ പുരസ്കാരം ലഭിച്ചു. *തുറക്കാത്ത വാതിൽ* എന്ന ചിത്രം ദേശീ യോദ്ഗ്രഥനത്തിനുള്ള അവാർഡും കരസ്ഥമാക്കി. മലയാള സിനിമയ്ക്ക് അദ്ദേഹം നൽകിയ സംഭാവനകളെ മാനിച്ച് പ്രേംനസീർ പുരസ്കാര ത്തിനും ജെ സി ഡാനിയൽ പുരസ്കാരത്തിനും അർഹനായി. കൂടാതെ ഏഷ്യാനെറ്റ് സാറ്റലൈറ്റ് കമ്മ്യൂണിക്കേഷനിൽ ചെയർമാനും മാനേജിംഗ് ഡയറക്ടറുമായി സേവനം അനുഷ്ഠിച്ചിട്ടുണ്ട്. സിംഫണി ലൈഫ് ടൈം അച്ചീവ്മെന്റ് അവാർഡ്-2006 ആണ് അദ്ദേഹത്തിന് ഏറ്റവും ഒടുവിൽ ലഭിച്ച ബഹുമതി.

ഏതാണ്ട് 3500 ലധികം ഗാനങ്ങളാണ് അദ്ദേഹം മലയാളസിനി മയ്ക്കു നൽകിയത്. *ദേശാഭിമാനി, ജയകേരളം, ദീപിക* തുടങ്ങിയവയുടെ പത്രാധിപത്യവും വഹിച്ചിട്ടുണ്ട്.

ജീവിതം പുഞ്ചിരിക്കുന്ന നിശബ്ദതയാണെന്ന് ഭാസ്കരൻ മാസ്റ്റ റുടെ സഹധർമ്മിണിയുടെ മുഖത്തു നോക്കിയാലറിയാം. നിശബ്ദതയുടെ സംഗീതം ആ മുഖത്ത് നിറഞ്ഞൊഴുകുന്നുണ്ട്.

സിനിമാലോകത്തെ തിരക്കുകൾ, പ്രശസ്ത സുഹൃത്തുക്കൾ, സിനിമാ ചർച്ചകൾ എല്ലാറ്റിനും സാക്ഷിയായി ഇന്ദിര നിലകൊണ്ടു. അവ സാനകാലത്തെ നാലു വർഷം ഭാസ്കരൻ മാസ്റ്ററിൽ അൽഷിമേഴ്സ് ഗാനമെഴുതി. മറവിയുടെ ഇളം നടത്തകൾ. 'ചേട്ടന്റെ' കൈ പിടിച്ച് ഇന്ദിര ഒപ്പം നിന്നു. വൈകുന്നേരത്തെ സവാരിയിൽ പങ്കുകൊണ്ടു. സ്വയം മുടി ചീകി, കണ്ണട വച്ച് കവിതയെഴുതാതെ കവി നിന്നു.

അക്കാലത്തൊരിക്കൽ എസ്. ജാനകി ഭാസ്കരൻ മാഷിനെ കാണാ നെത്തി. മാഷ് അകത്തെ മുറിയിൽ കിടക്കുകയായിരുന്നു. വിളിച്ചിട്ട് പൂമു ഖത്തേക്ക് വന്നില്ല. 'അകത്തേക്ക് പോയി കണ്ടോളൂ' ഇന്ദിര പറഞ്ഞു. ജാനകിയമ്മ മാസ്റ്ററുടെ അടുക്കലിരുന്നു. താൻ ആരെന്ന് ഓർമ്മിപ്പിച്ചു. പാട്ടുകളെക്കുറിച്ച് പറഞ്ഞു. കുറെ കഴിഞ്ഞപ്പോൾ മാസ്റ്റർക്ക് എല്ലാം ഓർമ്മവന്നു. പിന്നീട് ഉത്സാഹത്തോടെ എഴുന്നേറ്റ് പൂമുഖത്തു വന്നു. പാട്ടിന്റെയും പാട്ടെഴുത്തുകാരന്റെയും ശ്രുതിതാളങ്ങൾ. ശ്രുതിഭംഗങ്ങ ളുടെ ഓർമ്മകളിൽ ജാനകിയമ്മയുടെ കണ്ണുകൾ നിറഞ്ഞൊഴുകി. എല്ലാ വരുടെയും കണ്ണുനനച്ച മുഹൂർത്തമായിരുന്നു അതെന്ന് മാസ്റ്ററുടെ സഹ ധർമ്മിണി പറയുന്നു.

അവസാനമായപ്പോഴേക്കും കുറച്ചൊക്കെ ഉറക്കമില്ലായ്മ അദ്ദേ
ഹത്തെ അസ്വസ്ഥപ്പെടുത്തി. ഓർമ്മകളിൽ മറവി കൂട്ടുകൂടുമ്പോൾ നിദ്ര
യുടെ കരിമുകിലുകൾ പെയ്തൊഴിയാതെ നിൽക്കും.

'സംഗീതം പോലത്തെ മരണമായിരുന്നു അദ്ദേഹത്തിന്റേത്.' ഇന്ദിര
മൃത്യുവിന്റെ ഹൃദയം തൊട്ടറിഞ്ഞു. രാത്രിയിൽ കുളി കഴിഞ്ഞ് വന്ന് ഉറ
ങ്ങുക. ഉറക്കത്തിൽ ആത്മാവ് മധുരഗാനം പൊഴിക്കുക. പിന്നെ ഇറങ്ങി
നിന്ന് ശരീരത്തെ വീക്ഷിക്കുക.

2007 ഫെബ്രുവരി 25 ന് തന്റെ 83-ാം വയസ്സിൽ ഭാസ്കരൻ മാസ്റ്റർ
മലയാളിമനസ്സിന്റെ അല്ലിയാമ്പൽക്കടവിലെ മൃദുഗാനമായി.

"എന്റെ   കയ്യിൽ നിന്ന് ഭഗവാൻ അദ്ദേഹത്തെ അങ്ങോട്ടു
വാങ്ങി." എല്ലാം ഭഗവാനിലർപ്പിച്ച് ഇന്ദിര അറിയിക്കുന്നു. "ഒന്നിലും തള
രാത്ത ഒരാളായിരുന്നു അദ്ദേഹം. ഏതു പ്രതിസന്ധികളെയും നേരിടാ
നുള്ള വൈഭവം അദ്ദേഹത്തിനുണ്ടായിരുന്നു. ഒടുവിൽ രോഗത്തിന്റെ
ആകുലതകൾ. മരണമാണല്ലോ മനുഷ്യന്റെ അവസാനത്തെ രക്ഷ. അതു
സത്യവുമാണ്. ഒരിക്കലും ആ സത്യത്തിൽ നിന്നും അകലാൻ പാടില്ല.
അതിനെ സ്വീകരിക്കുക, ഓർമ്മിക്കുക, എല്ലാ വേദനകളിൽ നിന്നും ആകു
ലതകളിൽ നിന്നും അദ്ദേഹം മോചിതനായി."

പ്രതിസന്ധിക്കു മുമ്പിൽ ചിരിച്ചുകൊണ്ടു തന്നെ മാസ്റ്ററുടെ സഹ
ധർമ്മിണി പറഞ്ഞു.

"മക്കളൊക്കെ നല്ല നിലയിലായി. അദ്ദേഹത്തെ എനിക്ക് നന്നായി
നോക്കാനും കഴിഞ്ഞു. അല്ലെങ്കിലും കരച്ചിൽ ഒന്നിന്റെയും പരിഹാരമ
ല്ലല്ലോ." മരണത്തിന്റെ മുഖത്തു നോക്കി അവർ പിന്നെയും മന്ദഹസിച്ചു.

മുഖത്തു നിറഞ്ഞു തൂകി നിൽക്കുന്ന, മറ്റുള്ളവരിലേക്കു പ്രസരിപ്പി
ക്കുന്ന ഈ ചിരി എങ്ങനെയുണ്ടാകുന്നു എന്ന് ആരാഞ്ഞപ്പോൾ ഇന്ദിര
ഇപ്രകാരം പറഞ്ഞു. "എന്തിനെയും നാം ശാന്തമായി നേരിടാൻ ശീലി
ക്കുക. ഏതു വേദനയെയും ചിരിച്ചുകൊണ്ട് നേരിടുക."

മന്ദഹാസം ഒരു മൗനമാണ്. എല്ലാം ഒളിഞ്ഞുകിടക്കുന്ന അർത്ഥ
വ്യാപ്തിയുള്ള തടാകം.

മൗനത്തിന്റെ ആൽച്ചുവട്ടിൽ പോയിരിക്കുക.
അങ്ങനെ നിങ്ങളുണ്ടാക്കുന്ന ശബ്ദങ്ങളെക്കാൾ
അർത്ഥവ്യാപ്തി
നിങ്ങളുടെ നിശ്ശബ്ദതയ്ക്കുളവാകട്ടെ!

(നിശബ്ദതയുടെ ഗാനം).

രവീന്ദ്രൻ

ജീവരാഗംപോലെ
രവീന്ദ്രസംഗീതം...

രവീന്ദ്രസംഗീതത്തിന് ഒരു ശോഭയുണ്ട്. അർദ്ധശാസ്ത്രീയ സംഗീ
തവും മെലഡിയും ഇണ ചേർന്ന് ഹരിമുരളിയിലൂടെ ഒഴുകുമ്പോൾ ആലി
ലകളും നിശ്ചലം നിന്ന് കാതോർക്കും. അതുകൊണ്ടാണല്ലോ ആ സം
ഗീതധാരയ്ക്ക് രവീന്ദ്രസംഗീതം എന്ന പേരു കൈവന്നത്.

സഹ്യസാനുകളുടെ താഴ്വരയിലെ ബാലശാസ്താവിന്റെ നാടായ
കുളത്തൂപ്പുഴയിൽ നിന്നും ഉത്ഭവിച്ച സംഗീതഗംഗ ഏഴുസ്വരങ്ങളും കടന്ന്
ഒഴുകിക്കൊണ്ടേയിരിക്കുന്നു. സംഗീതത്തിൽ മാത്രമല്ല പ്രണയത്തിലും
ജീവിതത്തിലും ഉണ്ട് ആ ഇന്ദ്രസ്പർശം.

കടലാഴങ്ങളിലെവിടെയോ പോയ മഴത്തുള്ളി തിരഞ്ഞ് കൃഷ്ണ
സ്പർശമുള്ള രാപകലുകളുമായി കരയോരത്ത് ജീവിതനിലാവ്, ശോഭ
നാ രവീന്ദ്രൻ.

"മരണം ഭയാനകരമായ നഷ്ടമാണ്. ഭീതിദമായ ഒറ്റപ്പെടലാണ് ജീവി

തത്തിന് അനുഭവപ്പെടുന്നത്." ആത്മീയ നദിയിൽ ദു:ഖങ്ങളൊഴുക്കി അവർ ഉരുവിടുന്നു. ഭഗവദ്ഗീതയുടെ പടവുകൾ ചവിട്ടി ജീവിതത്തെ നിർമ്മമതയോടെ നേരിടാൻ ശീലിക്കുന്നു.

രവീന്ദ്രൻ മാഷ് ഒരു സംഗീതമാണ്. സംഗീതത്തിന്റെ അതേ നാട്ടു കാരിയായിരുന്നു ശോഭയും. എങ്കിലും അവർ പരസ്പരം കണ്ടിരുന്നില്ല.

"രവിയേട്ടന്റെ സഹോദരി എന്റെ അയൽക്കാരിയാണ്. സഹോദരി യുടെ മകൾ പ്രസന്ന എന്റെ കൂട്ടുകാരിയും. അദ്ദേഹത്തിന്റെ പിതാവ് മരിച്ച സമയത്ത് കുറച്ചുദിവസം അടുപ്പിച്ച് വീട്ടിലുണ്ടായിരുന്നു. അക്കാ ലങ്ങളിലാണ് ഞാൻ രവിയേട്ടനെ നേരിട്ടുകാണുന്നത്. അക്കാലത്ത് പ്രീഡിഗ്രി ഒന്നാം വർഷം പഠിക്കുകയായിരുന്നു ഞാൻ. ഉള്ളാഴങ്ങളിലെ വിടെയോ കാണാപ്പൂവ് വിരിയുന്നുണ്ടായിരുന്നു. പൂവ് വിടർന്നു എന്ന് ആരെങ്കിലും വന്ന് പറയണോ? പറയാതെ പറഞ്ഞും കേൾക്കാതെ കേട്ടും ആ സുഗന്ധം.... തനിക്കുവന്ന വിവാഹലോചനകളെല്ലാം അദ്ദേഹം ഒഴി വാക്കിക്കൊണ്ടിരുന്നു. അദ്ദേഹത്തിന്റെ കുടുംബത്തിൽ മുറപ്പെണ്ണുങ്ങളെ വിവാഹം ചെയ്യുന്ന സമ്പ്രദായമായിരുന്നു ഉണ്ടായിരുന്നത്. സംഗീതത്തിന് ശോഭയോടും, ശോഭയ്ക്ക് സംഗീതത്തോടും ഇഷ്ടമുള്ളതുകൊണ്ടാവാം വിവാഹമിപ്പോൾ വേണ്ടെന്ന് മാഷ് ശഠിക്കുന്നതെന്ന് അനന്തിരവൾക്കൊരു പ്രസന്നസംശയം. അവൾ അതു പുറത്തുവിട്ടു. മാഷ് എതിർക്കാൻ പോയില്ല. വീട്ടിലാകെ സംഘർഷാവസ്ഥ.

"സത്യത്തിൽ അതിനുശേഷമാണ് പ്രണയം ഉണ്ടാകുന്നത്. എല്ലാ വരുംകൂടി പ്രണയിപ്പിക്കുകയായിരുന്നു എന്നു വേണമെങ്കിൽ പറയാം. പിന്നീട് ഞങ്ങളുടെ ബന്ധം കത്തുകളിലൂടെ വളർന്നു. ഒപ്പം എതിർപ്പു കളും. ഒടുവിൽ വീട്ടുകാരുടെ സമ്മതമില്ലാതെ ഞങ്ങൾ വിവാഹിതരായി"

കൊല്ലം ജില്ലയിലെ കുളത്തൂപ്പുഴയിൽ മാധവൻ – ലക്ഷ്മി ദമ്പതി കളുടെ ഒൻപതു മക്കളിൽ ഏഴാമനായിരുന്നു രവീന്ദ്രൻമാഷ്. ചെറുപ്പം മുതലേ സംഗീതാഭിരുചിയുള്ളയാളായിരുന്നു. ഒരു ഗായകനാവുക എന്ന തായിരുന്നു സ്വപ്നം. അച്ഛന്റെ എതിർപ്പുകളെ വകവെക്കാതെ തിരുവന ന്തപുരം സ്വാതിതിരുന്നാൾ സംഗീതഅക്കാഡമിയിൽ പഠിക്കാനയച്ചത് ജ്യേഷ്ഠൻ ത്യാഗരാജനായിരുന്നു. സമകാലികനായ ഗാനഗന്ധർവ്വൻ യേശുദാസുമായി അവിടുന്നു തുടങ്ങിയ ആത്മബന്ധത്തിന്റെ തേനും വയമ്പും മലയാള സംഗീതരസനയിൽ രുചിഭേദങ്ങൾ സൃഷ്ടിച്ചു.

ആദ്യകാലജീവിതം ദുരിതപർവ്വമായിരുന്നു. പഠനകാലത്ത് വിൽപ്പാട്ടുസംഘത്തിൽ ചേർന്നു പ്രവർത്തിച്ച് പഠനച്ചിലവുകൾ നടത്തി. ഗായകനാകണമെന്ന ആഗ്രഹത്തോടെ മദ്രാസിലേക്കു വണ്ടി കയറു മ്പോൾ കയ്യിൽ വെറും എട്ടുരുപമാത്രം. പിന്നീട് കർമ്മകാണ്ഡത്തിന്റെ പൊള്ളും വെയിലിൽ കുടയോ ചെരിപ്പോ ഇല്ലാതെ...

ഒടുവിൽ പ്രശ്സത നടൻ സത്യൻ മാഷിന്റെ ശുപാർശയിൽ 'വെള്ളി യാഴ്ച' എന്ന ചിത്രത്തിൽ ബാബുരാജിന്റെ സംഗീത സംവിധാനത്തിൽ ഗായകനായി. പിന്നീട് മുപ്പതോളം ചിത്രങ്ങളിൽ പാടിയെങ്കിലും വേണ്ടത്ര

ശ്രദ്ധിക്കപ്പെട്ടില്ല. തുടർന്ന് കുറച്ചുകാലം ഡബ്ബിംഗ് ആർട്ടിസ്റ്റായും രവീ ന്ദ്രൻമാഷ് പ്രവർത്തിച്ചു.

പിന്നീട് ഗന്ധർവ്വഗായകൻ യേശുദാസ് അദ്ദേഹത്തെ സംവിധായ കൻ ശശികുമാറിനു പരിചയപ്പെടുത്തി. അങ്ങനെ 1979-ൽ ശശികുമാ റിന്റെ 'ചൂള' എന്ന ചിത്രത്തിൽ സത്യൻ അന്തിക്കാട് രചിച്ച 'താരകേ മിഴിയിതളിൽ കണ്ണീരുമായ്' എന്നു തുടങ്ങുന്ന ഗാനത്തിലൂടെ രവീ ന്ദ്രൻമാഷ് സംഗീതസംവിധായകനായി.

അത് ദക്ഷിണേന്ത്യൻ സംഗീതത്തിലെ ശ്രീലവസന്തത്തിന്റെ തുട ക്കമായിരുന്നു. രവീന്ദ്രസംഗീതത്തിന്റെ രവികിരണങ്ങളിൽ 226 ചിത്രങ്ങ ളിലായി ആയിരത്തിൽപ്പരം ഗാനങ്ങളും മുപ്പതിൽപ്പരം ആൽബങ്ങളിലെ ഗാനങ്ങളും വജ്രശോഭയേറ്റു.

1981 ൽ പുറത്തിറങ്ങിയ 'തേനും വയമ്പും' എന്ന ഒറ്റച്ചിത്രത്തിലൂടെ രവീന്ദ്രസംഗീതം എന്ന മേൽവിലാസമുണ്ടാക്കാൻ അദ്ദേഹത്തിനുക ഴിഞ്ഞു.

"എങ്കിലും എനിക്കേറെയിഷ്ടം താരകേ മിഴിയിതളിൽ... ആണ്" ആദ്യനിലാവിനെ നെഞ്ചോടു ചേർക്കുന്നു ശോഭ.

"രവിയേട്ടൻ കംപോസ് ചെയ്യുന്ന ഗാനങ്ങൾ ആദ്യം ആസ്വദിക്കാ നുള്ള ഭാഗ്യം എനിക്കുണ്ടായി." ശോഭ മനമിഴിയിതൾ തുറന്നു.

"ഏതുനേരത്തും പാട്ട് ട്യൂൺ ചെയ്യുന്നതിന് അദ്ദേഹം സന്നദ്ധനാ യിരുന്നു; സരസ്വതീദേവിയുടെ അനുഗ്രഹം അതിനുണ്ടായിരുന്നു. കാല പരിമിതികളോ സ്ഥലപരിമിതികളോ അദ്ദേഹത്തിനില്ല. അത്രമേൽ സംഗീ തത്തിന് സമർപ്പിതനായിരുന്നു.

വീടിനോട് വല്ലാത്തൊരു ആത്മബന്ധം പുലർത്തിയിരുന്നു രവീ ന്ദ്രൻമാഷ്. കമ്പോസിംഗ് പോലും വീട്ടിൽ വച്ച് നടത്താൻ അദ്ദേഹം ആഗ്ര ഹിച്ചു. യാത്രകൾ അപൂർവ്വമായിരുന്നു.

നാടൻ ഭക്ഷണങ്ങൾ മാഷിന് പ്രിയപ്പെട്ടതായിരുന്നു. ശോഭയുണ്ടാ ക്കിക്കൊടുക്കുന്ന സസ്യേതര ഭക്ഷണങ്ങളുടെ മികച്ച ആസ്വാദകൻ കൂടി യായിരുന്നു അദ്ദേഹം.

രവീന്ദ്രൻ മാഷ് ശിവഭക്തനായിരുന്നു. എങ്കിലും ഭക്തി ഒട്ടും തന്നെ പുറമെ പ്രകടിപ്പിക്കുന്നയാളല്ല. ആകെ പോകുന്നത് സംഗീതദേവതയുടെ പാദാരവിന്ദങ്ങളിൽ നമസ്കരിക്കാൻ മാത്രം. ശോഭയാകട്ടെ അയ്യപ്പന്റെ കടുത്ത ഭക്തയും.

രവീന്ദ്രസംഗീതത്തിന്റെ പ്രമദവനികയിലൂടെ സഞ്ചരിക്കാത്ത മല യാളിയില്ല. യേശുദാസുമായി സഹോദരതുല്യമായ ആത്മബന്ധമാണ് മാഷ് പുലർത്തിയിരുന്നത്. ഇരുവരും ഒന്നിച്ച ഗാനങ്ങൾ സംഗീതമാന്ത്രി കതയുടെ അനുപമലാവണ്യമാണ്. 'ഭരത'ത്തിലെ 'രാമകഥാ ഗാനലയം...' യേശുദാസിനു ദേശീയപുരസ്കാരം നേടിക്കൊടുത്ത ഗാനങ്ങളിൽ ഒന്നാണ്. ഗായകൻ എം ജി ശ്രീകുമാറിന് ആദ്യത്തെ ദേശീയപുരസ്കാരം നേടിക്കൊടുത്ത 'ഹിസ്ഹൈനസ് അബ്ദുള്ള'യിലെ 'നാദരൂപിണീ

ശങ്കരീ പാഹിമാം...' എന്ന ഗാനവും മാസ്റ്ററുടെ അനന്യസംഗീതത്തിന്റെ മാറ്ററിഞ്ഞതാണ്. ഗായികമാരിൽ കെ എസ് ചിത്രയാണ് മാസ്റ്ററുടെ ഗാന ങ്ങൾ കൂടുതൽ ആലപിച്ചത്.

1991ൽ 'ഭരത'ത്തിലെ സംഗീത സംവിധാനത്തിന് സംസ്ഥാന പുര സ്കാരവും, ദേശീയ പുരസ്കാരവും (പ്രത്യേക ജൂറി അവാർഡ്) ലഭി ക്കുകയുണ്ടായി. 2002-ൽ 'നന്ദന'ത്തിലെ ഗാനങ്ങളിലൂടെ മികച്ച സംഗീ തസംവിധായകനുള്ള സംസ്ഥാന പുരസ്കാരം വീണ്ടും അദ്ദേഹത്തെ തേടിയെത്തി. 2006ൽ 'വടക്കുംനാഥ'നിലെ ഗാനങ്ങളിലൂടെ 'ഏഷ്യാനെറ്റ് ഫിലിം അവാർഡും' അദ്ദേഹത്തിന് ലഭിക്കുകയുണ്ടായി.

"ജീവിതം ഒരു പുലർകാല സുന്ദര സ്വപ്നം പോലെ മനോഹരമാ യിരുന്നു. എന്നെയും കുട്ടികളെയും വിട്ട് അദ്ദേഹത്തിന് ഒരു ലോകമില്ലാ യിരുന്നു. എപ്പോഴും ശോഭേ എന്നു വിളിച്ചങ്ങനെ...

ആരാധകർക്ക് അവരുടെ പ്രിയപ്പെട്ട രവീന്ദ്രൻ മാഷിനെ നഷ്ടമായ പ്പോൾ എനിക്ക് നഷ്ടമായത് എന്റെ സർവ്വസ്വവുമായിരുന്ന രവിയേട്ടനെ യാണ്. നഷ്ടബോധത്തിന്റെ തീവ്രതയിൽ ഞാനാകെ തളർന്നു. തുട രന്നുള്ള ജീവിതത്തെ ഞാൻ ഭയന്നു. രവിയേട്ടനില്ലാതെ, ആ നിറഞ്ഞുതുളുമ്പുന്ന സ്നേഹമില്ലാതെ, ആ വിരൽത്തുമ്പിന്റെ ആശ്രയ മില്ലാതെ ഒരടി നടക്കാൻ എനിക്കു കഴിയുമായിരുന്നില്ല. സ്വയം മരിക്കാൻ ധൈര്യമുണ്ടായതുമില്ല. ഒടുവിൽ ദുഃഖാധിക്യത്താൽ ഭഗവാനെത്തന്നെ ശരണം പ്രാപിച്ചു."

സംഘർഷഭരിതമായ ജീവിതത്തിൽ ആത്മീയതയിലൂടെ ആശ്വാസം കണ്ടെത്തുകയാണ് രവീന്ദ്രൻ മാഷിന്റെ ജീവിതസഖി. ഭഗവദ്ഗീതാ ജ്ഞാനയജ്ഞ സപ്താഹങ്ങളിലൂടെ, ആത്മീയ ഗുരുക്കന്മാരുടെ സാമീ പ്യത്തിലൂടെ, തീർത്ഥയാത്രകളിലൂടെ ജീവിതത്തിന്റെ അർത്ഥങ്ങൾ തേടു കയാണ് അവരിപ്പോൾ.

"ആരെയും ബുദ്ധിമുട്ടിക്കാതെ, ഇന്നും എല്ലാവരുടെ ഹൃദയത്തിലും സ്നേഹവും ആദരവും ആരാധനയും വർദ്ധിപ്പിച്ചുകൊണ്ട് മൃത്യുഞ്ജയനായി എന്നോടൊപ്പമുള്ള രവിയേട്ടനെക്കുറിച്ചോർത്ത് ദുഃഖിക്കുന്നതെന്തിന്?" സൗമ്യയായി ശോഭ ഇതു ചോദിക്കുമ്പോൾ ഘനീ ഭവിച്ചുകിടക്കുന്ന സങ്കടക്കല്ലുകൾ നാം തൊട്ടറിയുന്നു.

"രവിയേട്ടനെന്നോട് അഗാധമായ സ്നേഹമായിരുന്നു. എനിക്കു നൽകിയ സ്നേഹം അതേ അളവിൽ തിരിച്ചുകൊടുക്കാൻ കഴിഞ്ഞി ട്ടുണ്ടോ എന്നൊരു സങ്കടം മാത്രമേ എനിക്കിപ്പോഴുള്ളൂ. സ്നേഹത്തിന്റെ പരിഭവപ്പിണക്കമേ ഞങ്ങൾക്കിടയിലുണ്ടായിട്ടുള്ളൂ. രവിയേട്ടൻ എത്ര സ്നേഹിച്ചാലും എനിക്കു മതിയാകുമായിരുന്നില്ല. അപ്പോൾ അദ്ദേഹം പറയും, ശോഭേ നിന്നെ ഞാനെത്ര സ്നേഹിക്കുന്നുണ്ടെന്നറിയാമോ? ഇത്രയും... ഇത്രയും... എന്ന് പറഞ്ഞ് കൈകൾ ഇരുവശത്തേക്കും നി വർത്തിക്കാണിക്കും." സ്നേഹക്കുറുമ്പുകളിലെ രവീന്ദ്രസംഗീതം ശോഭ തൊട്ടറിയുന്നു.

ചെറുപ്പം മുതലേ സ്നേ
ഹത്തിനുവേണ്ടി വല്ലാതെ
സങ്കടപ്പെട്ട ഒരു മനസ്സായിരുന്നു
എന്റേത്. രവിയേട്ടൻ എന്റെ
ജീവസംഗീതമാകും മുമ്പ്
ജീവിതത്തിൽ ഒരുപാടു ദുരി
തങ്ങളിലൂടെ കടന്നുപോ
കേണ്ടി വന്നിട്ടുണ്ട്, അതാ
കാം കാരണം.

മക്കളോട് വല്ലാത്ത വാ
ത്സല്യമായിരുന്നു മാസ്റ്റർക്ക്.
അരുമയോടെ ചിറകിൻ കീ
ഴിൽ ചേർത്തണച്ചുള്ള സ്നേ
ഹസംഗീതം.

"വെയിലുണ്ട്, കുട എടു
ക്കണേ മക്കളേ..." എത്ര വലിയ
കമ്പോസിംഗിനിടയിലും മാഷ്
കുട്ടികളെ ഓർമ്മിപ്പിച്ചിരുന്നു.

മാഷിന് മൂന്ന് മക്കളാണ്.
മൂത്തവർ ഇരട്ടകളായ രാജൻ

ശോഭന രവീന്ദ്രൻ

മാധവും സാജൻ മാധവും. പിന്നത്തെയാൾ നവീൻമാധവ്. രാജൻമാധവ്
സിനിമാസംവിധാനരംഗത്ത് പ്രവർത്തിക്കുന്നു. സാജൻമാധവ് സംഗീത
സംവിധായകനാണ്. നവീൻമാധവ് തമിഴ്-തെലുങ്ക് ചലച്ചിത്രവേദിയിലെ
പിന്നണിഗായകനാണ്.

"രവിയേട്ടന് അറുപതു വയസ്സുവരെ ഒരു പനി പോലും വന്നിട്ടില്ല."
മാഷിന്റെ പ്രിയ ശോഭ പറയുന്നു. അദ്ദേഹം എപ്പോഴും ആരോഗ്യവാനാ
യിരുന്നു. പിന്നീട് ഇടയ്ക്ക് ഒരു ചുമ വന്ന് 2005 ജനുവരിയിൽ എറ
ണാകുളം അമൃതയിൽ ചികിത്സതേടി. അവിടെ വച്ചാണ് ക്യാൻസറാ
ണെന്ന് തിരിച്ചറിയുന്നത്. തുടർന്ന് വിദഗ്ധ ചികിത്സയ്ക്കായി മദ്രാസിലെ
അപ്പോളോ ആശുപത്രിയിലേക്ക് കൊണ്ടുവന്നു. അപ്പോഴും അദ്ദേഹ
ത്തിനും ഞങ്ങൾക്കും ജീവിതത്തിലേക്ക് തിരിച്ചുവരാമെന്ന വിശ്വാസമു
ണ്ടായിരുന്നു. അദ്ദേഹം എന്നത്തേയും പോലെ ഭക്ഷണം കഴിച്ചു.
എന്നോടു വർത്തമാനങ്ങൾ പറഞ്ഞു. പാട്ടുകൾ പാടി കേൾപ്പിച്ചു.
ചികിത്സ നിശ്ചയിച്ചിരുന്നതിന്റെ തലേദിവസം (2005 മാർച്ച് 3ന്) രാവിലെ
വിശക്കുന്നുവെന്ന് പറഞ്ഞു. ഞാൻ ഓട്സ് കാച്ചുകയായിരുന്നു. പെട്ടെന്ന്,
'ശോഭേ...' എന്ന വിളി കേട്ട്. ഞാൻ ഓടിച്ചെന്നപ്പോഴേക്കും നെഞ്ചിൽ
കൈപൊത്തി കുഴഞ്ഞുവീണുകഴിഞ്ഞിരുന്നു..."

സംഗീതം സംഗീതത്തിൽ ലയിച്ചു.

ഹൃദയവീണയുടെ ഒറ്റക്കമ്പിനാദം പൊടുന്നനെ പൊട്ടിനിലച്ചതിൽ

പകച്ച് സ്വരങ്ങളേഴിനോടും ശോഭ രാഗത്തെ തിരിച്ചുതരാൻ കേണു.

ത്രികാലജ്ഞാനിയായ ഭഗവാന്റെ പാദാരവിന്ദത്തിൽ തന്റെ ജീവിതം സമർപ്പിച്ച് കാത്തിരിക്കുന്നു.

"സ്നേഹം കൊടുക്കൽ വാങ്ങലാണ്. അതാണ് എണ്ണയ്ക്ക് സ്നേഹം എന്നൊരു പേരുവന്നത്. എണ്ണ തൊടുന്ന രണ്ടു വിരലിലും ഒട്ടും ഏകപക്ഷീയമല്ല സ്നേഹം. ഉഭയനിഷ്ഠമാണ് സ്നേഹം. സ്നേഹത്തെയും ജീവിതത്തെയും പുതിയ വീക്ഷണകോണുകളിലൂടെ കാണുന്ന ശോഭ തന്റെ ആത്മീയ യാത്രയുടെ ഇടയിലും 'രവീന്ദ്രസംഗീതം കേൾക്കാത്ത രാഗങ്ങൾ' എന്നൊരു ഓർമപ്പുസ്തകം രചിച്ചു.

മലയാളത്തിന്റെ എക്കാലത്തെയും സംഗീതമാണ്, സ്വന്തമെന്ന് നെഞ്ചേറ്റുന്ന സംഗീതമാണ് രവീന്ദ്രസംഗീതം. സ്വന്തം ശൈലികൊണ്ട് സംഗീതരംഗത്ത് വിസ്മയം സൃഷ്ടിച്ച്, അനശ്വരമായ പാട്ടുകൾ സൃഷ്ടിച്ച് സംഗീതമേഖലയിൽ സ്വന്തം പേരെഴുതി അടിവരയിട്ട മാന്ത്രികപ്രതിഭാശാലിയാണ് രവീന്ദ്രൻ മാസ്റ്റർ.

രവീന്ദ്രൻ മാസ്റ്റർ അനശ്വരസംഗീതമാണ്. അതിൽ സ്വയം സമർപ്പിച്ച് ശോഭ ഇവിടെയുണ്ട്.

ഹൃദയഗംഗയിൽ ഹരിമുരളീരവം ഉയരുന്നുണ്ട്....

എം ജി രാധാകൃഷ്ണൻ

പാട്ടുവീടിന്റെ ഏകാന്തഗീതങ്ങൾ

സംഗീതത്തിന് ഒരു വീടുണ്ട്. 'മേടയിൽ' വീടിന്റെ തംബുരുച്ചുവ രുകളിൽ സപ്തസ്വരങ്ങൾ ഉതിരുന്നു. ഓരോ ഇളംകാറ്റിന്റെ ചില്ലയിലും പൂവിനെ വിടർത്തുന്നു. ഓരോ മലയാളിയുടെയും ജീവതാളത്തിൽ അതിന്റെ സുഗന്ധം ശ്രുതി ചേർക്കുന്നു.

പാട്ടിന്റെ വീട്ടിൽ നിന്ന് ആരും എങ്ങും പോകാറില്ല. സാന്ദ്രഗാന മായി ഹൃദയമുരളികയിൽ അലിഞ്ഞുതീരാറേയുള്ളൂ.

അനശ്വരമായ മനോഹാരിത
ഹൃദയമനോഹാരിതയാണ്
ഇതിന്റെ അധരങ്ങൾ
ജീവജലം പാനം ചെയ്യുന്നു.
(റൂമി)

സംഗീതത്തിന്റെയും സ്നേഹത്തിന്റെയും ജീവജലം നുകർന്നു കൊണ്ട് പാട്ടുവീട്ടിൽ ഇപ്പോൾ പത്മജാ രാധാകൃഷ്ണൻ തനിച്ചല്ല.

'ഒരുമാത്ര ഞാനൊന്നു കണ്ടേയയുള്ളൂ. മനതാരിലാമുഖം പതിഞ്ഞു പോയി' എന്ന് ഉള്ളു കിനിഞ്ഞ് പത്മജ എഴുതിയത് വെറുതെയല്ല. കവി ളിൽ കറുത്ത മറുകുള്ള ഒരു സുന്ദരവദനം ഇപ്പോഴും അകതാരിൽ അമൃ തവർഷിണിയാകുന്നു.

"എല്ലാം ഒരു നിമിത്തമാണ്. അല്ലെങ്കിൽ ഇങ്ങനെയൊക്കെയാ കുമോ?"

മലയാളികളുടെ പ്രിയപ്പെട്ട സംഗീതസംവിധായകൻ എം ജി രാധാ കൃഷ്ണന്റെ 'പപ്പ' ചോദിക്കുന്നു.

ജീവിതത്തിന്റെ ഗതിവിഗതികളെ നിമിത്തത്തിന്റെ മറുകുകൾ നിയ ന്ത്രിക്കുന്നു. എവിടെയോ ഉള്ള ഒരാളിലേക്ക് എവിടെയോ ഉള്ള മറ്റൊ രാളെ കൂട്ടിച്ചേർക്കുന്ന അദൃശ്യ മറുകുകൾ.

സംഗീതാധ്യാപികയായ സഹോദരിയെ കോളേജിൽ കൊണ്ടുവിടാൻ വരുന്ന ഒരു മോഹനശബ്ദം. ഇതേ ശബ്ദം തന്നെയല്ലേ ആകാശവാണി യിലൂടെ സുപരിചിതവും ഹൃദ്യവുമായത് എന്നൊരതിശയം. കണ്ണിലുട ക്കിയ കരിമറുകിൽ ജീവിതം കോർത്തെടുക്കണമെന്ന് ഒരു തോന്നൽ.

കാഴ്ചയിൽ ഒരേപോലെ തോന്നിക്കുന്ന ഇരട്ടസഹോദരിമാരിൽ ഒരാ ളുടെ മുഖം പൂത്തുലയുന്നത് സംഗീതകാരൻ കണ്ടു. ജീവഗാനത്തിന്റെ കാണാരാഗങ്ങൾ.

കഥയെഴുത്തും പടംവരയും നൃത്തവുമൊക്കെയുള്ള പത്മജയെന്ന പെൺകുട്ടി ഒരുനാളിൽ ഒരു ഗാനമെഴുതി. എഴുതിയതല്ല; ആരോ പറ ഞ്ഞുകൊടുത്തതുപോലെ ഉള്ളിലേക്കു കയറിവന്നതാണ്. അവളതു പകർത്തി ആകാശവാണിയിലേക്കയച്ചു. പേരുവയ്ക്കാതെ. എന്നാലും അറിയേണ്ടയാൾ അതറിഞ്ഞു.

അങ്ങനെയങ്ങനെ പാട്ടുവീട്ടിൽ രാധാപത്മം വിടർന്നു. പ്രശസ്ത സംഗീതജ്ഞരായ മലബാർ ഗോപാലൻ നായരുടെയും കമലാക്ഷിയമ്മ യുടെയും മക്കൾക്ക് സംഗീതം അന്യമല്ല. എം ജി രാധാകൃഷ്ണനും, ഡോ. കെ ഓമനക്കുട്ടിയും, എം ജി ശ്രീകുമാറുമൊക്കെ സംഗീതത്തിന്റെ ആകാശത്തിലെ നക്ഷത്രപ്രതിഭകളാണ്.

കേരളത്തിലെ ആദ്യ മന്ത്രിസഭയിലെ അംഗമായിരുന്ന കെ പി ഗോപാ ലന്റെ പ്രൈവറ്റ് സെക്രട്ടറി ടി ടി നീലകണ്ഠൻ നായരുടെയും അമ്മുക്കു ട്ടിയമ്മയുടെയും മകളാണ് പത്മജ. അങ്ങനെയാണ് അവർ കണ്ണൂരിൽ നിന്നും തിരുവനന്തപുരത്തേക്ക് വരുന്നത്. ആ പറിച്ചുനടൽപോലും ഒരു വിധിയുടെ തളിരിലകളാണെന്ന് പത്മജ കണ്ടെത്തുന്നു. രാധാകൃഷ്ണ ഹൃദയത്തിലേക്കുള്ള പത്മാർച്ചനയുടെ നടവഴികൾ.

പേരു വയ്ക്കാത്ത ആദ്യ ലളിതഗാനത്തിന് എം ജി രാധാകൃഷ്ണൻ തന്നെയാണ് സംഗീതം പകർന്നത്. കെ പി ഉദയഭാനുവിന്റെ ഭാര്യ വിജ യലക്ഷ്മിയാണ് ആലപിച്ചത്.

"രാത്രി 8.30 ന് ആകാശവാണി ആ ഗാനം പ്രക്ഷേപണം ചെയ്തു. വീട്ടിലാരോടും പറഞ്ഞില്ല. ഉള്ളിൽ സ്നേഹസംഭ്രമങ്ങളുടെ തിരയടികൾ. ആരും കാണാതെ ശബ്ദം കുറച്ചുവച്ച് പാട്ടുകേട്ടു." പത്മജയുടെ കണ്ണിലെ നനവിനൊപ്പം ചുണ്ടിൽ നറുചിരിയും നിറഞ്ഞൊഴുകി.

ഗാനഭൂഷണം കഴിഞ്ഞ് ആകാശവാണിയിലെ ഉദ്യോഗസ്ഥനായിരി ക്കെത്തന്നെ എം ജി രാധാകൃഷ്ണൻ മലയാള സാഹിത്യത്തിൽ ബിരുദം നേടുകയുണ്ടായി. അതെക്കുറിച്ച് അദ്ദേഹത്തിന്റെ കമന്റ് ഇങ്ങനെയാ യിരുന്നു. "സംഗീതത്തിന് സാഹിത്യവും ആവശ്യമുണ്ട്."

റേഡിയോയിലൂടെ സുപരിചിതമായ സ്വരമായിരുന്നു അദ്ദേഹത്തി ന്റേത്. ഹരിപ്പാട് എം ജി രാധാകൃഷ്ണൻ എന്ന പേരിലായിരുന്നു ആദ്യ കാലത്ത് കച്ചേരി നടത്തിയിരുന്നത്.

"ആ ശബ്ദം എന്നെ വല്ലാതെ ആകർഷിച്ചു. അതിന്റെ ഉടമ എന്റെ ആരോ ആണെന്ന് ഒരു തോന്നൽ. അറിയാതെ കടന്നുവരുന്ന ഇത്തരം

തോന്നലുകളെ വിധി
യെന്നോ നിമിത്തമെന്നോ,
എന്താണ് പറയുക?"

ഓർമ്മകളുടെ വള്ളി
ക്കുടിലുകളിലൂടെ രാധാകൃ
ഷ്ണന്റെ 'പപ്പ' പിന്നെയും
യാത്രകൊണ്ടു.

ലളിതസംഗീതവും
ശാസ്ത്രീയസംഗീതവും
സിനിമാഗാനങ്ങളും ഒരേ
പോലെ അനായാസം
കൈകാര്യം ചെയ്ത പ്രതി
ഭയാണ് എം ജി രാധാകൃ
ഷ്ണൻ. ആകാശവാണി
യിലെ ലളിതസംഗീതപാഠം
എന്ന പരിപാടിയിലൂടെ
ലളിതസംഗീതത്തെ ജന
പ്രിയമാക്കാൻ അദ്ദേഹം
പ്രധാന പങ്കു വഹിച്ചു.
യുവജനോത്സവ വേദിക

പത്മജ രാധാകൃഷ്ണൻ

ളിലെ സ്ഥിരം വിധികർത്താവുമായിരുന്നു. ഒരു വർഷം ഭൂരിഭാഗം കുട്ടി
കളും സ്വന്തം ഗാനം പാടി എന്ന കാരണത്താലാണ് 'വിധികർത്താവാ
കൽ' നിർത്തിയത്.

ഒരു ഗായകനായാണ് അദ്ദേഹം സിനിമാരംഗത്ത് എത്തിയത്. 1969
ൽ 'കള്ളിച്ചെല്ലമ്മ'യിലെ "ഉണ്ണി ഗണപതിന്നേ" എന്ന ഗാനം കെ. രാഘ
വൻമാഷിന്റെ സംഗീതസംവിധാനത്തിൽ ആലപിച്ചു. പിന്നീട് 'ശര
ശയ്യ'യിലെ "ശാരികേ... ശാരികേ", 'നിങ്ങളെന്നെ കമ്മ്യൂണിസ്റ്റാക്കി'യിലെ
"പല്ലനയാറിൻ തീരത്ത്", 'ഒതേനന്റെ മകൻ' തുടങ്ങിയ ചിത്രങ്ങളിൽ
പിന്നണി ഗായകനായി.

1978 ൽ അരവിന്ദന്റെ 'തമ്പ്' എന്ന ചിത്രത്തിന് സംഗീതം നൽകി
യാണ് സംഗീതസംവിധാനരംഗത്തേക്കു കടന്നുവന്നത്. "കാനനപ്പെണ്ണ്
ചെമ്പരത്തീ" എന്ന ഗാനം ഉഷാ രവിയാണ് ആലപിച്ചത്. പിന്നീട് അര
വിന്ദന്റെ തന്നെ കുമ്മാട്ടി, ഭരതന്റെ ആരവം, തകര, ചാമരം തുടങ്ങി ഒട്ടേറെ
ചിത്രങ്ങൾ അദ്ദേഹത്തിന്റെ സംഗീതത്തിന്റെ ലളിതവിസ്മയം നിറഞ്ഞ
താണ്.

മലയാളത്തിന് ഒട്ടേറെ ഹിറ്റുഗാനങ്ങളും എം ജി രാധാകൃഷ്ണൻ
നൽകിയിട്ടുണ്ട്. മണിച്ചിത്രത്താഴ്, അഗ്നിദേവൻ, ദേവാസുരം തുടങ്ങിയ
ചിത്രങ്ങളിലെ ഗാനങ്ങൾ ചിലതു മാത്രമാണ്.

'അച്ഛനെയാണെനിക്കിഷ്ടം' എന്ന ചിത്രത്തിന് 2001-ലും, 'അനന്ത

ഭദ്ര'ത്തിന് 2005-ലും മികച്ച സംഗീതസംവിധാനത്തിനുള്ള സ്റ്റേറ്റ് അവാർഡ് എം.ജി. രാധാകൃഷ്ണനു ലഭിച്ചു. കെ എസ് ചിത്ര, സുജാത, വേണുഗോപാൽ തുടങ്ങിയവർ അദ്ദേഹത്തിന്റെ ഗാനങ്ങളിലൂടെയാണ് സംഗീതലോകത്ത് വന്നത്. സ്വാതിതിരുനാൾ സംഗീത കോളേജിലെ അദ്ദേഹത്തിന്റെ ക്ലാസ്സ്‌മേറ്റാണ് പ്രശസ്തനായ കെ ജെ യേശുദാസ്.

മലയാളികളുടെ ചുണ്ടുകളിലെ ഒരിക്കലും മറക്കാത്ത ഈണമാ കാൻ എം.ജി. രാധാകൃഷ്ണനു കഴിഞ്ഞു. "നാഥാ നീ വരും കാലൊച്ച...", "മൗനമേ... നിറയും മൗനമേ...", "ശലഭം വഴിമാറുമാ...", "ഒരു ദലം മാത്രം.." തുടങ്ങിയവ രാധാകൃഷ്ണസംഗീതം തൊട്ട ചില ഗാനങ്ങളാണ്.

"ചില സ്വപ്നങ്ങൾ വെളിച്ചം കാണാതെ പോയത് അദ്ദേഹത്തെ ഏറെ ദുഃഖിപ്പിച്ചിരുന്നു. കിട്ടാതെ പോയ അംഗീകാരങ്ങളെക്കാൾ അദ്ദേ ഹത്തെ വേദനിപ്പിച്ചത് അവയാണ്." രാമായണം സംഗീതനാടകം, ബൈബിൾ, സുരയ്യ പാടുന്നു എന്നിവ നൊമ്പരങ്ങളായി അവശേഷി ക്കുന്നു. പ്രശസ്ത സാഹിത്യകാരി കമലാസുരയ്യയുടെ കവിതകൾക്ക് സംഗീതം നൽകിയതാണ് 'സുരയ്യ പാടുന്നു.'

മേടയിൽ വീടിന്റെ പൂമുഖത്ത് ഒരു മനോഹര ചിത്രമുണ്ട്. വാക്കു കൾക്കപ്പുറത്ത് സ്നേഹത്തിന്റെ ലാവണ്യസുഗന്ധം പ്രസരിപ്പിക്കുന്ന ചിത്രം. ഒരു പിണക്കത്തിൽനിന്നും ഇണക്കത്തിലേക്കുള്ള സംഗീതം. ദിവാ നിലിരിക്കുന്ന 'ചേട്ടൻ', അരികെ നിലത്ത് 'പപ്പ'യും. ശശിധരൻ കുമാര പുരത്തിന്റെ ക്യാമറക്കണ്ണുകൾ ഒപ്പിയെടുത്ത സംഗീതം.

"അദ്ദേഹം എല്ലാവർക്കും 'ചേട്ടനാ'യിരുന്നു." പപ്പ പറഞ്ഞു. "സംഗീതം പോലെയായിരുന്നു ചേട്ടന് അതിഥി സൽക്കാരവും." കൃത്യ മായി ഭക്ഷണം കഴിക്കുന്ന ശീലമൊന്നും അദ്ദേഹത്തിനില്ല. മേശപ്പുറത്ത് ഭക്ഷണം നിറച്ചുവച്ച് മറ്റുള്ളവരെ കഴിപ്പിക്കുന്നതിലായിരുന്നു ആനന്ദം. ചിത്രാഞ്ജലിയിലെ ഷൂട്ടിംഗ് കഴിഞ്ഞ് സുരേഷും രാജുവും മോഹൻലാ ലുമൊക്കെ പറയും, മേടയിൽ റസ്റ്റൊറന്റിൽ പോയി ഭക്ഷണം കഴിക്കാ മെന്ന്."

"ഞങ്ങൾ ഒന്നിച്ച് ഭക്ഷണം കഴിച്ചിട്ടുള്ളത് അദ്ദേഹത്തിന് വയ്യാതായ കാലങ്ങളിൽ മാത്രമാണ്." പപ്പയുടെ സ്നേഹരുചി.

'ഞാൻ ഏകനാണ്' എന്ന ചിത്രത്തിലെ "ഓ... മൃദുലേ" എന്ന ഗാനം അദ്ദേഹം എന്നും മൂളുന്ന പാട്ടുകളിൽ ഒന്നാണ്. സത്യൻ അന്തിക്കാട് രചിച്ച ആ ഗാനത്തിന് വേദനിപ്പിക്കുന്ന ഓർമകളുടെ രക്തം പുരണ്ട മുറിവുകളുണ്ട്. ഭാര്യയുടെ അകാല വേർപാടിൽ മനംനൊന്ത് ആത്മ ഹത്യ ചെയ്ത ഡോ. രതീന്ദ്രന്റെ ഇയർഫോണിലൂടെ "ഓ...മൃദുലേ" എന്ന ഗാനമാണ് നിറഞ്ഞൊഴുകിയത്.

"ഏതു പിണക്കവും 'പപ്പേ' എന്ന ഒറ്റ വിളിയിലൂടെ പരിഹരിക്കാ നുള്ള സ്നേഹസിദ്ധി ചേട്ടനുണ്ടായിരുന്നു. ഒരിക്കൽ ഞാൻ വലിയ പിണ ക്കക്കാരിയാണെന്ന് ചേട്ടൻ തിക്കുറിശ്ശിയോട് പറഞ്ഞു. അടുത്തദിവസം ചേട്ടനെ വഴക്കുപറഞ്ഞ് തിക്കുറിശ്ശി ഒരു ശ്ലോകമുണ്ടാക്കി കൊടുത്തയച്ചു."

1995 ലാണ് അദ്ദേഹത്തിന് കരളിന് അസുഖമാണെന്ന് കണ്ടെത്തി
യത്. ഡോക്ടർമാർ ഒരു വർഷംകൂടി മാത്രമേ ആയുസ്സ് വിധിച്ചിരുന്നുള്ളൂ.
പിന്നെയും പത്തുവർഷം കൂടി എനിക്ക് അദ്ദേഹത്തെ തന്നില്ലേ.”

"എന്തിനായോമലേ അരികിൽ നീ വന്നു
അകലുവാൻ മാത്രമായിരുന്നോ
എന്തിനായ് നീയെനിക്കോർമ്മകൾ തന്നു
മറക്കുവാൻ പറയാനായിരുന്നോ...”

പത്മജ എഴുതിയ ഈ ഗാനത്തിൽ നോവിന്റെ നീർത്തുള്ളികൾ
അലിഞ്ഞുചേർന്നിട്ടുണ്ട്.

"മൂന്നുവർഷം മുമ്പ് എഴുതിയ ഗാനമാണിത്. എവിടെയാണിതെന്ന്
അറിയില്ലായിരുന്നു. ഒരുപാടു തിരഞ്ഞിട്ടാണ് കിട്ടിയത്. ഒടുവിൽ ഒരു
ദിവസം ചേട്ടനെ കാണിച്ചു. തീരെ വയ്യാതിരുന്നിട്ടും ചേട്ടൻ അതിന്
സംഗീതം നൽകി.” പപ്പയുടെ മിഴികൾ നിറഞ്ഞു.

രണ്ടുമാസം കഴിഞ്ഞ് 2010 ജൂലൈ 2 ന് എം ജി രാധാകൃഷ്ണൻ
സംഗീതസാഗരത്തിൽ ലയിച്ചുചേർന്നു.

"ഞാൻ മരിച്ചാൽ എല്ലാവരും കരയും. നീ കുറച്ചുകൂടി കരയും.
പിന്നെ മറക്കും.” ചേട്ടൻ പപ്പയെ ആശ്വസിപ്പിച്ചു.

"ഇല്ല മറയ്ക്കും.” പപ്പ പറഞ്ഞു. "ഒരു മായ വന്ന് മറയ്ക്കും. മറച്ചേ
പറ്റൂ. എല്ലാ വേദനകളും അനുഭവിക്കുമ്പോൾ തനിച്ചാണ്.” പപ്പ പറ
യുന്നു.

രണ്ടു മക്കളാണ് എം ജി രാധാകൃഷ്ണനും പത്മജയ്ക്കും. രാജകൃ
ഷ്ണനും കാർത്തികയും. അച്ഛന്റെ പാരമ്പര്യം രാജകൃഷ്ണൻ നില
നിർത്തുന്നു. ചെന്നൈയിൽ പ്രിയദർശന്റെ ഫോർ ഫ്രെയിംസിൽ സൗണ്ട്
എഞ്ചിനീയറാണ്. കൂടാതെ നിരവധി ചിത്രങ്ങൾക്ക് സംഗീതസംവി
ധാനവും നൽകി. മകൾ കാർത്തിക ടെക്നോപാർക്കിൽ എഞ്ചിനീയ
റാണ്.

എത്ര പറഞ്ഞാലും മതിവരാത്ത ചേട്ടന്റെ വിശേഷങ്ങളുമായി പത്മജ
മേടയിൽ വീട്ടിൽ ഓർമ്മകളുടെ നടുവിൽ ജീവിക്കുന്നു. ഓർമ്മകൾക്ക്
ജീവനുണ്ട്. "ചേട്ടൻ എന്റെയൊപ്പമില്ല എന്ന് ഒരു നിമിഷംപോലും എനിക്ക്
തോന്നിയിട്ടില്ല. ഇവിടെയുണ്ട് എന്റെയൊപ്പം. ചിലപ്പോൾ കരുതും അടുത്ത
മുറിയിലുണ്ടെന്ന്, ചിലപ്പോൾ കരുതും പുറത്തെവിടെയോ പോയിരിക്കു
കയാണെന്ന്. അങ്ങനെയല്ലാതെ സങ്കൽപ്പിക്കാൻ എനിക്കാവില്ല.”

ഓരോ സംഗീതക്കച്ചേരിക്കു പോകുമ്പോഴും ആദ്യമായി പരീക്ഷ
യെഴുതാൻ പോകുന്ന ഒരു കുട്ടിയുടെ അങ്കലാപ്പുള്ള, വിരുന്നുകാർക്ക്
ഭക്ഷണം തികയുമോ എന്ന് വേവലാതിപ്പെടാറുള്ള, ‘പപ്പേ’ എന്ന മൂളി
പ്പാട്ടിൽ സ്നേഹത്തിന്റെ സപ്തസ്വരങ്ങളും തീർക്കുന്ന തന്റെ പ്രിയപ്പെ
ട്ടവന്റെ ഓർമ്മകൾ എഴുതിവയ്ക്കുകയാണ് ഇപ്പോൾ പത്മജ. അദ്ദേഹ
ത്തിന്റെ ബാക്കിവച്ച സ്വപ്നങ്ങൾ നടത്തിയെടുക്കാനുള്ള പരിശ്രമങ്ങൾ.
പിന്നെ ചിത്രം വരകൾ, വായന, ഫോട്ടോഗ്രാഫി. പത്മജ ഇപ്പോൾ തനി

ച്ചല്ല.

ഒരു പഴയ സിനിമാ മാസികയിൽ നോക്കി പേരുവയ്ക്കാതെ വരച്ച
യച്ച 'ചേട്ടന്റെ' ചിത്രം. തിക്കുറിശ്ശിയും മമ്മൂട്ടിയും കയ്യൊപ്പിട്ട രേഖാചി
ത്രങ്ങൾ. സിനിമാരംഗത്തെയും രാഷ്ട്രനേതാക്കന്മാരുടെയും ഛായാപട
ങ്ങൾ, അങ്ങനെ താൻ വരച്ച ഒട്ടേറെ ചിത്രങ്ങളുടെ മീതെ ഓർമ്മക
ളുടെ നിലാവു പുരട്ടുകയാണ് പത്മജ.

"ആകാശത്താരകൾ കണ്ണുചിമ്മി
ആതിരപ്പൂനിലാവു മയക്കമായി
പച്ചിലക്കാടുകളിൽ ഒളിച്ചുകളിച്ചൊരാ–
പാതിരാപ്പൂങ്കാറ്റും വീണുറങ്ങീ
ഈ പടിവാതിൽക്കൽ നിന്നെയും കാത്തിരിക്കും
ഞാനുമെൻ സ്വപ്നങ്ങളും ബാക്കിയായി."

വേണു നാഗവള്ളി

ഒരു വിഷാദ നക്ഷത്രത്തിന്റെ
ഓർമയ്ക്ക്

ഇനി ഒരു തിരുവോണത്തിനും ഇവിടെ പൂക്കളൊരുങ്ങില്ല. തൂശ നില നിറയുന്ന സദ്യവട്ടങ്ങളുമൊരുങ്ങില്ല. ഇത് വേണുവില്ലാത്ത വീടാണ്. മീര ഒറ്റയ്ക്കായിപ്പോയ ഇടമാണ്.

അഭിനേതാവ്, തിരക്കഥാകൃത്ത്, സംവിധായകൻ എന്നിങ്ങനെ വ്യത്യ സ്ത മേഖലകളിൽ മലയാളമനസ്സിന്റെ പൂമുഖത്ത് ഇടംനേടിയ വിഷാദ നക്ഷത്രമായ വേണു നാഗവള്ളി അന്തരിച്ചത് തിരുവോണനാളിലാണ്. ഒന്നും സങ്കടങ്ങളുടെ സൂര്യനെ മറയ്ക്കാറില്ല. ഓർമകളുടെ തിളക്കം വേദനയുടെ മൂർച്ച കൂട്ടാറേയുള്ളൂ.

"വേണുച്ചേട്ടൻ എന്റെ പ്രാണവായുവായിരുന്നു. ആ ജീവിതത്തെ ക്കുറിച്ചുള്ള ഓർമകളാണ് ഇപ്പോളെന്നെ നയിക്കുന്നത്. വേണുച്ചേട്ടന്റെ നഷ്ടം ഒരു തീരാദുഃഖമാണ്. എത്ര മനസ്സുതേങ്ങിയാലും ഞാൻ തളർന്നു പോകാതിരിക്കാൻ ശ്രദ്ധിക്കുന്നുണ്ട്. ആർക്കും കരയുന്ന മുഖം ഇഷ്ട മല്ല. അതിനാൽ ആരെയും കരഞ്ഞു കാണിക്കാറുമില്ല." തിരുവനന്തപുരം കവടിയാറിലെ ഫ്ളാറ്റിലിരുന്ന് മീര പറഞ്ഞു.

പ്രശസ്ത എഴുത്തുകാരനും തിരക്കഥാകൃത്തും അഭിനേതാവുമൊ ക്കെയായിരുന്ന നാഗവള്ളി ആർ എസ് കുറുപ്പിന്റെയും രാജമ്മയുടെയും നാലു മക്കളിൽ മൂന്നാമത്തെയാളാണ് വേണു നാഗവള്ളി. അച്ഛന്റെ അക്ഷ

രപാരമ്പര്യത്തിൽ വിഷാദസിന്ദൂരത്തിന്റെ സൗമ്യരേഖകൾ വരച്ചുചേർത്ത അഗ്നിദേവനായി വേണുഗോപാൽ എന്ന വേണുനാഗവള്ളി.

വിഷാദം നിറഞ്ഞ മിഴികളും പാതിവിടർന്ന മന്ദഹാസവുമായി വെള്ളിത്തിരയിലൂടെ പ്രേക്ഷകഹൃദയങ്ങളിൽ സൗമ്യസങ്കടത്തിരയിലക്കി വേണു നാഗവള്ളി. 'അപാരദുഃഖത്തിലാണ്ടു നടക്കുന്ന ആ ചെറുപ്പക്കാരനെ വിവാഹം കഴിച്ച് അദ്ദേഹത്തിനൊരു നല്ല ജീവിതം കൊടുക്കണ'മെന്ന് ആഗ്രഹിച്ച പെൺകൗമാരങ്ങൾ ആ കാലഘട്ടത്തിലുണ്ടായിരുന്നു. 'ഒരു വട്ടം കൂടിയാ പഴയ വിദ്യാലയത്തിരുമുറ്റത്തെത്തുവാൻ മോഹം' എന്ന ഓ എൻ വി കവിതയെ 'ചില്ലി'ലൂടെ അനശ്വരമാക്കിയതും വേണു നാഗവള്ളിയായിരുന്നു.

ബംഗാളി എഴുത്തുകാരനായിരുന്ന ശരത്ചന്ദ്ര ചാറ്റർജിയുടെ 'ദേവദാസി'നെ മലയാളത്തിൽ അനുപമമാക്കിയതും ഈ വിഷാദലാവണ്യം തന്നെ. തെലുങ്കിലും തമിഴിലും ദേവദാസിനെ അവതരിപ്പിച്ച വിഖ്യാത നടനായ നാഗേശ്വര റാവു വേണുനാഗവള്ളിയുടെ അഭിനയത്തെ പ്രശംസിക്കുകയും അദ്ദേഹത്തെ നേരിൽക്കാണാനും സംസാരിക്കാനും താൽപര്യം പ്രകടിപ്പിക്കുകയും ചെയ്തിട്ടുണ്ട്.

"വേണുച്ചേട്ടൻ അഭിനയിച്ച എല്ലാ സിനിമകളും ഞാൻ കണ്ടിട്ടുണ്ട്. അദ്ദേഹം അഭിനയിക്കുന്നതിൽ എനിക്കൊരെതിർപ്പും ഉണ്ടായിരുന്നില്ല. വേണുച്ചേട്ടന്റെ ഇഷ്ടങ്ങളായിരുന്നു എന്നും എന്റെയുമിഷ്ടം. വിവാഹം കഴിഞ്ഞ ശേഷമാണ് അദ്ദേഹം 'ഉൾക്കടൽ' എന്ന ചിത്രത്തിൽ അഭിനയിച്ചത്. അതിന്റെ ലൊക്കേഷനിൽ ഞാൻ പോയിട്ടുണ്ട്. അന്ന് ഞാൻ ഗർഭിണിയാണ്. പേട്ടയിലെ ഒരു വീട്ടിൽ വച്ചായിരുന്നു ഷൂട്ടിംഗ്. ഞാൻ ചെന്നപ്പോൾ സെറ്റാകെ നിശബ്ദമായി. ചേട്ടൻ, നടി ശോഭയുടെ ചുമലിൽ പിടിച്ച് നെറുകയിൽ ചുംബിക്കുന്ന രംഗം ഷൂട്ടുചെയ്യാൻ തുടങ്ങുകയായിരുന്നു അപ്പോൾ. എന്റെ ഈ അവസ്ഥയിൽ ഞാനത് എങ്ങനെ ഉൾക്കൊള്ളുമെന്നോർത്ത് അവരെല്ലാം പരിഭ്രമിച്ചു. എത്രയോ ആൾക്കൂട്ടത്തിന്റെ മുന്നിൽ വച്ചാണ് ഇന്റിമേറ്റ് സീനുകൾ പോലും ഷൂട്ടുചെയ്യുന്നത് എന്ന് മനസ്സിലാക്കിയാൽ പിന്നെ ഒരു പ്രശ്നവുമില്ല. ജീവിതം വേറെ, സിനിമ വേറെ. അത് ഒരു ജോലിയാണ്. എന്നാലും സിനിമയിലെ വേണുച്ചേട്ടന്റെ സങ്കടസീനുകൾ കാണുമ്പോൾ എന്റെയും കണ്ണു നിറഞ്ഞു പോകാറുണ്ട്."

ഏതാണ്ട് നൂറിലധികം ചിത്രങ്ങളിൽ അഭിനയിക്കുകയും പന്ത്രണ്ട് ചിത്രങ്ങൾ സംവിധാനം ചെയ്യുകയും ആറു ചിത്രങ്ങൾക്ക് തിരക്കഥ രചിക്കുകയും, 'എന്നെന്നേക്കുമായ് നീ മറന്നോ. ഞങ്ങളെ വേർപിരിഞ്ഞോ...' എന്ന് 'പൈങ്കിളിക്കഥ' യിൽ പാടുകയും ചെയ്ത ഗായകനുമായ വേണു നാഗവള്ളി പക്ഷേ പറയുന്നത് താൻ വെറുമൊരു കഥപറച്ചിലുകാരൻ മാത്രമാണെന്നാണ്. വേണുനാഗവള്ളി നല്ലൊരു ഡബ്ബിംഗ് ആർട്ടിസ്റ്റുമായിരുന്നു. 'സ്വാതി തിരുനാളി'ൽ അനന്ത്നാഗ്, 'പുരാവൃത്ത'ത്തിൽ ഓംപുരി തുടങ്ങിയവർക്ക് ശബ്ദം കൊടുത്തിട്ടുമുണ്ട്.

വേണുനാഗവള്ളിയുടെ
'സർവ്വകലാശാല'യിലെ ഒരു
പാട്ടുസീനിൽ ഭാര്യ മീരയും
ഏക മകൻ വിവേകും പ്രത്യ
ക്ഷപ്പെട്ടിട്ടുണ്ട്. കഥയും കവി
തകളും എഴുതുന്ന വിവേക്
ഇപ്പോൾ തിരുവനന്തപുരം
വഞ്ചിയൂർ കോടതിയിലെ
അഭിഭാഷകനാണ്.

വേണു നാഗവള്ളിയുടെ
ചിത്രങ്ങൾക്കൊക്കെ ഒരു
സൗമ്യഗാംഭീര്യമുണ്ട്. അത്
കുടുംബത്തിലെ മുറിവുക
ളെയും സന്തോഷങ്ങളെയും
ഓർമപ്പെടുത്തുന്നു. അർത്ഥം,
ഗായത്രീദേവി എന്റെ അമ്മ,
ലാൽസലാം, രക്തസാക്ഷി
കൾ സിന്ദാബാദ്, അഗ്നിദേ
വൻ, കിഴക്കുണരും പക്ഷി,

മീരാ നാഗവള്ളി

അയിത്തം, അഹം തുടങ്ങി ഒട്ടേറെ ചിത്രങ്ങളിലൂടെ ഒരു വേണു ടച്ച്
അദ്ദേഹം രൂപപ്പെടുത്തിയിട്ടുണ്ട്.

"ഒരു ആക്ഷൻ ചിത്രമെടുക്കുന്നതിനായി പലരും സമീപിച്ചപ്പോൾ,
'ഒരു തോക്കെടുത്ത് വെടി വയ്ക്കാനറിയാത്ത ഞാനെങ്ങനെയാണ് ഒരു
ആക്ഷൻ ചിത്രം എടുക്കുന്നത്? എനിക്കറിയാവുന്നതേ ഞാൻ ചെയ്യൂ'
എന്നാണ് വേണുച്ചേട്ടൻ പറഞ്ഞിരുന്നത്.

കഴിയുന്നതും വീട്ടിലിരുന്നാണ് തിരക്കഥകൾ എഴുതാറുള്ളത്. പക
ലാണ് എഴുത്തുനേരം. ഓരോ ഫ്രെയിമും ഉള്ളിൽ കണ്ടാണ് എഴുതു
ന്നത്. അപ്പോൾ പരിപൂർണ്ണ നിശബ്ദത വേണം. അടുക്കളജോലിയൊക്കെ
ഞാൻ രാവിലെ തന്നെ തീർത്തുവയ്ക്കും. വേണുച്ചേട്ടൻ പിന്നെ വീടുമു
ഴുവൻ നടന്ന് ഡയലോഗ് കണ്ടെത്തലും എഴുത്തുമൊക്കെയാണ്. എഴു
ത്തിൽ ഒരു പെർഫെക്ഷൻ വേണമെന്ന് അദ്ദേഹത്തിന് നിർബന്ധമായി
രുന്നു.

ഉള്ള സമയത്തെല്ലാം ഞങ്ങളോടൊപ്പം വീട്ടിൽത്തന്നെ ചിലവഴിക്കാ
നാണ് വേണുച്ചേട്ടൻ ആഗ്രഹിച്ചത്. കുടുംബവുമൊത്തുള്ള യാത്രകൾ
ഉണ്ടായിരുന്നില്ല എന്നു പറയുന്നതാവും ശരി. അദ്ദേഹത്തിന്റെ സാന്നിദ്ധ്യം
തന്നെയായിരുന്നു ഞങ്ങളുടെ സന്തോഷവും.

മകന്റെ കുട്ടിക്കാലം വേണുച്ചേട്ടന് തിരക്കുകളുടെ കാലമായിരുന്നു.
അതിനാൽ അവന്റെ കുട്ടിക്കളികൾ മിസ് ചെയ്തു എന്ന് എപ്പോഴും പറ
യുമായിരുന്നു. "മകന്റെ പഠനകാര്യങ്ങളും വീട്ടുകാര്യങ്ങളുമെല്ലാം ഞാൻ

തന്നെയാണ് നോക്കിയിരുന്നത്. അദ്ദേഹത്തിന്റെ കലാജീവിതത്തിന് എനിക്കു കഴിയുന്ന എല്ലാ പ്രോത്സാഹനങ്ങളും സൗകര്യങ്ങളും ഒരുക്കിക്കൊടുത്തിട്ടുണ്ട്.

ഒരുപാട് അഡ്ജസ്റ്റു ചെയ്യുന്ന ഭാര്യയാണ് ഞാൻ. ജീവിതത്തിൽ മാത്രമെ എപ്പോഴും നമുക്ക് കോംപ്രമൈസ് ചെയ്യാൻ കഴിയു. കലയിലോ വിദ്യാഭ്യാസത്തിലോ നമുക്ക് കോംപ്രമൈസ് പറ്റില്ല; പാടില്ല." - ജീവിതത്തെക്കുറിച്ച് വിവേകപൂർണ്ണമായ ഒരു കാഴ്ചപ്പാടാണ് മീര നൽകുന്നത്.

"സിനിമയുമായി ബന്ധപ്പെട്ട് ആദ്യകാലങ്ങളിൽ വേണുച്ചേട്ടൻ വളരെ തിരക്കിലായിരുന്നു. മൊബൈൽ ഫോൺ ഇല്ലാത്ത കാലമാണ്. അദ്ദേഹത്തെ വല്ലാതെ മിസ് ചെയ്യും. അക്കാലങ്ങളിൽ ലൊക്കേഷനിലേക്ക് ഞാൻ പ്രണയം നിറഞ്ഞ കത്തുകൾ അയയ്ക്കുമായിരുന്നു. സിനിമാഗാനങ്ങളിൽ നിന്നുള്ള ചില വരികളൊക്കെ എഴുതിച്ചേർക്കും."

പ്രണയവിവാഹമായിരുന്നോ എന്ന കുസൃതിച്ചോദ്യത്തിന്, ഞങ്ങളുടേത് അറേഞ്ച്ഡ് മാര്യേജായിരുന്നു എന്ന് മീര ചിരിച്ചു ചേർത്തു.

"ദൂരെ എവിടെയായിരുന്നാലും രാവിലെ നാലുമണിക്ക് ഞാൻ ഫോണിലൂടെ വിളിച്ചുണർത്തണമെന്ന് അദ്ദേഹത്തിന് നിർബന്ധമായിരുന്നു. അതുപോലെ രാത്രി എത്ര വൈകിയാലും എന്നെ വിളിച്ച് ഗുഡ്നൈറ്റ് പറഞ്ഞിട്ടേ ഉറങ്ങാൻ പോയിരുന്നുള്ളു." - ജീവിതവേണുവിലെ സുന്ദര രാഗങ്ങൾ മീര ഇപ്പോഴും ഓർമ്മിക്കുന്നു.

"വേണുച്ചേട്ടൻ ഒരു പച്ചയായ മനുഷ്യനായിരുന്നു. സൂക്ഷിച്ചു കൈകാര്യം ചെയ്യേണ്ട പളുങ്കുപാത്രമായിരുന്നു അദ്ദേഹത്തിന്റെ മനസ്സ്. വളരെ സെൻസിറ്റീവും സെന്റിമെന്റലുമായ പ്രകൃതം. ഞാനറിയാത്ത ഒരു രഹസ്യങ്ങളും അദ്ദേഹത്തിനില്ലായിരുന്നു. ഒരു വ്യക്തിക്ക് നല്ലതും ചീത്തയുമായ വശങ്ങളുണ്ട്. നന്മ കണ്ടെത്തുക, അതിനെ പ്രോത്സാഹിപ്പിക്കുക. അങ്ങനെയാണ് ജീവിതത്തോട് സമവായപ്പെടേണ്ടത്." - തന്റെ കാഴ്ചപ്പാടുകൾ മീര അറിയിച്ചു.

'സുഖമോ ദേവി' വേണു നാഗവള്ളിയുടെ മികച്ച ചിത്രങ്ങളിലൊന്നാണ്. അത് അദ്ദേഹത്തിന്റെ സഫലമാകാത്ത പ്രണയത്തിന്റെ കഥയാണ്. ജീവിതത്തിലൊന്നും വേണു മീരയിൽ നിന്നൊളിച്ചുവച്ചില്ല. ചിത്രം ഇറങ്ങിക്കഴിഞ്ഞ് ഒരുനാൾ ഒരു സ്ത്രീയെ മകന് പരിചയപ്പെടുത്തിക്കൊണ്ട് വേണു ഇങ്ങനെ പറഞ്ഞു: "ഇതാണ് സുഖമോ ദേവിയിലെ 'ദേവി!' മകനൊന്ന് ഞെട്ടിയെങ്കിലും കേട്ടുനിന്ന മീര പക്ഷേ പുഞ്ചിരിക്കുകയായിരുന്നു.

വേണു എന്തെഴുതിയാലും എന്തഭിനയിച്ചാലും മീരയ്ക്കത് പ്രിയമാണ്. അതുകൊണ്ട് മകനോട് മാത്രമെ അദ്ദേഹം അഭിപ്രായം ചോദിക്കൂ. 'നന്നായിട്ടുണ്ടച്ഛാ' എന്ന് പറയുന്ന മകനോട്, ഫ്രാങ്കായി പറയൂ, സോഫ്റ്റായി പറയൂ, നേരെ പറയൂ എന്ന് അദ്ദേഹം കുട്ടികളെപ്പോലെ നിർബന്ധിക്കുമായിരുന്നു.

"മോഹൻലാലും ഉർവ്വശിയുമായിരുന്നു അദ്ദേഹത്തിന്റെ ഇഷ്ടതാ

രങ്ങൾ. ഒരു ലാൽ സിനിമ കൂടി ചെയ്യണമെന്നായിരുന്നു ഏറ്റവും വലിയ ആഗ്രഹം. സ്ക്രിപ്റ്റൊക്കെ ഉള്ളിലുണ്ടായിരുന്നു. ആ പടം ചെയ്തുക ഴിഞ്ഞ് സിനിമയിൽ നിന്ന് റിട്ടയർ ചെയ്യണമെന്ന് പറയുമായിരുന്നു. ഉർവ്വ ശിയുമായി സഹോദരതുല്യമായ ബന്ധമായിരുന്നു. മദ്രാസിലെ പല ആവ ശ്യങ്ങൾക്കും ഒരു കെയർടേക്കറായി നിലകൊണ്ടത് ഉർവ്വശിയാണ്. ഞങ്ങ ളിപ്പോഴും ആ സ്നേഹബന്ധം തുടരുന്നു.

വേണുച്ചേട്ടൻ സ്ക്രിപ്റ്റ് വായിക്കുന്നത് കേൾക്കുന്നത് ഒരു സിനിമ അനുഭവിക്കലാണ്. സ്വന്തം വീട്ടിൽ വച്ചായിരിക്കും വായന. കേൾക്കാൻ മമ്മൂട്ടിയും മോഹൻലാലുമൊക്കെ വരാറുണ്ട്. മമ്മൂട്ടിക്ക് നാടൻ ഭക്ഷണ ങ്ങളോട് വളരെ പ്രിയമാണ്. ഒരിക്കൽ മോഹൻലാൽ വരുന്നതറിഞ്ഞ് ഡൈനിംഗ്ടേബിളിൽ പുതിയ ക്രോക്കറികൾ നിരത്തി. ലാൽ വന്നു നോക്കിയിട്ടു പറഞ്ഞു. "എന്താ ഇത്? നിങ്ങളൊക്കെ എന്നും ഇതിലാണോ ഭക്ഷണം കഴിക്കുന്നത്?" അദ്ദേഹം അവയെല്ലാം എടുത്തു മാറ്റിവയ്പിച്ച് വീട്ടുകാർ സാധാരണ ഉപയോഗിക്കുന്ന പാത്രങ്ങളിൽ തന്നെ ഭക്ഷണം കഴിച്ച് വീട്ടുകാരനായി.

"വേണുച്ചേട്ടന്റെ പ്രതിഭ സിനിമാലോകം വേണ്ടത്ര പ്രയോജനപ്പെ ടുത്തിയിട്ടില്ല എന്നാണ് എന്റെ അഭിപ്രായം. സിനിമ ചെയ്യാതിരുന്ന പന്ത്രണ്ടു വർഷങ്ങൾക്കിടയിൽ അദ്ദേഹത്തിനും അതു തോന്നിയിട്ടുണ്ട്. അതിനുശേഷമാണ് 2008 ൽ 'ഭാര്യ സ്വന്തം സുഹൃത്ത്' എന്ന ചിത്രം ചെയ്യുന്നത്."

വേണുനാഗവള്ളിക്ക് നാലു തവണ മികച്ച സംവിധായകനുള്ള ക്രിട്ടിക്സ് അവാർഡ് ലഭിച്ചിട്ടുണ്ട്. കൂടാതെ സമഗ്രസംഭാവനയ്ക്കുള്ള അറ്റ്ലസ് ഫിലിം ക്രിട്ടിക്സിന്റെ 'ചലച്ചിത്ര പ്രതിഭ' പുരസ്കാരവും ലഭിച്ചു.

ജീവിതത്തോട് ഒരു പ്രത്യേക കാഴ്ചപ്പാടാണ് വേണുനാഗവള്ളിക്കു ണ്ടായിരുന്നത്. ഒരു സിനിമാതാരത്തിന്റെ ആർഭാടമൊന്നും സ്വന്തം ജീവി തത്തിൽ ഉണ്ടാകാൻ അദ്ദേഹം തെല്ലും ആഗ്രഹിച്ചിരുന്നില്ല. സമ്പത്തിൽ അദ്ദേഹം വിശ്വസിച്ചിരുന്നില്ല. എളിമയോടെ ജീവിക്കുക എന്ന ചിന്തയാണ് അദ്ദേഹം നൽകിയിരുന്നത്.

വേണു നാഗവള്ളിക്ക് തന്റെ പിതാവിനോട് വല്ലാത്ത അറ്റാച്ച്മെന്റാ യിരുന്നു. പിതാവിന്റെ മരണസർട്ടിഫിക്കറ്റിൽ തീയതി പറഞ്ഞുകൊടു ക്കവേ അദ്ദേഹം വിതുമ്പി. സ്കൂളിൽ പഠിക്കുമ്പോൾ അച്ഛനുമമ്മയും സന്തോഷത്തോടെ പറഞ്ഞുകൊടുത്തത് തന്റെ ജനനത്തീയതിയായിരു ന്നു. ഇപ്പോൾ അച്ഛനുവേണ്ടി മകൻ പറഞ്ഞുകൊടുക്കുന്നത് മരണത്തീ യതിയും. ജീവിതത്തിന്റെ അത്തരം വൈരുദ്ധ്യാത്മകതകൾ ആ മന സ്സിലെ വല്ലാതെ അലട്ടി.

വേണുനാഗവള്ളിയുടെ വീട്ടിൽ ഒരു പൂജാമുറിയില്ല. മനസ്സാണ് ഏറ്റവും വലിയ കോവിൽ. കർമ്മമാണ് ദൈവം. സത്കർമ്മങ്ങൾ ചെയ്യുക. അദ്ദേഹം എപ്പോഴും ഓർമിപ്പിച്ചിരുന്നു.

വിശന്നിരിക്കുന്ന ഒരാൾക്ക് ഭക്ഷണം കൊടുക്കുന്നത് ഒരു പുണ്യ മാണ്. ദാനം എന്ന വാക്ക് ഉപയോഗിക്കാനേ പാടില്ല. എനിക്കു വിശ പ്പുണ്ട്. അതുപോലെ മറ്റേയാൾക്കും. അങ്ങനെയേ കാണാനും കരു താനും പാടുള്ളൂ. നമുക്ക് ഇഷ്ടം പോലെ ഭക്ഷണമുണ്ട്. മറ്റേയാൾക്ക് അത്രയുമില്ല. അത്തരം ചിന്തകൾ മീരയുടെയും മകന്റെയും ഉള്ളിലേക്ക് പകർന്നിട്ടാണ് ഭാരതപ്പുഴയിൽ അദ്ദേഹത്തിന്റെ ചിതാധൂളികൾ അലി ഞ്ഞുചേർന്നത്.

"മനുഷ്യരോടുള്ള സ്നേഹം പോലെ തന്നെയായിരുന്നു വേണു ചേട്ടന് ജീവജാലങ്ങളോടുമുള്ളത്. അദ്ദേഹത്തിന് പൂച്ചകളെ വലിയ ഇഷ്ടമായിരുന്നു. ദിവസവും അദ്ദേഹം ഭക്ഷണം കഴിക്കുന്നേരം എവിടു ന്നെന്നറിയാതെ ഒരു പൂച്ച വരും. ഒരുരുള ചോറു തിന്നും. അദ്ദേഹം മരി ക്കുന്നതിന്റെ തലേ ദിവസം ആ പൂച്ച ചത്തു. പിന്നീട് അസ്ഥികലശ ത്തിൽ പൂക്കളർപ്പിക്കാൻ പോകുമ്പോൾ ദിവസവും രാവിലെ ഒരു പൂച്ച എതിരെ കടന്നുപോകുമായിരുന്നു."

അദ്ദേഹം ജീവിച്ചിരുന്നപ്പോൾ സജീവമായി സഹകരിച്ചിരുന്ന പലരും ഇപ്പോൾ വിളിക്കുകയോ അന്വേഷിക്കുകയോ ചെയ്യാത്തതിലുള്ള വിഷമം മീര മറച്ചുവയ്ക്കുന്നില്ല.

കാരണങ്ങൾക്കപ്പുറത്തുള്ള സ്നേഹത്തിന്റെ ശേഷിപ്പുകളിൽ ഓർമ യുടെ ഉൾക്കനങ്ങൾ. ഓരോ ഓർമയും ഓരോ കടലാണ്. സ്നേഹത്തിന്റെ വസന്തം ഓരോ വർഷം കഴിയുന്തോറും തളിർത്തു പൂവിടുകയേ ഉള്ളൂ. സ്വപ്നങ്ങളുടെ വീട്ടിൽ ഒരാൾ ഉറങ്ങിപ്പോയത് ആരുമറിയുന്നില്ല. നിശബ്ദമന്ത്രണമായി, സൗമ്യസ്മേരമായി എല്ലാം അവിടെത്തന്നെയുണ്ട്.

കാറ്റ് ഒരു ഹൃദയമാണ്
എത്രമേൽ നൊന്തിറങ്ങിയാണ്
വേണുവിലൂടെ
ഒരു ഗാനമായി അത് പുറത്തേക്കൊഴുകുന്നത്.
മീര തനിച്ചല്ല
വേണുഗാനം നിലച്ചിട്ടില്ല.

വാത്സല്യത്തിന്റെ വീട്ടുകാരൻ

'വാത്സല്യം' ഒരു മലയാള സിനിമയുടെ പേരാണ്. കുടുംബത്തി നുവേണ്ടി സ്വന്തം ജീവിതം സമർപ്പിച്ച സ്നേഹധനനായ ഒരു സഹോദ രന്റെ കഥയാണത്. ആത്മനിവേദ്യത്തിന്റെ ഊഷ്മളതകൾ ഏറി നിന്ന തുകൊണ്ടാകാം കൊച്ചിൻ ഹനീഫ എന്ന അതുല്യനടന്റെയും തിരക്കഥാ കൃത്തിന്റെയും സംവിധായക ജീവിതത്തിലെ അനശ്വര ചലച്ചിത്രമായി 'വാത്സല്യം' മാറിയത്.

ഏകാന്തതയുടെ ആഘോഷമാണ് ജീവിതം. എറണാകുളം പുല്ലേ പ്പടിയിലെ എ ബി മൻസിൽ എന്ന വീട്ടിൽ സഫ, മർവ്വ എന്നീ കുരുന്നു കൾക്ക് വാത്സല്യം ചൊരിയുമ്പോഴും വെളിച്ചത്തിന് നേർക്ക് കൊട്ടിയ ടച്ച ഇരുളിന്റെ മഹാവാതിലുകളിലേക്ക് ഫാസില എന്ന വീട്ടമ്മ മിഴിയ യയ്ക്കുന്നു. അവരുടെ കണ്ണുകളിലിപ്പോൾ തിളങ്ങുന്നത് ഉറഞ്ഞുകൂടിയ കണ്ണീർത്തുള്ളികളാണ്. ഇനി ആ നീർക്കണങ്ങൾ തുടയ്ക്കുവാൻ ഫാസി ലയ്ക്ക് തന്റെ ഹനീഫിക്കയുടെ ഓർമകളുടെ കൈവിരലുകൾ മാത്രം.

മുഹമ്മദ് ഹനീഫ എന്ന, ഫാസിലയുടെ ഹനീഫിക്ക മലയാളി കൾക്ക് കൊച്ചിൻ ഹനീഫയാണ്. തമിഴിലും മറ്റു ഭാഷകളിലും വി എം സി ഹനീഫയാണ്.

തലശ്ശേരിയിലെ ചരിത്രപ്രസിദ്ധമായ മാളിയേക്കൽ തറവാട്ടിലെ അംഗമാണ് ഫാസില. കൊച്ചിൻ ഹനീഫയുടെ വാക്കുകളിൽ പറഞ്ഞാൽ 'ഒരു മുറിയിൽ നിന്നും മറ്റൊരു മുറിയിലേക്ക് പോകാൻ ഓട്ടോ വിളിക്കണം.' അത്ര വലിയ തറവാട്! ഏതാണ്ട് നൂറോളം അംഗങ്ങൾ ഒരുകാലത്ത് ഇവിടെ പാർത്തിരുന്നു. ഇപ്പോൾ മൂന്നു കുടുംബങ്ങളാണ് ഇവിടുള്ളത്. ബ്രിട്ടീഷ് ഭരണകാലത്ത് മുസ്ലീം സമുദായത്തിലെ പരിഷ്ക രണവാദിയായ വി സി കുഞ്ഞിമായന്റെ പിൻമുറക്കാരാണ് മാളിയേക്കൽ

തറവാട്ടുകാർ. അവിടത്തെ ബിസിനസുകാരനായ ഹംസയുടെയും താഹി റയുടെയും നാലു മക്കളിൽ രണ്ടാമത്തെയാളാണ് ഫാസില.

കൊച്ചിൻ ഹനീഫ എന്ന സിനിമാതാരം പെണ്ണുകാണാൻ വരുന്നു എന്നറിഞ്ഞപ്പോൾ ഫാസിലയ്ക്ക് ഇത്തിരി സംഭ്രമം തോന്നാതിരുന്നില്ല. അദ്ദേഹത്തിന്റെ സിനിമകളൊക്കെ ഫാസില ധാരാളം കണ്ടിട്ടുണ്ടായി രുന്നു.

ഫാസിലയുടെ സഹോദരീഭർത്താവ് പറഞ്ഞു: "നീ ആദ്യം ആളെ കാണൂ. ഒന്നുമല്ലെങ്കിലും ഒരു സിനിമാനടനെ കണ്ടുവെന്ന് കൂട്ടുകാരോ ടൊക്കെ പറയാമല്ലോ."

അങ്ങനെ ആ ചടങ്ങ് നടന്നു. കൊച്ചിൻ ഹനീഫ ഫാസിലയോട് ചോദിച്ചു: "എനിക്ക് ഫാസിലയെ ഇഷ്ടമായി. എന്നെ ഇഷ്ടമായോ?"

അങ്ങനെ 1994 മെയ് 28ന് ഫാസില ഹനീഫയുടെ 'ഫാസി'യായി. എങ്കിലും ഫാസില അദ്ദേഹത്തെ പ്രത്യേകിച്ചൊന്നും സംബോധന ചെയ് തിരുന്നില്ല. അവരുടെ ആചാരാനുഷ്ഠാനങ്ങളിൽ സ്നേഹത്തിന് സംബോ ധനകളുടെ ആവശ്യം ഉണ്ടായിരുന്നില്ല.

കൊച്ചിയിലെ വെളുത്തേടത്ത് തറവാട്ടിൽ എ ബി മുഹമ്മദിന്റെയും ഹാജിരയുടെയും എട്ടു മക്കളിൽ രണ്ടാമനാണ് ഹനീഫ. കുടുംബത്തോട് അളവറ്റ സ്നേഹമുള്ള അദ്ദേഹം സ്വന്തം കുടുംബത്തിനു വേണ്ടിയാണ് ജീവിച്ചത്. അതിനാൽ തന്നെ വിവാഹവും അൽപം വൈകിയായിരുന്നു.

സെന്റ് ആൽബർട്സ് കോളേജിൽ നിന്നും ബോട്ടണിയിൽ ബിരുദം നേടിയ ഹനീഫ പിന്നീട് കലയുടെ സൗന്ദര്യ ശാസ്ത്രങ്ങളിലേക്ക് ഇറ ങ്ങിപ്പോയി. വിദ്യാഭ്യാസ കാലത്ത് നാടകങ്ങളിൽ തിളങ്ങിനിന്ന ഹനീഫ മിമിക്രി കലാകാരനായാണ് കലാജീവിതം ആരംഭിച്ചത്. തുടർന്നാണ് സിനിമാരംഗത്ത് എത്തിയത്. 1970 കളിൽ വില്ലൻ വേഷങ്ങളിലൂടെയാണ് ശ്രദ്ധിക്കപ്പെട്ടു തുടങ്ങിയത്.

തുടർന്ന് മലയാളം, തമിഴ്, ഹിന്ദി തുടങ്ങിയ ഭാഷകളിലായി മുന്നൂ റോളം സിനിമകളിൽ അഭിനയിച്ചു. ഗൗരവമുള്ള കഥാപാത്രങ്ങൾ മാത്ര മല്ല, ശബ്ദത്തിന്റെയും ശരീരഭാഷയുടെയും പ്രത്യേകതകൾ കൊണ്ട് നർമ്മലോകത്തും തന്റേതായ ഇടം സൃഷ്ടിക്കാൻ കൊച്ചിൻ ഹനീഫയ്ക്ക് കഴിഞ്ഞു.

ഭീഷ്മാചാര്യ, വാത്സല്യം, മൂന്നു മാസങ്ങൾക്കുമുമ്പ് തുടങ്ങി ഏഴ് മലയാള ചിത്രങ്ങളും, പാസപറവകൾ, വാടാത്ത തേനികൾ തുടങ്ങി ആറ് തമിഴ് ചിത്രങ്ങളും അദ്ദേഹം സംവിധാനം ചെയ്തു. കടത്തനാടൻ അമ്പാടി, ഇണക്കിളി തുടങ്ങി ഒട്ടേറെച്ചിത്രങ്ങളുടെ കഥയും തിരക്കഥയും രചിച്ചു.

തമിഴിൽ കരുണാനിധിക്കൊപ്പം പല സിനിമകളിൽ പ്രവർത്തിച്ച കൊച്ചിൻ ഹനീഫ, അദ്ദേഹവുമായി വളരെ അടുത്ത ബന്ധം പുലർത്തി യിരുന്നു. അടുപ്പമുള്ളവരുടെ മനസ്സിൽ സ്നേഹത്തിന്റെ വാതിൽ തുറ ക്കാൻ കൊച്ചിൻ ഹനീഫയ്ക്ക് കഴിഞ്ഞു.

ഫാസില ഹനീഫ

സ്നേഹത്തിന്റെ സുഗന്ധവഴിയിലെ ജാലകത്തട്ടങ്ങൾ ഒതുക്കിക്കൊണ്ട് പറഞ്ഞാലും തീരാത്ത കഥകളുമായി ഫാസില. സ്നേഹവും ഓർമ്മകളും കഥകളല്ല. ഒളിമങ്ങാത്ത നേരനുഭവങ്ങളുടെ പൊള്ളിക്കുന്ന ഇടങ്ങളാണ്.

സൂത്രധാരൻ, പത്രം എന്നീ ചിത്രത്തിലെ അഭിനയത്തിന് മികച്ച രണ്ടാമത്തെ നടനുള്ള സംസ്ഥാന അവാർഡ് അദ്ദേഹത്തിന് ലഭിക്കുകയുണ്ടായി. അവാർഡുകളുടെ എണ്ണങ്ങളെക്കാളു പരി സിനിമ എന്ന മാധ്യമം ഉള്ള കാലത്തോളം പ്രേക്ഷകരുടെ ഹൃദയത്തിലെ തിളക്കമുള്ള ഓർമ്മ യാണ് കൊച്ചിൻ ഹനീഫ.

തീക്ഷ്ണമായ ജീവിതാനുഭവങ്ങളെ നേരിടുമ്പോഴും അങ്ങേയ റ്റത്തെ നർമബോധവും, പൊട്ടിച്ചിരിച്ചുകൊണ്ട് ആരെയും വേദനിപ്പിക്കാ തിരിക്കാനുള്ള ബദ്ധശ്രദ്ധയും അദ്ദേഹം പുലർത്തി.

എങ്കിലും മൂക്കശ്ശഗ് ഇത്തിരി മുൻകോപം കൂടുകൂട്ടിയിരുന്നു എന്ന് ഫാസില. അത് തന്നോടുമാത്രമേയുള്ളൂ. അതും നിമിഷനേരത്തേക്ക് മാത്രം.

ഏതു കാര്യത്തിലും വളരെ കൃത്യത പുലർത്തുന്ന ആളായിരുന്നു അദ്ദേഹം. യാത്രകളിൽ കൃത്യസമയത്ത് പോകണം എന്നത് നിർബന്ധമാ യിരുന്നു. ഫാസില നോക്കുമ്പോൾ അദ്ദേഹം മറ്റെന്തെങ്കിലും കാര്യങ്ങ ളിൽ മുഴുകിയിരിക്കുന്നത് കാണാം. എങ്കിലും സമയത്തിന് അദ്ദേഹം റെഡിയായിരിക്കും. പിന്നെ ഫാസിലയ്ക്ക് കോപത്തിന്റെ ചുവന്ന മൂക്കിൻ തുമ്പ്.

അങ്ങനെയുള്ള ഒരു യാത്രയിൽ സുഹൃത്തിനു കൊടുക്കാനുള്ള സമ്മാനപ്പൊതിയെടുക്കാൻ ഫാസില മറന്നു. വണ്ടി നീങ്ങി. ഫാസില ഇത്തിരി ഭയപ്പാടോടെ ഡ്രൈവറോട് പറഞ്ഞു: 'വണ്ടിയൊന്നു നിർത്തു, വീട്ടിലേക്കൊന്നു പോകണം. അത്യാവശ്യമാണ്.' ഹനീഫയ്ക്ക് കാര്യം മനസ്സിലായി. കൃത്രിമ ഗൗരവത്തോടെ അദ്ദേഹം പറഞ്ഞു- 'വേണ്ട.' ഒടു വിൽ സുഹൃത്തിന്റെ വീടെത്തുംവരെ ഫാസില ഭയന്നു വിറച്ചിരുന്നു.

എന്താണാവോ സംഭവിക്കുക. ആൾ വളരെ ഗൗരവത്തിലുമാണ്. എന്നാൽ ഫാസില മറന്നുവെച്ച സമ്മാനപ്പൊതിയുമായാണ് ഹനീഫ കാറിൽ നിന്നി റങ്ങിയത്. എന്നിട്ട് ഒരു കള്ളച്ചിരിയോടെ പറഞ്ഞു: 'എനിക്കറിയാമായി രുന്നു നീയിത് മറക്കുമെന്ന്.'

സ്നേഹക്കരുതലിന്റെ ഓർമപ്പൊതികൾ തുറക്കുകയാണ് ഫാസില.

"എല്ലാവരെയും ഒരുപോലെ സ്നേഹിച്ചിരുന്ന ആളാണ് അദ്ദേഹം. ജീവിതത്തിൽ അദ്ദേഹം ഏറ്റവും കൂടുതൽ സമ്പാദിച്ചതും സ്നേഹ മാണ്."

അദ്ദേഹത്തിന്റെ തിരക്കുപിടിച്ച ജീവിതം മനസ്സിലാക്കി ഒരു കാര്യ ത്തിനും ബുദ്ധിമുട്ടിക്കാതെ ഇഷ്ടാനിഷ്ടങ്ങൾക്കൊത്ത് ഫാസില ജീവിച്ചു. വിവാഹത്തിനു ശേഷം പന്ത്രണ്ടു വർഷം കഴിഞ്ഞാണ് അവർക്ക് കുട്ടികളുണ്ടായത്. ആ നീണ്ട ഇടവേളയിലും പരസ്പരം ആശ്വസിപ്പിച്ച് കഴിഞ്ഞു. യാത്രകളിലൊക്കെ ഫാസിലയെ ഒപ്പം കൂട്ടി. തന്റെ കുറെ എഴുത്തുജോലികളൊക്കെ ഫാസിലയെ ഏൽപ്പിച്ച് ഹനീഫിക്ക സ്നേഹ ത്തിന്റെ സുതാര്യയിടങ്ങൾ നിർമിച്ചു.

എങ്കിലും തന്റെ എല്ലാ സിനിമകളും കണ്ട് ഫാസില അഭിപ്രായം പറയണം എന്ന് ഹനീഫിക്കയ്ക്ക് നിർബന്ധമുണ്ടായിരുന്നു. മാസികക ളിലോ, ടി വി പ്രോഗ്രാമുകളോ ഉണ്ടെങ്കിൽ അത് അന്നേരം കണ്ട് ഉടൻ അഭിപ്രായം പറഞ്ഞില്ലെങ്കിൽ അദ്ദേഹത്തിന് കോപം വരും. 'മറ്റു ജോലി യെന്തെങ്കിലുമുണ്ടെങ്കിൽ അതവിടെക്കിടക്കട്ടെ. ഇതു കണ്ടിട്ടു മതി' എന്നദ്ദേഹം പറയും. അതിനാൽ ടി.വി. പ്രോഗ്രാമാണെങ്കിൽ കണ്ടുതീർന്നാ ലുടൻ ഫോൺചെയ്യും. അഭിപ്രായങ്ങൾ പറയും.

സിനിമയിലെ വേഷങ്ങളെക്കുറിച്ചു ചർച്ച ചെയ്യാറുണ്ട്. 'ഞാൻ അതിൽ അങ്ങനെ കണ്ണട വെച്ചത് നന്നായോ? എന്റെ ഡയലോഗ് എങ്ങ നെയുണ്ട്? ആ ഡ്രസ്സ് ചേരുമായിരുന്നോ? ഇതുപോലെ ഒരായിരം ചോദ്യ ങ്ങൾ ചോദിക്കും. എങ്കിലും ഹനീഫിക്കയുടെ സീരിയസ് വേഷങ്ങളാണ് ഫാസിലയ്ക്കിഷ്ടം. പ്രത്യേകിച്ചും പോലീസ് വേഷങ്ങൾ.

"ഭക്ഷണക്കാര്യങ്ങളിലും ആതിഥേയത്വത്തിലും അദ്ദേഹത്തിന് വളരെ ഉത്സാഹമായിരുന്നു. മേശപ്പുറം നിറഞ്ഞിരിക്കണം. എല്ലാ വിഭവ ങ്ങളും ആസ്വദിച്ച് കഴിക്കും. എങ്കിലും അവസാന കാലങ്ങളിൽ അദ്ദേഹം ഭക്ഷണത്തിന് സ്വയം നിയന്ത്രണം വരുത്തി. സസ്യേതര ഭക്ഷണങ്ങൾ വർജിച്ചു. സ്വന്തം രോഗം തിരിച്ചറിഞ്ഞ കാലമായിരുന്നു അത്. പക്ഷേ മറ്റുള്ളവർ വേദനിച്ചാലോ എന്നു കരുതി തന്റെ രോഗം എല്ലാവരിൽ നിന്നും അദ്ദേഹം മറച്ചുപിടിച്ചു. ലിവർ സിറോസിസ് ആയിരുന്നു. മരി ക്കുന്നതിന് ആറുമാസം മുമ്പാണ് ഞങ്ങൾ പോലും രോഗത്തിന്റെ കാഠി ന്യത്തെക്കുറിച്ച് മനസ്സിലാക്കുന്നത്.

"ഞാൻ രോഗിയാണെന്ന് ആരും അറിയേണ്ട. മരിച്ചു എന്നു മാത്രമേ ലോകം അറിയാവൂ." എന്ന് ഹനീഫിക്ക പറയുമായിരുന്നു.

ചെന്നെയിലെ രാമചന്ദ്ര മെഡിക്കൽ മിഷൻ ഹോസ്പിറ്റലിൽ, മര

ണത്തോടടുക്കുന്ന നിമിഷങ്ങളിലും സിനിമ തന്നെയായിരുന്നു സംസാ
രവിഷയം. "എനിക്ക് കുറച്ചു സിനിമകൾ കൂടി സംവിധാനം ചെയ്യണം."

അനാരോഗ്യം അവഗണിച്ചുകൊണ്ട് ആശുപത്രിയിൽ വച്ച് 'സ്വപ്ന'
ത്തിന്റെ എഴുത്തുപണികൾ നിർവ്വഹിച്ചു.

പക്ഷേ 'സ്വപ്നം' പൂർത്തിയാകാത്ത സ്വപ്നമായി അവശേഷിച്ചു.
വിയോഗത്തോട് അടുക്കുന്ന ഓരോ വേളയിലും കുഞ്ഞുങ്ങളെക്കുറിച്ചാ
യിരുന്നു അദ്ദേഹത്തിന്റെ ചിന്തകൾ. മക്കളെ കൊതിതീരുവോളം ഒന്നു
താലോലിക്കുവാൻ കഴിഞ്ഞില്ലില്ലോ എന്ന് അദ്ദേഹം സങ്കടപ്പെട്ടു.
സഫയ്ക്കും മർവ്വയ്ക്കും മൂന്നര വയസ്സുമാത്രമായിരുന്നു പ്രായം.

"അവരെ നല്ല രീതിയിൽ വളർത്തണം. നല്ല വിദ്യാഭ്യാസം നൽ
കണം."- കുഞ്ഞുമക്കളുടെ വിവാഹംപോലും എങ്ങനെയായിരിക്കണം
എന്നദ്ദേഹം സ്വപ്നം കണ്ടു. താനില്ലെങ്കിലും ഫാസിലയ്ക്ക് ഒറ്റപ്പെടലിന്റെ
സങ്കടമുണ്ടാകരുത് എന്ന് ഹനീഫ ആഗ്രഹിച്ചു. ഒരു മകളെ തലശ്ശേരി
യിലും ഒരാളെ എറണാകുളത്തും വിവാഹം കഴിപ്പിച്ചയയ്ക്കണമെന്ന്
അദ്ദേഹം പറയുമായിരുന്നു.

"തലശ്ശേരി രീതിയനുസരിച്ച് പെൺകുട്ടികളെ വിവാഹം ചെയ്തയ
ച്ചാലും പെണ്ണിന് പെൺവീട്ടിൽ പാർക്കാം. അങ്ങനെയാകുമ്പോൾ ഒരു
മകൾ എപ്പോഴും നിന്റെ കൂടെ ഉണ്ടാകുമല്ലോ. നീ ഒറ്റപ്പെട്ടു പോകാൻ
പാടില്ല. ഒറ്റപ്പെടുത്താൻ ഞാൻ സമ്മതിക്കില്ല." ഹനീഫയുടെ കരുതലു
കളിൽ ഫസീല ഇപ്പോഴും ജീവിക്കുന്നു.

സ്നേഹത്തിന്റെ ഉണങ്ങാത്ത ഒരിടം ബാക്കി വച്ചുകൊണ്ട് 2010
ഫെബ്രുവരി 2ന് കൊച്ചിൻ ഹനീഫ കാലത്തിന്റെ മഹാനദിയിൽ ലയിച്ചു.

കൊച്ചിൻ ഹനീഫയുടെ ആശുപത്രിക്കാലത്ത് തങ്ങൾക്ക് എല്ലാ
സഹായവും സാന്ത്വനവുമായി നിന്നത് സംവിധായൻ പ്രിയദർശനും ഭാര്യ
ലിസിയുമായിരുന്നു.

നടൻ ദിലീപ് എപ്പോഴും വിളിച്ച് കാര്യങ്ങൾ അന്വേഷിക്കാറുണ്ട്.
എപ്പോൾ വിളിച്ചാലും മക്കളുടെ വിശേഷങ്ങൾ ചോദിക്കും. സാമ്പത്തി
കമായി എന്തു പ്രയാസമുണ്ടെങ്കിലും പറയണമെന്ന് പറയും. കാവ്യാമാ
ധവനും കാർത്തികയുമൊക്കെ വിളിച്ച് വിശേഷങ്ങൾ തിരക്കാറുണ്ട്.

ഹനീഫിക്ക തങ്ങളെ വിട്ടുപോയിട്ട് ഒരുവർഷം തികയുന്ന ദിവസം
ദിലീപ് ചൈനാടൗണിന്റെ ലൊക്കേഷനിൽ നിന്നാണ് വിളിച്ചത്. അവിടെ
ദിലീപും മോഹൻലാലും ജയറാമും കാവ്യാമാധവനുമൊക്കെ ചേർന്ന്
അനുസ്മരണച്ചടങ്ങ് നടത്തിയെന്ന് കേട്ടപ്പോൾ വലിയ സന്തോഷം
തോന്നി എന്ന് ഫാസില പറഞ്ഞു.

തങ്ങളുടെ 'ബാപ്പച്ചി' ഷൂട്ടിങ്ങിനു പോയതാണെന്നാണ് കുഞ്ഞുങ്ങൾ
വിചാരിച്ചിരിക്കുന്നത്.

ബാപ്പച്ചിയെ കാണണമെന്നു വാശിപിടിക്കുന്ന കുഞ്ഞുങ്ങൾക്ക്
അദ്ദേഹം അഭിനയിച്ച സിനിമയുടെ സി ഡി കൾ കാട്ടിക്കൊടുക്കുന്നു
ഫാസില.

രാത്രി ടി വി യിലെ 'ചിരിക്കും തളിക' എന്ന പ്രോഗ്രാമിൽ തങ്ങ
ളുടെ ബാപ്പച്ചിയുടെ കോമഡിരംഗങ്ങൾ കണ്ടിട്ടേ രണ്ടാളും ഉറങ്ങാറുള്ളൂ.

കുഞ്ഞുങ്ങളിൽ മനസ്സർപ്പിച്ച തന്റെ ഹനീഫിക്കയുടെ ആഗ്രഹം
പോലെ അവരെ നല്ല നിലയിൽ എത്തിക്കാനായി ജീവിക്കുകയാണ്
ഫാസില. ഒരു ചെറുജീവിതത്തിൽ നേരിടേണ്ടി വന്ന തിരിച്ചടിക്കിടയിൽ
എല്ലാം നേരിടാൻ ശീലിക്കുകയാണ് ഫാസില.

ജീവിതത്തിന്റെ പലയിടങ്ങളിലും വച്ച്, താനറിയുന്ന ഹനീഫിക്ക
യുടെ ആരുമറിയാത്ത കാരുണ്യമുഖം അവർ തിരിച്ചറിയുന്നു. പലരും
വന്ന് തങ്ങളുടെ ചികിത്സയ്ക്കും മറ്റുകാര്യങ്ങൾക്കും ഹനീഫിക്ക ഒരു
പാട് സഹായിച്ചിട്ടുണ്ട് എന്നു പറയുമ്പോഴാണ് ഫാസിലപോലും അദ്ദേ
ഹത്തിന്റെ കാരുണ്യത്തിന്റെ കാണാമുഖം കണ്ടെത്തുന്നത്.

ചെയ്ത കഥാപാത്രങ്ങളിലൂടെ കൊച്ചിൻ ഹനീഫ ഒരുപാടുകാലം
ജീവിക്കും. ഓർമകളുടെ തേക്കങ്ങളിൽ ഫാസിലയും. തന്റെ ശക്തിയും
ജീവിതത്തിന്റെ പ്രതീക്ഷയും അദ്ദേഹം നൽകിയ സ്നേഹമാണെന്ന്
ഫാസില പറയുന്നു.

വാത്സല്യത്തിന്റെ വീട്ടിലെ ഫാസിലയും സഫയും മർവ്വയും ഓർമ്മ
ക്കൂടിന്റെ സ്നേഹപ്രവാഹത്തിൽ ജീവിതമെഴുതുന്നു.

സ്നേഹത്തിന്റെ നുറുങ്ങുവെട്ടം

പലപ്പോഴും ഹൃദയം നിലയ്ക്കുന്നത് പുലർകാലങ്ങളിലാണ്. ഭൂമി യുടെ ധമനികൾക്കു മീതെ തീവണ്ടി പാഞ്ഞുപൊയ്ക്കൊണ്ടിരുന്നു. സ്പന്ദനം നിലയ്ക്കാൻ തുടങ്ങിയ ഹൃദയവുമായി ഒരാൾ തീവണ്ടിമുറി യിൽ അബോധത്തിലാണ്ടു. ദേവദൂതന്മാർ തീവണ്ടിയെ അനുയാത്ര ചെയ്തു. സഹയാത്രികർ ഷൊർണൂർ റെയിൽവേ ആശുപത്രിയിൽ എത്തിച്ചപ്പോഴേക്കും ആ ജീവൻ ദേവദൂതർക്കൊപ്പം പൂർണ്ണത്രയീശന്റെ അരികിലേക്കു പൊയ്ക്കഴിഞ്ഞിരുന്നു. കണ്ണൂരിൽ നിന്ന് എറണാകുള ത്തേക്ക് തീവണ്ടി യാത്ര തുടർന്നു. പറഞ്ഞതിലും അല്പം വൈകി തൃപ്പു ണിത്തുറയിലുള്ള വസതിയിലേക്ക് ചലനമറ്റ ശരീരം മാത്രമായി വീട്ടു കാരൻ എത്തിച്ചേർന്നു. അത് മലയാളികളുടെ പ്രിയനടൻ എം എസ് തൃപ്പുണിത്തുറ ആയിരുന്നു.

ഇനി മുൻശുണ്ഠി കലർന്ന വർത്തമാനം മലയാളി കേൾക്കില്ല. ശബ്ദത്തിലെ മുഴക്കം കലർന്ന താളം മലയാളി കേൾക്കില്ല. നാടിനെ സ്വന്തം വേരാക്കി മാറ്റിയ അതുല്യ കലാകാരൻ, അഭിനയമല്ലാത്ത ജീവിതം സ്വന്തമാക്കിയ അഭിനേതാവ്, ചലച്ചിത്രരംഗത്ത് തന്റേതായ ശൈലി രൂപപ്പെടുത്തിയ എം എസ് തൃപ്പുണിത്തുറ എന്ന മഠത്തിൽ പറ മ്പിൽ ശേഷയ്യർ വെങ്കിട്ടരാമൻ (എം.എസ്. വെങ്കിട്ടരാമൻ). ചലച്ചിത്രഗ്രന്ഥ ത്തിൽ വരുംതലമുറകൾക്ക് പഠിക്കാനുള്ള അഭിനയ പാടവത്തിന്റെ ജീവ ചിത്രമാണ് എം എസ് തൃപ്പുണിത്തുറ.

അഭിനേതാക്കൾക്ക് എന്നും ഒരു സ്വപ്നം ബാക്കിയുണ്ടാകും. എം എസ്സിനും അത്തരം ഒരാഗ്രഹമുണ്ടായിരുന്നു. ചെമ്പൈ വൈദ്യനാഥ ഭാഗ

വതരുടെ റോൾ ചെയ്യണമെന്നത് സഫലമാകാത്ത സ്വപ്നമായി അവ ശേഷിക്കുന്നു.

എം എസ് തൃപ്പൂണിത്തുറയുടെ ശബ്ദഗാംഭീര്യം മലയാളികൾക്കു സുപരിചിതമാണ്. എന്നാൽ ഒരു സംഗീതജ്ഞൻ കൂടിയായ എം എസ്സിന്റെ ശബ്ദത്തിന് ചെമ്പെയുടേതുമായി സാമ്യമുണ്ടായിരുന്നു.

പരകായപ്രവേശത്തിന്റെ ജീവരേഖകൾ ഇനി ചലച്ചിത്രപ്രേമികൾക്ക് സ്വപ്നം.

തികഞ്ഞ ഈശ്വരവിശ്വാസിയായിരുന്നു എം എസ് തൃപ്പൂണിത്തുറ പൂർണ്ണത്രയീശ ക്ഷേത്രത്തിലെ നിത്യസന്ദർശകനായിരുന്നു അദ്ദേഹം. അദ്ദേഹത്തിന്റെ ജീവിതത്തിലേക്ക് ഭാഗ്യലക്ഷ്മി വന്നുചേർന്നതും പൂർണ്ണ ത്രയീശൻ വഴിയാണ്. ഗീത എന്നു വിളിപ്പേരുള്ള ഭാഗ്യലക്ഷ്മി എം എ സ്സിന്റെ പത്നിയാണ്.

"എന്റെ സ്വദേശം നെയ്യാറ്റിൻകരയാണ്. തൃപ്പൂണിത്തുറ പൂർണ്ണത്ര യീശ ക്ഷേത്രത്തിൽ തൊഴാൻ വന്നപ്പോഴാണ് അവിടെ പാർക്കുന്ന രാധ മാമി വഴി അദ്ദേഹത്തെ കാണുന്നത്. ഞങ്ങൾ തമ്മിൽ ഇരുപത് വയ സ്സിന്റെ വ്യത്യാസമുണ്ടായിരുന്നു. പെണ്ണുകാണൽ ചടങ്ങിന് വീട്ടിൽ വന്ന പ്പോൾ അദ്ദേഹം വീണ്ടും വീണ്ടും സൂചിപ്പിച്ച ഒരു കാര്യമുണ്ട്. വീട്ടുകാ രുടെ നിർബന്ധത്തിന് വഴങ്ങി അദ്ദേഹത്തോടൊപ്പമുള്ള വിവാഹത്തിന് തയ്യാറാകരുത് എന്ന്. പക്ഷേ, എന്നെ നന്നായി നോക്കും എന്നു പറഞ്ഞ അദ്ദേഹത്തോട് എനിക്ക് വല്ലാത്തൊരിഷ്ടം തോന്നി." ഭഗവാൻ കനിഞ്ഞു നൽകിയ സ്നേഹത്തിന്റെ വരപ്രസാദം ഭാഗ്യലക്ഷ്മി ഹൃദയത്തിൽ തൊട്ടു.

"വിവാഹത്തിനു ശേഷമാണ് അദ്ദേഹം സിനിമയിലേക്കു വരുന്നത്. പഠിക്കുന്ന കാലത്ത് ബാലെയിലൊക്കെ അഭിനയിക്കുമായിരുന്നു. അതുവഴി നാടകത്തിലെത്തി. നാടകത്തിലഭിനയിക്കുമ്പോൾ വെങ്കിട്ടരാ മൻ എന്നായിരുന്നു പേര്. സിനിമയ്ക്കു വേണ്ടിയാണ് എം എസ് തൃപ്പു ണിത്തുറ എന്ന് പേർ ചുരുക്കിയത്. ഫാക്ട് സ്കൂളിലെ കണക്കു മാഷാ യിരുന്നു അദ്ദേഹം. സിനിമയിൽ സജീവമായതോടെ അദ്ധ്യാപകജോലി നഷ്ടമായി."

ഉദ്യോഗത്തിലെ കണക്കുകൾ തെറ്റിയെങ്കിലും ജീവിതത്തിലെ തെറ്റി പ്പോകാത്ത കണക്കുകളുടെ നേർക്ക് സൗമ്യതയോടെ ഭാഗ്യലക്ഷ്മി മുഖം ചേർക്കുന്നു. ബഹുമുഖ പ്രതിഭയുള്ള കലാകാരനായിരുന്നു എം എസ് തൃപ്പൂണിത്തുറ. ജ്യോത്സ്യം, സംഗീതം, പാചകം തുടങ്ങിയവയിൽ പ്രാവീണ്യവും ഈ സംസ്കൃത പണ്ഡിതനുണ്ടായിരുന്നു.

എം എസ്സിന്റെ സഹോദരിയും പ്രശസ്ത സിനിമാ സീരിയൽ അഭി നേത്രിയുമായ ഗോമതി മഹാദേവൻ അറിയപ്പെടുന്ന സംഗീതജ്ഞ കൂടി യാണ്. ഗാനഗന്ധർവ്വൻ ഡോ. കെ ജെ യേശുദാസിന്റെ ജൂനിയറായി രുന്ന അവർ സംഗീതത്തിൽ സ്വർണ്ണമെഡൽ നേടുകയുമുണ്ടായി. സഹോ ദരിയുടെ സംഗീതപാoങ്ങളിൽ നിന്ന് സപ്തസ്വരങ്ങൾ സ്വന്തമാക്കിയ

എം എസ്സിന്റെ സംഗീതപ്രേമം തിരിച്ചറിഞ്ഞ സഹോദരിയാണ് സംഗീതത്തിന്റെ ബാലപാഠങ്ങൾ പറഞ്ഞുകൊടുത്തത്. അങ്ങനെ എം എസ് സംഗീതലോകത്തും തന്റേതായ ഇടം കണ്ടെത്തി. നാടകത്തിന്റെയും സിനിമയുടെയും തിരക്കുകൾക്കിടയിൽ നിന്ന് കച്ചേരികൾക്കും അദ്ദേഹം സമയം കണ്ടെത്തി.

മാത്രമല്ല തികഞ്ഞ ജ്ഞാനിയും ഈശ്വരവിശ്വാസിയുമായ അദ്ദേഹം പുരാണ പ്രഭാഷണങ്ങളിലും പങ്കെടുത്തിരുന്നു. തലശ്ശേരി അഞ്ചരക്കണ്ടി ഭഗവതിക്ഷേത്രത്തിലെ പുരാണ കഥാപ്രഭാഷണം കഴിഞ്ഞ് മടങ്ങിവരവെയാണ് 2006 മാർച്ച് 8 ന് 65-ാം വയസ്സിൽ അദ്ദേഹത്തിന്റെ വിയോഗമുണ്ടായതും.

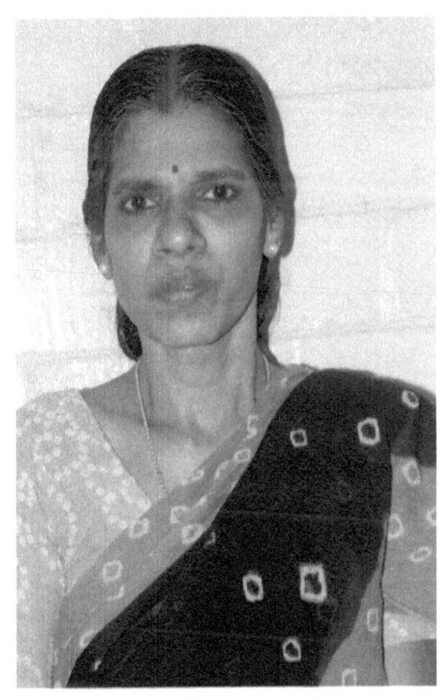

ഭാഗ്യലക്ഷ്മി തൃപ്പുണിത്തുറ

"പൂർണ്ണത്രയീശ ക്ഷേത്രത്തിലെ ഉത്സവത്തിന്റെ എട്ടുദിവസങ്ങളിൽ അദ്ദേഹം ആർക്കും ഡേറ്റ് നൽകാറില്ല. സിനിമയിൽ അഭിനയിക്കുന്നതിനെക്കാൾ വലിയ പ്രതിഫലം ലഭിക്കുമായിരുന്ന ഗൾഫ് സ്റ്റേജ് പ്രോഗ്രാമുകൾ പോലും ഉത്സവം പ്രമാണിച്ച് ഒരുപാടു പ്രാവശ്യം നിരസിച്ചിട്ടുണ്ട്."

പൂർണ്ണത്രയീശനോടുള്ള അദ്ദേഹത്തിന്റെ അളവറ്റ ഭക്ത്യാദരത്തിൽ ഭാഗ്യലക്ഷ്മി നിറമിഴികളോടെ അഞ്ജലി കൂപ്പി വണങ്ങുന്നു.

പൂർണ്ണത്രയീശനോടുള്ള നിർമ്മല ഭക്തിയിൽ പദമുറപ്പിച്ച അദ്ദേഹം തന്റെ മൂന്നു പെൺമക്കൾക്കുമുള്ള പേരുകൾ ആ പൂജാപാത്രത്തിൽ നിന്നുതന്നെ കണ്ടെടുക്കുകയായിരുന്നു. പൂർണ്ണിമ, പുഷ്പ, പൂജ എന്നിങ്ങനെ... മുത്ത മകൾ പൂർണ്ണിമ വിവാഹിതയായി ബാംഗ്ലൂരിലാണ്. പുഷ്പ എറണാകുളത്ത് ഇൻഫോപാർക്കിൽ ജോലി ചെയ്യുന്നു. പൂജ എൻജിനീയറിംഗ് വിദ്യാർത്ഥിനിയും.

"വെളുപ്പിന് നാലു മണിക്കു തന്നെ അദ്ദേഹം ഉണരും. അദ്ദേഹം വീട്ടിലുള്ള ദിവസങ്ങളിൽ എനിക്ക് ഒന്നും അറിയേണ്ടിവരില്ല. പാചകം ഉൾപ്പെടെയുള്ള ജോലികൾ ഏറ്റെടുക്കും. പാചകത്തിൽ അദ്ദേഹത്തിന്റെ കൈപ്പുണ്യം ഒന്നു വേറെയായിരുന്നു..."

സ്നേഹരുചികൾ ഭാഗ്യലക്ഷ്മിയുടെ നാവിൽ തൊട്ടു. ഈ പാചക നൈപുണ്യം എം എസ്സിന് പരമ്പരാഗതമായി ലഭിച്ചതാണ്. കൊച്ചി മഹാ

രാജാവിന്റെ കൊട്ടാരത്തിലെ പാചകവിദഗ്ദ്ധനായിരുന്നു എം എസ്സിന്റെ മുത്തച്ഛനായ വീരരാഘവ അയ്യർ. തലമുറകളുടെ രുചിപാരമ്പര്യം എം എസ്സിനു സ്വന്തം.

ഏതാണ്ട് മുന്നൂറോളം സിനിമകളിൽ വേഷമണിഞ്ഞ എം എസ്സിന്റെ ആദ്യചിത്രം കടലാമയാണ്. ഒരു മിന്നാമിനുങ്ങിന്റെ നുറുങ്ങുവെട്ടം, പെരുന്തച്ചൻ, ഹിസ് ഹൈനസ് അബ്ദുള്ള, സാന്ത്വനം, ഭരതം, യോദ്ധ തുടങ്ങി ഒട്ടേറെ ചിത്രങ്ങളിലെ എം എസ് ടച്ചിലൂടെ ചിരിപ്പിക്കുകയും ചിന്തിപ്പിക്കുകയും ചെയ്തുകൊണ്ട് പ്രേക്ഷക മനസ്സിനോട് ചേർന്നു നിൽക്കാൻ ആ അഭിനയപ്രതിഭയ്ക്കു കഴിഞ്ഞു. മലയാളി എന്നും നെഞ്ചേറ്റുന്ന ഒരു ഗാനമാണ് 'കാക്കോത്തിക്കാവിലെ അപ്പൂപ്പൻതാടി' എന്ന ചിത്രത്തിലെ "കണ്ണാം തുമ്പീ പോരാമോ..." എന്നു തുടങ്ങുന്ന ഗാനം. ആ ഗാനരംഗത്തിൽ എം എസ്സിന്റെ അഭിനയചാരുത വ്യക്തമാണ്.

അതുപോലെ 'യോദ്ധ'യിലെ കുട്ടിമാമൻ എന്ന കഥാപാത്രത്തെ പ്രേക്ഷകർ മറക്കാനിടയില്ല. എങ്കിലും എം എസ്സിന് ഏറ്റവുമിഷ്ടം 'സോപാന'ത്തിലെ തന്റെ കഥാപാത്രത്തോടായിരുന്നു.

"എനിക്കദ്ദേഹത്തിന്റെ എല്ലാ സിനിമകളും ഇഷ്ടമാണ്. പക്ഷേ മക്കൾക്ക് പത്രം, യോദ്ധ, സോപാനം തുടങ്ങിയ സിനിമകളൊക്കെയാണ് ഇഷ്ടം." ഭാഗ്യലക്ഷ്മി തന്റെ സിനിമാനയം വ്യക്തമാക്കി.

മലയാള സിനിമ ആദരവ് കാട്ടേണ്ടവരോട് യഥാകാലം ആദരവ് കാട്ടുന്നില്ല എന്നത് ഒരു ദുഃഖസത്യമാണ്. മുന്നൂറോളം സിനിമകളിൽ വിവിധ വേഷങ്ങൾ ചെയ്ത എം എസ്സിന് ഒരു ബഹുമതിയും ലഭിച്ചിട്ടില്ല. എന്നാൽ ബഹുമതികൾക്കപ്പുറത്തേക്ക് കഥാപാത്രങ്ങളിലൂടെ സവിശേഷ വ്യക്തിത്വം പ്രേക്ഷകരിലേക്ക് സന്നിവേശിപ്പിക്കാൻ എം എസ്സിന് സാധിച്ചിട്ടുണ്ട്.

"അദ്ദേഹത്തിന് അവാർഡ് കിട്ടാത്തതുകൊണ്ട് വിഷമമൊന്നും ഉണ്ടായിട്ടില്ല. അത്തരമൊരാഗ്രഹം ഉണ്ടായിരുന്നില്ല. അതു കൊണ്ടായിരിക്കും വിഷമമുണ്ടാകാതെ പോയത്." – ഭാഗ്യലക്ഷ്മിയുടെ വാക്കുകൾ.

എന്നാൽ നാടകം അദ്ദേഹത്തിന് ബഹുമതി നേടിക്കൊടുത്തു. മോചനം എന്ന നാടകത്തിലെ അഭിനയത്തിന് കേരള സർക്കാരിന്റെ മികച്ച നടനുള്ള പുരസ്കാരം എം എസ്സിന് ലഭിച്ചു.

അദ്ദേഹത്തിന്റെ വിയോഗശേഷം മാക്ട എന്ന സിനിമാ സംഘടനയിൽ നിന്ന് ചെറിയ ധനസഹായം ലഭിച്ചിരുന്നതൊഴിച്ചാൽ മറ്റൊന്നും കിട്ടിയിരുന്നില്ല എന്ന് എം എസ്സിന്റെ പത്നി പറയുന്നു.

"പണത്തിനോട് ആർത്തിയുള്ള സ്വഭാവമായിരുന്നില്ല അദ്ദേഹത്തിന്. കച്ചേരിക്കു പോയാലും പ്രഭാഷണങ്ങൾക്കായാലും സിനിമയിലോ നാടകത്തിലോ ഒന്നും പ്രതിഫലം പിടിച്ചുവാങ്ങുന്ന സ്വഭാവം അദ്ദേഹത്തിനില്ലായിരുന്നു. കിട്ടുന്നതു വാങ്ങി തൃപ്തിയടയും. ആ സ്വഭാവം പലരും ചൂഷണം ചെയ്തിട്ടുണ്ട്."

എം എസിന്റെ വിയോഗശേഷം കുടുംബം എങ്ങനെ മുന്നോട്ടു പോയി

എന്ന ചോദ്യത്തിന് ഭാഗ്യലക്ഷ്മിയുടെ മറുപടി ഇതാണ്.

"പൂർണ്ണത്രയീശൻ ഞങ്ങളോടൊപ്പമുള്ളതുകൊണ്ട് എല്ലാ കാര്യ ങ്ങളും ബുദ്ധിമുട്ടുണ്ടാകാതെ അതിന്റേതായ സമയത്ത് നടന്നുപോ കുന്നു."

"പലപ്പോഴും ജീവിതത്തിന്റെ ബുദ്ധിമുട്ടുകൾ അനുഭവപ്പെടുന്ന നിമിഷം മറ്റുള്ളവർ സഹായത്തിനെത്തുന്നത് അദ്ദേഹം ചെയ്ത പുണ്യ പ്രവർത്തികളുടെ ഫലമാണ്."

പരുക്കൻ ശബ്ദവും വലിയ ശരീരവും പ്രേക്ഷകർക്കു മുന്നിൽ വില്ലൻ പരിവേഷം നൽകിയിരുന്നുവെങ്കിലും എം.എസ്സ് ജീവിതത്തിൽ ഉദാരമനസ്കനായിരുന്നു. സഹായം അഭ്യർത്ഥിച്ചുവരുന്നവരെ നിരാശ രാക്കാറുമില്ല. സാമ്പത്തികമാണെങ്കിലും ശുപാർശയാണെങ്കിലും ജാതി മതഭേദമെന്യേ അദ്ദേഹം സഹായിക്കുമായിരുന്നു.

മാത്രമല്ല, വിപുലമായ ഒരു സൗഹൃദവലയം അദ്ദേഹത്തിനുണ്ടാ യിരുന്നു. എവിടെ ചെന്നാലും അവിടെയെല്ലാം നിരവധി സ്നേഹിതന്മാരെ സൃഷ്ടിക്കുന്ന വ്യക്തിവിശേഷമായിരുന്നു അദ്ദേഹത്തിന്റേത്. എല്ലാവ രോടും സ്നേഹമുള്ള മനസ്സായിരുന്നു.

"മാതാപിതാക്കൾ ചെയ്യുന്ന പ്രവൃത്തി നല്ലതാണെങ്കിലും ചീത്ത യാണെങ്കിലും അതു മക്കളിൽ വന്നുചേരുമെന്നാണ് ഞങ്ങളുടെ വിശ്വാസം. അത് സഫലമാകുകയും ചെയ്തു." എം.എസ്സിന്റെ പത്നി പറയുന്നു. വിവാഹത്തിനു ശേഷം ഞാൻ അദ്ദേഹത്തെ ഓർമ്മിപ്പിക്കുമാ യിരുന്നു – മൂന്നു പെൺകുട്ടികളാണ്, എന്തെങ്കിലുമൊക്കെ സമ്പാദിച്ചു വയ്ക്കണമെന്ന്. പക്ഷേ അദ്ദേഹം പറയുന്ന മറുപടി, എന്റെ മക്കളെ പൂർണ്ണത്രയീശൻ നോക്കിക്കൊള്ളും എന്നായിരുന്നു. അദ്ദേഹത്തിന്റെ ഈശ്വരഭക്തിയും നല്ല മനസ്സും കൊണ്ട് എല്ലാം ഭംഗിയായി പോകുന്നു."

ഭാഗ്യലക്ഷ്മിയുടെ ഉള്ളത്തിൽ നന്മനിറഞ്ഞ ഒരു പാദമുദ്ര പതിഞ്ഞു കിടക്കുന്നു.

ഫാക്ട് സ്കൂളിലെ ഗണിതാദ്ധ്യാപകനായിരുന്ന എം.എസ്സിന് സിനി മയിലെ തിരക്കുമൂലം ഉദ്യോഗത്തിൽ ശ്രദ്ധ പതിപ്പിക്കാൻ സാധിച്ചില്ല. സ്കൂളിൽ നിന്നും ദീർഘ അവധിയിൽ പ്രവേശിച്ച അദ്ദേഹത്തിന് അധി കാരികളിൽ നിന്നും വിമർശനം നേരിടേണ്ടിവന്നു. പിന്നീട് അദ്ദേഹത്തെ ജോലിയിൽ നിന്നും പിരിച്ചുവിട്ടു. ഇതേ തുടർന്ന് എം.എസ്. കോടതിയെ സമീപിച്ചെങ്കിലും അദ്ദേഹത്തിന്റെ വിയോഗശേഷമാണ് കേസ് ഒത്തു തീർപ്പായത്.

ജീവിതത്തിൽ പാലിച്ചിരുന്ന ചില നിഷ്ഠകളാണ് അദ്ദേഹത്തെ മറ്റു ള്ളവരിൽ നിന്നും വ്യത്യസ്തനാക്കിയിരുന്നത്. സിനിമയിൽ തിരക്കേറിയ സമയത്ത് ഒരു മാനേജരെ വയ്ക്കാൻ പലരും ആവശ്യപ്പെട്ടിരുന്നെങ്കിലും അദ്ദേഹത്തിന് അതിൽ താൽപ്പര്യമില്ലായിരുന്നു. അതുപോലെ മൊബൈൽ ഫോൺ ഉപയോഗിക്കുന്നതിലും അദ്ദേഹം വൈമുഖ്യം പ്രക ടിപ്പിച്ചിരുന്നു.

എം എസ്സിന്റെ സിനിമയിലെ ഡേറ്റും മറ്റു കാര്യങ്ങളും നോക്കിയി രുന്നത് പത്നി ഭാഗ്യലക്ഷ്മി തന്നെയായിരുന്നു. എല്ലാ വിവരങ്ങളും ലാൻഡ്ഫോണിലൂടെയായിരുന്നു കൈമാറിയിരുന്നത്. "ഷൂട്ടിംഗ് ലൊക്കേ ഷനിൽ ആയിരിക്കുമ്പോൾ അത്യാവശ്യവിവരങ്ങൾ അറിയിക്കാൻ വേണ്ടി, താമസിക്കുന്ന ഹോട്ടലിലെ നമ്പർ നൽകുമായിരുന്നു. ഷൂട്ടിംഗ് കഴിഞ്ഞ് റൂമിലെത്തിയാൽ കിടക്കുംമുമ്പ് അദ്ദേഹം വീട്ടിലേക്ക് വിളിക്കും. മക്കളോടൊക്കെ സംസാരിക്കും. അതുകൊണ്ടു തന്നെ അദ്ദേഹം അരി കിലില്ലെന്ന തോന്നൽ ഉണ്ടായിട്ടില്ല. കുടുംബസമേതം വർഷത്തിലൊരി ക്കൽ മൂകാംബികയിൽ പോകുന്ന പതിവും ഉണ്ടായിരുന്നു.

അദ്ദേഹത്തിന്റെ അഞ്ചു സഹോദരങ്ങളിൽ ഇപ്പോൾ ഒരു ജ്യേഷ്ഠനും രണ്ടു സഹോദരിമാരും ജീവിച്ചിരിപ്പുണ്ട്. ഞങ്ങൾ ഇപ്പോൾ താമസിക്കുന്ന വീട് ശരിക്കും ഒരു പശുത്തൊഴുത്തായിരുന്നു. അത് കുറച്ച് മാറ്റങ്ങളൊക്കെ വരുത്തിയ ശേഷമാണ് വിവാഹശേഷം ഞങ്ങൾ താമ സിച്ചുവന്നത്. അടുത്തുതന്നെയാണ് അദ്ദേഹത്തിന്റെ തറവാട്. അതൊക്കെ ഭാഗം വച്ച് അങ്ങനെയങ്ങു പോയി."

തറവാട്ടുവിശേഷങ്ങളുടെ ഗതിവിഗതികളിലൂടെ ഭാഗ്യലക്ഷ്മി കണ്ണോടിച്ചു.

എല്ലാ ജീവിതത്തിലും നോവിന്റെയും നിറവിന്റെയും ചെറുവഴിക ളുണ്ട്. ദൂരെ പൂർണ്ണത്രയീശന്റെ പാദാരവിന്ദങ്ങളിലിരുന്ന് സൗമ്യമായി ഒരാൾ സദാ പ്രിയപ്പെട്ടവരെ നോക്കുന്നുണ്ട്. ഇനി അയാളില്ലാത്ത ഉപ വകാലങ്ങളാണ്. ഇനി അദ്ദേഹത്തിന്റെ നന്മയുടെ നിറവിൽ, സ്നേഹ ത്തിന്റെ ഓർമ്മയിൽ ഭാഗ്യലക്ഷ്മിക്ക് തനിയെ ഒരുപാട് ദൂരം സഞ്ചരി ക്കാനുണ്ട്. മക്കളെ ജീവിതത്തിന്റെ സുരക്ഷിതത്വത്തിലേക്ക് കൊണ്ടു പോകേണ്ടതുണ്ട്. തൃപ്പൂണിത്തുറയിലെ വീട്ടിലിരുന്ന് പ്രാർത്ഥനയോടെ, ജീവിതവെളിച്ചത്തിനു നേർക്ക് അവർ കൈ കൂപ്പുന്നു.

"എല്ലാം പൂർണ്ണത്രയീശന്റെ അനുഗ്രഹം." സീമന്തരേഖയിൽ നിന്ന് സിന്ദൂരത്തിന്റെ ഓർമകൾ ഒരിക്കലും മാഞ്ഞുപോകില്ല.

മഴവില്ലിന്റെ വാതിൽ തുറന്ന്...

എല്ലാം നേരത്തെ കുറിച്ചുവച്ചിരുന്നു. താളിയോലകളുടെ പൗരാ
ണികഗരിമയിൽ ജീവിതഗാനത്തിന്റെ സ്വരസ്ഥാനങ്ങൾ ദേവനാരായം
സൂര്യലിപികളാൽ കോറിയിട്ടു.

അല്ലെങ്കിൽ പന്ത്രണ്ടുവയസ്സുള്ള ഒരു കൊച്ചുബാലിക, കൊല്ലം മുള
ങ്കാടകം ക്ഷേത്രമൈതാനത്ത് തന്റെ ആരാധ്യഗായകൻ ബ്രഹ്മാനന്ദൻ
പാടുന്നതു കേൾക്കണമെന്ന് ആഗ്രഹിച്ച്, അച്ഛൻ വരുന്നതും നോക്കി
പാതിരാവോളം ഉറങ്ങാതെ കാത്തിരിക്കില്ലായിരുന്നല്ലോ.

അഷ്ടമുടിക്കായലിലൂടെ ചങ്ങാടത്തിലേറി 'മാനത്തെക്കായലിൽ...'
മൂളി, ഓളപ്പരപ്പിൽ തൊട്ടുഴിഞ്ഞ്, പാട്ടുകാരനെ ഉള്ളിൽനിറച്ച് താരകരു
പിണിയായി അവൾ...

ദൂരെനിന്നേ കണ്ടു; വേദി നിറഞ്ഞ് പൊലിക്കുന്ന രൂപസൗകുമാര്യം.
ദൂരെനിന്നേ കേട്ടു; അനന്യമായ സ്വരവിശുദ്ധി. ദൂരെനിന്നേ അറിഞ്ഞു;
ആ ആലാപനസൗഗന്ധികം.

പിന്നെ മൂളിപ്പാട്ടു പാടിനടന്ന ഒരു കന്നിനിലാവ് ദാവണിയിലേക്കു

വഴിമാറിയപ്പോൾ ആദ്യം വിവാഹാലോചനയുമായി എത്തിയത് തന്റെ പ്രിയഗായകന്റെ വീട്ടുകാരായിരുന്നു.

താൻ ആരാധിക്കുന്ന 'നീലനിശീഥിനി' മുന്നറിയിപ്പുകളേതുമില്ലാതെ എത്തിയത് ദൈവനിയോഗം. പിന്നെയും വർഷങ്ങളുടെ നീണ്ട യാത്ര കൾ. അപ്പോഴും അതേ വിവാഹാലോചന. ഒടുവിൽ അദ്ദേഹത്തിന്റെ അച്ഛനും അമ്മാവനും കൂടി പെൺവീട്ടിലെത്തി. അവർ അവളെ അറി യിച്ചു; "നീ തന്നെ ഞങ്ങൾക്ക് മരുമകൾ."

ആലോചനകളിലെ മുടക്കവിസ്താരങ്ങളുടെ മൂന്നാണ്ടുകൾക്കു ശേഷം മുളങ്കാടകം ക്ഷേത്രത്തിൽ വച്ച് ബ്രഹ്മാനന്ദൻ ഉഷയെ തന്റെ ജീവനോട് കൂട്ടിച്ചേർത്തു.

പ്രസിദ്ധ ചിത്രകാരൻ പാരീസ് വിശ്വനാഥന്റെ ജ്യേഷ്ഠൻ ആനന്ദ ന്റെയും രത്നമ്മയുടെയും നാലുമക്കളിൽ മൂത്തയാളാണ് ഉഷ. സംഗീ തവും കഥയെഴുത്തും ചിത്രരചനയും ഉള്ളിൽ നിറച്ച ഉഷ പിന്നീട് ത ന്റെ പ്രിയപ്പെട്ടവന്റെ ദേവരാഗത്തിന് ജീവവീണ മീട്ടി.

എല്ലാം ദേവിയുടെ കൃപ. മുളങ്കാടകം ഭഗവതിക്ക് നേർന്നുണ്ടായ തനിക്ക് അതേ തിരുനടയിൽവച്ച് ചോറൂണും നടത്തി. അതേ തിരുനട യിൽവച്ച് തന്റെ ജീവിതപങ്കാളിയെ കണ്ടെത്താനായതും ദേവീകൃപയ ല്ലാതെ മറ്റെന്താണെന്ന് അവർ വിനീതയാകുന്നു.

കടയ്ക്കാവൂരിലെ പ്രശസ്തമായ കലാകുടുംബത്തിലായിരുന്നു ബ്രഹ്മാനന്ദന്റെ ജനനം. കാവും കുളവുമൊക്കെയുള്ള പുരാതനതറവാട്. കാവിൽ വിളക്കുവയ്ക്കേണ്ടത് കുട്ടിയായ ബ്രഹ്മാനന്ദന്റെ ചുമതലയാ യിരുന്നു. വൃക്ഷങ്ങളും വള്ളിപ്പടർപ്പുകളും നിറഞ്ഞ കാവിൽ പേടിയോ ടെയാണ് പോകുന്നത്. പേടിമാറ്റാൻ വേണ്ടി ഉറക്കെ പാട്ടുകൾ പാടും. ഒരിക്കൽ പാട്ടുകേൾക്കാനിടയായ ജ്യേഷ്ഠന്റെ നിർദേശപ്രകാരമാണ് ബ്രഹ്മാനന്ദനെ പാട്ടുപഠിക്കാനയച്ചത്. സുന്ദരം ഭാഗവതരായിരുന്നു ആദ്യ ഗുരു.

പിൽക്കാലത്ത് പിന്നണിഗായകനായി മദ്രാസിൽ താമസമാക്കിയ അവസരത്തിലും സംഗീതപഠനം അദ്ദേഹം മുടക്കിയില്ല. ടി കെ ജയറാം ആയിരുന്നു അന്നത്തെ ഗുരുനാഥൻ. അദ്ദേഹത്തിന് തന്റെ ശിഷ്യന്റെ ആലാപനശൈലിയും ശബ്ദവും വളരെ പ്രിയമായിരുന്നു. 'നിന്റെ ശബ്ദം എനിക്കുണ്ടായിരുന്നെങ്കിൽ ഈ ലോകം മുഴുവൻ എന്റെ കയ്യിലിരു ന്നേനെ' എന്ന് അദ്ദേഹം തന്റെ ശിഷ്യനെ അനുഗ്രഹിച്ചു.

ഗായകരിൽ ആരെയാണ് ഏറെയിഷ്ടം? എന്ന കുസൃതിച്ചോദ്യത്തിന് 'അദ്ദേഹത്തെയല്ലാതെ മറ്റാരെയാണ് എനിക്കിഷ്ടപ്പെടാൻ കഴിയുക' എന്ന മറുചോദ്യത്തിന്റെ ഹൃദയവനികയിൽ സ്നേഹാനന്ദത്തിന്റെ നെയ്യാ മ്പലുകൾ തളിർത്തു.

അദ്ദേഹത്തിന്റെ ശബ്ദത്തിൽ ഒരു മാസ്മരികതയുണ്ടായിരുന്നു. ആ ആലാപനശൈലി ആർക്കും അത്രപെട്ടെന്ന് അനുകരിക്കാൻ പറ്റുന്നതുമല്ല. ഒരു തലമുറയ്ക്ക് ഒരിക്കലും മറക്കാൻ കഴിയാത്ത ഒട്ടനവധി ഗാനങ്ങൾ

സമ്മാനിച്ച ബ്രഹ്മാനന്ദന്റെ പത്നി ഉഷ പറയുന്നു.

ഗാന ഗന്ധർവ്വൻ യേശുദാസിന്റെ സ്നേഹാം ഗീകാരം എന്നും ബ്രഹ്മാന ന്ദനുണ്ടായിരുന്നു. ഒരിക്കൽ ബോംബെയിൽ വച്ചു നട ത്തിയ ഒരു പരിപാടിക്ക് തനിക്കുപകരം ബ്രഹ്മാന ന്ദന്റെ പേർ അദ്ദേഹം നിർദ്ദേശിക്കുകയുണ്ടായി.

നാടക ഗാനങ്ങൾ ആലപിച്ചു കൊണ്ടാണ് അദ്ദേഹം സംഗീതരംഗ ത്തേക്ക് വരുന്നത്. ഒപ്പം ക്ഷേത്രങ്ങളിൽ കച്ചേരി നട ത്തി. പ്രശസ്ത സംഗീത സംവിധായകൻ രാഘവൻ മാഷാണ് ബ്രഹ്മാനന്ദനെ

ഉഷ ബ്രഹ്മാനന്ദൻ

സിനിമാപിന്നണിഗാനരംഗത്തേക്ക് കൊണ്ടുവന്നത്. 21-ാം വയസ്സിൽ 'കള്ളി ച്ചെല്ലമ്മ' എന്ന ചിത്രത്തിനുവേണ്ടി 'മാനത്തെക്കായലിൻ...' എന്ന ഗാന മാണ് ആദ്യം പാടിയത്. തുടർന്ന് ഏതാണ്ട് മുന്നൂറോളം ചിത്രങ്ങളിൽ പാടി. പിന്നീട് നിരവധി ആൽബങ്ങളിലും അദ്ദേഹത്തിന്റെ സ്വരഗംഗ ഒഴുകി.

കേന്ദ്രഗവവൺമെന്റിന്റെ ലളിതഗാനത്തിനുള്ള പുരസ്കാരം, നാട കഗാനത്തിനുള്ള അവാർഡുകൾ, ക്രിട്ടിക്സ് അവാർഡ് തുടങ്ങി ഒട്ടനവധി പുരസ്കാരങ്ങൾ ആ സംഗീതപ്രതിഭയെത്തേടിയെത്തിയിട്ടുണ്ട്.

എന്നാൽ ഇതിനെല്ലാം ഉപരിയായി ജനഹൃദയങ്ങൾ ഏറ്റുവാങ്ങുന്ന താണ് ഏറ്റവും വലിയ പുരസ്കാരം എന്ന് ഉഷ വിനീതയാകുന്നു. മല യാളികൾക്ക് ഒരിക്കലും മരിക്കാത്ത കുറെയേറെ ഗാനങ്ങൾ അദ്ദേഹം നൽകി. ഹൃദയാധരങ്ങൾ ഇന്നും അവ പാടി നടക്കുന്നു. അതിനുള്ള തെളിവാണല്ലോ അദ്ദേഹത്തിന്റെ വേർപാടിനുശേഷവും കുടുംബാംഗങ്ങ ൾക്കു ലഭിക്കുന്ന സ്നേഹം.

ദൂരെ ദേശങ്ങളിൽ നിന്നുപോലും ഇപ്പോഴും ധാരാളംപേർ വിളിക്കാ റുണ്ട്. ചലച്ചിത്രമേഖലയിൽ നിന്നും മറ്റെല്ലായിടത്തുനിന്നും അളവറ്റ സ്നേഹം ഇപ്പോഴും ലഭിക്കുന്നു. മകനും ഏറെ സ്നേഹവാത്സല്യങ്ങൾ ലഭിക്കുന്നു. സംഗീതത്തിന്റെ ദൈവികതയാണിത്. ഉഷ ഹൃദയചിത്രത്തിൽ മിഴിപൂട്ടി.

മലയത്തിപ്പെണ്ണ്, കന്നിനിലാവ് എന്നീ ചിത്രങ്ങൾക്ക് ബ്രഹ്മാനന്ദൻ സംഗീതസംവിധാനം നിർവ്വഹിച്ചു. 'മത്തിച്ചാറ് മണക്കിണ്...' എന്നു തുട

ങ്ങുന്ന ഗാനം ഹിറ്റായിരുന്നു. ആ കാലങ്ങളിൽ വിദേശപ്രോഗ്രാമുകൾക്ക് പോകുന്ന മലയാളത്തിന്റെ വാനമ്പാടി കെ എസ് ചിത്രയോട് പ്രേക്ഷ കർ ആദ്യം ആവശ്യപ്പെടുന്നത് ഈ ഗാനമായിരുന്നു. ചിത്ര പലതവണ ബ്രഹ്മാനന്ദനെ വിളിച്ച് ഈ സന്തോഷം പങ്കുവെച്ചു.

അദ്ദേഹത്തിന്റെ വിയോഗശേഷം സ്വരലയ-കൈരളി അനുസ്മരണ ത്തിൽ കെ എസ് ചിത്ര ബ്രഹ്മാനന്ദന്റെ മകൻ രാകേഷ് ബ്രഹ്മാനന്ദനു മൊത്ത് ഈ ഗാനം നിറകണ്ണുകളോടെ പാടുകയുണ്ടായി.

ബ്രഹ്മാനന്ദന്റെ മക്കളായ ആതിരയും രാകേഷ് ബ്രഹ്മാനന്ദനും സംഗീതാഭിരുചിയുള്ളവരാണ്. രാകേഷ് നിരവവധി സിനിമകളിൽ പാടി. ഒപ്പം ആൽബങ്ങളും സംഗീതപ്രോഗ്രാമുകളും ചെയ്യുന്നു.

മക്കളെ ഒരു കാര്യവും അടിച്ചേൽപ്പിക്കാത്ത പിതാവായിരുന്നു അദ്ദേഹം. മകൾ അവൾക്കേറ്റവും ഇഷ്ടപ്പെട്ട 'നീലനിശീഥിനി..' എന്ന ഗാനം മൂളിനടക്കുമ്പോഴും അവളെ ഗായികയാക്കണമെന്ന് അദ്ദേഹം മോഹിച്ചില്ല. അവനവന്റെ വഴി അവനവൻ കണ്ടെത്തണം എന്ന സിദ്ധാ ന്തക്കാരനായിരുന്നു. ചാൻസിനു വേണ്ടി ആരുടെയും മുന്നിൽ നിൽക്കാ തിരുന്ന അഭിമാനിയായ ഗായകൻ.

'ദേവഗായകനെ ദൈവം ശപിച്ചു...' എന്ന ഗാനമാണ് സിനിമയ്ക്കു വേണ്ടി അദ്ദേഹം അവസാനമായി പാടിയത്. ആ വരികൾ അറംപറ്റുന്ന പോലെയായിരുന്നു. പിന്നീട് സിനിമയിൽ ചാൻസുകൾ കുറഞ്ഞു. 'ആ പാട്ടിലെപ്പോലെയായയല്ലോ' എന്ന് അദ്ദേഹം ഇടയ്ക്കൊക്കെ പറഞ്ഞിരുന്നു.

ബ്രഹ്മാനന്ദൻ കടുത്ത മുരുകഭക്തനായിരുന്നു. കടയ്ക്കാവൂരിൽ പണികഴിപ്പിച്ച വീടിന് 'തിരുത്തനി' എന്നാണ് പേരിട്ടത്. മുരുകന്റെ ആറു വീടുകളിൽ ഒരു വീടിനുള്ള പേരാണത്രേ അത്.

അദ്ദേഹത്തിന് വെറ്റിലമുറുക്ക് ഒരു ശീലമായിരുന്നു. ഭക്ഷണത്തിന് പ്രത്യേകിച്ച് നിർബന്ധം ഉണ്ടായിരുന്നില്ല. സസ്യാഹാരമായിരുന്നു കൂടു തലും. ആകെയുള്ള നിർബന്ധം മുടങ്ങാതെ എല്ലാ വ്യാഴാഴ്ചയും മുരു കന്റെ ക്ഷേത്രത്തിൽ ദർശനം നടത്തുക എന്നതായിരുന്നു.

പുലർകാലത്തുണർന്ന് കണ്ണിൽ നിന്ന് അശ്രുക്കൾ പൊടിഞ്ഞുവരു വോളം കഠിനമായ സാധകം അദ്ദേഹം നടത്തിയിരുന്നു എന്ന് മദ്രാസിലെ സുഹൃത്തുക്കൾ പറഞ്ഞിരുന്നത് ഉഷ ഓർക്കുന്നു.

വിവാഹശേഷം മദ്രാസിലായിരുന്നു താമസിച്ചിരുന്നത്. അദ്ദേഹം പ്രോഗ്രാമിനുപോകുമ്പോൾ 'ശ്രദ്ധിച്ചോളണേ' എന്നു പറഞ്ഞ് എന്നെ ഏൽപ്പിച്ചു പോകുന്നത് ഇന്നത്തെ പ്രശസ്ത നടനും സംവിധായകനു മായ ശ്രീനിവാസനെയായിരുന്നു. അക്കാലങ്ങളിൽ ശ്രീനിവാസൻ മിക്ക പ്പോഴും എഴുത്തുപണികളിൽ വ്യാപൃതനായിരുന്നു. എങ്കിലും ഇടയ്ക്കിടെ വന്ന് കുറച്ചു ചുക്കുവെള്ളം വാങ്ങിക്കുടിച്ച് ഉത്തരവാദിത്വം പ്രകടിപ്പിച്ചു. അദ്ദേഹം ഇപ്പോഴും രാകേഷ് ബ്രഹ്മാനന്ദനോട് വിശേഷങ്ങൾ തിരക്കാ റുണ്ട്.

മദ്രാസിൽ വച്ച് അടൂർ ഭാസി, ചന്ദ്രാജി തുടങ്ങി ഒട്ടനവധി പേർ

അദ്ദേഹം വൈകിട്ട് മടങ്ങിയെത്തുന്നതും കാത്തിരിക്കും. വന്നുകഴിഞ്ഞാൽ പിന്നെ എല്ലാവരും കൂടി രാത്രി വൈകുവോളം പാട്ടുപാടിക്കും. പാട്ടുകേട്ട് ഞാനുറങ്ങിപ്പോകും.

കുടുംബകാര്യങ്ങളിൽ അധികം ഇടപെടുന്ന സ്വഭാവം ഉണ്ടായിരുന്നില്ല അദ്ദേഹത്തിന്. പൊതുവെ മിതഭാഷിയാണ്. വീട്ടുകാര്യങ്ങളുടെയും കുഞ്ഞുങ്ങളുടെയും ചുമതല ഞാൻ തന്നെ നിർവ്വഹിച്ചു. ഉള്ളിലും പുറത്തും സംഗീതത്തിൽ ലയിച്ച് അദ്ദേഹം. എന്തെങ്കിലും അനിഷ്ടമുള്ള കാര്യമുണ്ടെങ്കിൽ അരുതെന്ന ഒറ്റവാക്ക്. അതിനപ്പുറം ഇല്ല. അത് നമ്മൾ ചെയ്യാൻ പാടില്ല. അടുക്കും ചിട്ടയുമുള്ള ജീവിതമായിരുന്നു അദ്ദേഹത്തി ന്റെത്. ഉഷ മനസ്സുതുറന്നു.

അദ്ദേഹത്തിന് കടുത്ത പ്രമേഹമുണ്ടായിരുന്നു. ഇടയ്ക്ക് സ്കൂട്ടർ അപകടം ഉണ്ടായി, വ്രണം ഉണങ്ങിയില്ല. അതിന്റെ പ്രശ്നങ്ങൾ ഏറെ, എങ്കിലും ഹൃദയാഘാതത്തിലാണ് വിട്ടുപിരിഞ്ഞത്. ഡോക്ടർ നേരത്തെ പറഞ്ഞിരുന്നു ഏതുനിമിഷവും എന്തും സംഭവിക്കുമെന്ന്. ഹൃദയത്തിനും ജീവിതത്തിനുമിടയിൽ കണ്ണുനീർക്കല്ലുകൾ കൊണ്ട് അണക്കെട്ടുനിർമ്മിച്ച് ദൈവങ്ങൾക്കുമുൻപിൽ ഉഷ കൈകൂപ്പി.

ഒടുവിൽ ഒരു ആഗസ്റ്റ് 10ന് തന്റെ 58–ാം വയസ്സിൽ മകളുടെ ക യ്യിൽ നിന്ന് രണ്ടുഗ്ലാസ് വെള്ളം വാങ്ങിക്കുടിച്ച്, മകൻ കൊടുത്ത ശ്വാ സം തിരിച്ചേൽപ്പിച്ച് 'വേണ്ട പെണ്ണേ എനിക്കെങ്ങും പോകണ്ട' എന്നു മന്ത്രിച്ച് പ്രിയതമയുടെ നെഞ്ചിൽ തലചായ്ച്ച് അദ്ദേഹം കണ്ണുകളടച്ചു.

മാനത്തെ കായലിലൂടെ ഒരു കളിയോടം ഒഴുകിപ്പോയി

ഇക്കരെ പ്രതീക്ഷാകണ്ണുകൾ ബാക്കിയായി. അസ്ഥിത്തറയിൽ കണ്ണീരും പരിഭവങ്ങളും കൊളുത്തിവെച്ച്, ചെറുമകൻ ജോഹാനെ കൊഞ്ചിച്ച്, മക്കളുടെയും സുഹൃത്തുക്കളുടെയും പ്രിയപ്പെട്ടവരുടെയും സ്നേഹകരുതലുകളിൽ ഉഷ ജീവിക്കുന്നു.

ജീവിതം താനേതുറക്കുന്ന വാതിലാണ്. അതിലൂടെ ഇപ്പോഴും പാട്ട് ഒഴുകിയെത്തുന്നുണ്ട്. സംഗീതം ഒരിക്കലും മരിക്കുന്നില്ല, ഗായകരും. മാരി വിൽഗോപുര വാതിലിനപ്പുറം ദേവഗായകൻ ഇപ്പോഴും പാടുന്നുണ്ട്.

സാഹിത്യം

ആസ്വാദനത്തിന്റെ വാരഫലങ്ങൾ

"അയാൾ അഗ്നിയുടെ ഖണ്ഡങ്ങളിലേക്ക് നടന്നു. പക്ഷേ അവ അയാളുടെ ശരീരത്തെ ദംശിച്ചില്ല. അവ അയാളെ തലോടിയതേയുള്ളൂ. ചുടു കൂടാതെ, ജ്വലനമില്ലാതെ ഗ്രസിച്ചതേയുള്ളൂ..." (ബോർഗസ്)

മലയാളിയുടെ വാരികവായനയെ പിന്നിൽ നിന്നും മുന്നിലേക്ക് നയിച്ച ആസ്വാദന സൗന്ദര്യമാണ് പ്രൊഫ. എം. കൃഷ്ണൻനായർ.

കൃഷ്ണമണിയിൽ അനുഭൂതിയുടെ അക്ഷരലോകം സൂക്ഷിച്ചു ജീവിക്കുന്ന വായനക്കാരനെ സൃഷ്ടിച്ച പച്ചമഷിയാണ് അദ്ദേഹം. വായ നയുടെ സ്നാനഘട്ടങ്ങളിൽ കാർക്കശ്യത്തിന്റെ ഉരുക്കക്ഷരങ്ങൾ രൂപ പ്പെടുത്തിയ യാദൃച്ഛിക മനുഷ്യൻ.

സാധാരണയായി വായനക്കാർ പുസ്തകങ്ങളെ തേടിച്ചെല്ലാറാണ് പതിവ്. എന്നാൽ വിവിധ രാജ്യങ്ങളിൽ നിന്നുള്ള വിശ്വസാഹിത്യകാര ന്മാരുടേതടക്കമുള്ള പുസ്തകങ്ങൾ എം. കൃഷ്ണൻനായർ എന്ന 'റോയൽ റീഡറെ' തേടിച്ചെന്നു. ഏതാണ്ട് മുക്കാൽ ലക്ഷത്തിലധികം പുസ്തകങ്ങൾ അദ്ദേഹത്തിന്റെ ശേഖരത്തിലുണ്ടായിരുന്നു.

ഒരിക്കൽ കൃഷ്ണൻനായർ സാറിന്റെ വീട്ടിലെത്തിയ എസ്. ഗുപ്തൻനായർ ഈ വിശാല ഗ്രന്ഥലോകം കണ്ട് ഇങ്ങനെ ചോദിച്ചു, "കൃഷ്ണൻ നായർ മരിച്ചാൽ ഈ പുസ്തകങ്ങളൊക്കെ എന്തു ചെയ്യും?"

പുസ്തകങ്ങളെ അത്രമേൽ സ്നേഹിക്കുന്ന കൃഷ്ണൻനായർ സാറിന്റെ ഉള്ളുലയ്ക്കുന്ന ചോദ്യമായിരുന്നു അത്.

അതിൽ പിന്നെയാണ് ഇരുവരും തമ്മിലുള്ള അതിപ്രശസ്തമായ അക്ഷരവാഗ്വാദങ്ങൾ ഉണ്ടായത്.

വായിച്ചു തീരാതെ മരിച്ചുപോകുമോ! എന്നൊരു ചിന്ത അദ്ദേഹത്തെ അലട്ടിയിരുന്നു. തന്റെ സമ്പാദ്യത്തിന്റെ ഏറിയ പങ്കും പുസ്തകങ്ങൾ വാങ്ങാനായിരുന്നു അദ്ദേഹം ചെലവഴിച്ചത്.

"വന്നുവന്ന് അടുക്കള വരെ എത്തിയല്ലോ പുസ്തകങ്ങൾ! " കൃഷ്ണൻനായർ സാറിന്റെ അക്ഷരപകുതി വിജയമ്മ ഇങ്ങനെ പറയു മായിരുന്നു.

ആദ്യകാലങ്ങളിൽ പുസ്തകങ്ങൾ വെയ്ക്കാൻ ഇടം തികഞ്ഞില്ല. ഓർമ്മച്ചിട്ടയോടു കൂടി ഉള്ള സ്ഥലത്തൊക്കെ അവ അടുക്കി വച്ചു. അതി നൊരു മാറ്റം വരുത്തിയത് എം. ഗോവിന്ദനാണ്. അദ്ദേഹം കൃഷ്ണൻ നായർ സാർ നിധിപോലെ സൂക്ഷിച്ചിരുന്ന കുറെ പുസ്തകങ്ങൾ കൊണ്ടു പോയി. തുടർന്ന് അതിൽ കുറച്ച് തിരികെ വാങ്ങാൻ കത്തുകൾ പലത് എഴുതേണ്ടിയും വന്നു. അങ്ങനെയാണ് ഏഴു വലിയ അലമാരകൾ അദ്ദേഹം വാങ്ങിയത്. ഇനിയാരും അങ്ങനെ പുസ്തകങ്ങൾ കൊണ്ടു പോകേണ്ട!

അനന്തപുരിക്ക് മറക്കാനാകാത്ത ഒരു സായാഹ്ന സവാരിയുണ്ട്. പുസ്തകങ്ങൾ ഇടംകൈ കൊണ്ട് നെഞ്ചോട് ചേർത്തുപിടിച്ച് മറുകയ്യിൽ കുടയും പിടിച്ച് വെള്ളമുണ്ടും വെള്ള ഖദർ ഷർട്ടും ധരിച്ച് അക്ഷരസേ നാധിപന്റെ രാജവീഥിയിലൂടെയുള്ള പ്രൗഢസഞ്ചാരം.

ആ തൂലികാശരങ്ങളേൽക്കാത്ത ഒറ്റ എഴുത്തുകാരനുമുണ്ടായിരു ന്നില്ല. അതുകൊണ്ടുതന്നെ ലോകത്തിലേറ്റവും കൂടുതൽ ശത്രുക്കൾ ഉണ്ടായിരുന്നതും അദ്ദേഹത്തിനായിരുന്നു. അതിനാലാകാം 'സാഹിത്യ നിരൂപണത്തിലെ സംഹാര ഭീകരൻ' എന്ന് തിരുനല്ലൂർ കരുണാകരൻ കൃഷ്ണൻനായർ സാറിനെ വിശേഷിപ്പിച്ചത്.

എന്നിരുന്നാലും എഴുത്തിൽ മാത്രമേ അദ്ദേഹത്തിന് ഈ 'ഭീകര താണ്ഡവം' ഉണ്ടായിരുന്നുള്ളു. വ്യക്തിജീവിതത്തിൽ പരമസാത്വികനാ യിരുന്നു.

"ദേഷ്യമൊക്കെയുണ്ട്. മൂക്കിൻ തുമ്പത്താണെന്നു മാത്രം. ദേഷ്യ പ്പെട്ടു കഴിഞ്ഞാൽ മിനിറ്റുകൾക്കകം സ്നേഹത്തോടെ അടുത്തുവന്ന് ക്ഷമ ചോദിക്കും." കൃഷ്ണൻനായർ സാറിന്റെ സഹധർമ്മിണി വിജ യമ്മ സ്നേഹാക്ഷരങ്ങൾ തിരഞ്ഞു. "ആർക്കും കിട്ടാത്ത അച്ഛൻ." പിതൃ സ്നേഹത്തിന്റെ പുഴമുറിവുകളിൽ മകൾ ഉഷ അടിവരയിട്ടു. "അങ്ങ നെയല്ല, ആർക്കും ലഭിക്കാത്ത അപ്പൂപ്പനാണ്. അപ്പൂപ്പന് എന്നെയാണ് ഏറ്റവുമിഷ്ടം" ചെറുമകൾ രാഖിയുടെ പരിഭവശബ്ദമുയർന്നു.

"പതിനേഴ് വയസ്സുള്ളപ്പോഴായിരുന്നു എന്റെ വിവാഹം. അദ്ദേഹ ത്തിന് 24 വയസ്സ്. സെക്രട്ടേറിയറ്റിലായിരുന്നു അദ്ദേഹത്തിന് അക്കാലത്ത് ജോലി. പിന്നീടാണ് അദ്ധ്യാപന രംഗത്തേക്ക് വന്നത്." വെമ്പായത്ത് കൊപ്പത്തെ സമ്പന്ന കുടുംബാംഗമായ വിജയമ്മയും പൂജപ്പുര ശാരദാ വിലാസത്തിൽ എക്സൈസ് ഇൻസ്പെക്ടറായിരുന്ന വി.കെ. മാധ വൻപിള്ളയുടെയും ശാരദയമ്മയുടെയും മകൻ എം. കൃഷ്ണൻനായരും

തമ്മിലുള്ള വിവാഹത്തിന്
ആനയും അമ്പാരിയുമുണ്ടാ
യിരുന്നു.

എന്നാൽ മറ്റൊന്നും
ശ്രദ്ധിക്കാതെ ആർഭാടപൂർവ്വം
അദ്ദേഹം തന്റെ അക്ഷര
യാത്ര നടത്തി.

"പുസ്തകങ്ങൾ വാങ്ങി
പണം കളയരുതെന്ന് ഞാൻ
പറയുമായിരുന്നു. അഞ്ചു
പെൺമക്കളാണ്, അവരുടെ
കാര്യത്തിൽ ശ്രദ്ധവേണമെന്ന്
ഓർമ്മിപ്പിക്കും." സഹധർമ്മി
ണിയുടെ കരുതലിനെ കൃഷ്
ണൻനായർ സാർ ഇപ്രകാരം
വിമർശിച്ചു. "ഞാൻ സ്വയം
വളർന്നവനാണ്. അതുപോലെ
എല്ലാവരും വളരണം." "പണം
വരും, പോകും. പുസ്തകങ്ങ

വിജയമ്മ കൃഷ്ണൻനായർ

ളാണ് എന്റെ കൂട്ടുകാർ. അതില്ലാതെ എനിക്ക് ജീവിക്കാനാവില്ല".

എങ്കിലും മക്കളെ അദ്ദേഹത്തിന് പുസ്തകങ്ങളെക്കാൾ ജീവനായി
രുന്നു. സെക്രട്ടേറിയറ്റിൽ ഉദ്യോഗസ്ഥനായിരുന്ന മകൻ വേണുഗോപാ
ൽ അപകടത്തിൽ മരണപ്പെടുകയാണുണ്ടായത്.

അപ്പോഴും അദ്ദേഹം വായനക്കാരോട് നിരന്തരം സംവദിച്ചു.
അക്ഷരലോകത്തിന്റെ ശ്രദ്ധയെ തന്റെ തൂലികമൂർച്ചയുടെ മുനയിൽ
നിർത്തി. കണ്ണുതുറന്നിരിക്കുന്ന ഒരു 'മഷിനട്ടെല്ലി'ന്റെ ഓർമ്മ എഴുത്തു
കാരനെ കൂടുതൽ ശ്രദ്ധാലുവാക്കി. ഒപ്പം വായനക്കാരനെ ആസ്വാദന
ത്തിന്റെ വ്യോമസ്ഥലികളിലേക്ക് കൂട്ടിക്കൊണ്ടുപോയി.

വിശ്വസാഹിത്യത്തിൽ നിന്ന് മലയാളിയുടെ വായനബോധത്തിലേക്ക്
അക്ഷരച്ചാൽ നിർമ്മിച്ച നിരൂപകപ്രതിഭയായിരുന്നു പ്രൊഫ. എം.
കൃഷ്ണൻനായർ. മലയാളികൾക്ക് സുപരിചിതമല്ലാത്ത അനുഭൂതിമണ്ഡ
ലങ്ങളുടെ പ്രചണ്ഡവഴികളിലേക്ക് അദ്ദേഹം വായനക്കാരനെ നയിച്ചു.
വായനക്കാരനെ വായനപ്രഭുവാക്കി മാറ്റിയെടുത്തു. വിശ്വസാഹിത്യകാ
രന്മാരെ സാധാരണക്കാരൻ തന്റെ അയൽക്കാരനെപ്പോലെ തൊട്ടറിഞ്ഞത്
കൃഷ്ണൻനായർ സാറിലൂടെയാണ്.

സാഹിത്യം തനിക്ക് എന്താണെന്ന് അദ്ദേഹം ഇങ്ങനെ നിർവ്വചിച്ചു:
"അനുവാചകരായ നമ്മളെല്ലാം ഉറങ്ങിക്കിടക്കുന്നവരാണ് നമ്മുടെ
സ്നേഹിതൻ വന്നു നിൽക്കുമ്പോൾ "ദേ നോക്കൂ... ഒരാൾ കാണാൻ
വന്നിരിക്കുന്നു" എന്നു പറഞ്ഞ് നമ്മെ കുലുക്കി വിളിച്ചുണർത്തുന്ന പ്രിയ

തമയെപ്പോലെയാണ് സാഹിത്യം. അവളുടെ സ്പർശനത്തിന്റെ സുഖം അനുഭവിച്ചു കൊണ്ട് എഴുന്നേൽക്കുമ്പോൾ സ്നേഹിതന്റെ ചിരിച്ച മുഖം നാം കാണുന്നു. അപ്പോൾ ദർശിക്കുന്നത് ശത്രുവിന്റെ മുഖമാണെങ്കിലോ? നാം വിളിച്ചുണർത്തിയവളെ കുറ്റപ്പെടുത്തും."

എന്നാൽ കൃഷ്ണൻനായർസാറിന്റെ പ്രിയതമ എല്ലാവിധ വിമർശ നങ്ങൾക്കും അതീതയായിരുന്നു. അവർ അദ്ദേഹത്തിന്റെ അക്ഷരപ്പൊ രുളറിഞ്ഞ് ജീവിച്ചു. മക്കളെ ശാസിക്കാത്ത, അവർക്കൊപ്പം കളിചിരിക ളുമായി കൂടുന്ന അദ്ദേഹത്തെ അൽപം ഗൗരവക്കാരനായ കുട്ടിയായി കണ്ടു. വീട്ടുകാര്യങ്ങൾ മാത്രമല്ല അദ്ദേഹത്തിന്റെ സഹോദരിമാരുടെ ക്ഷേമങ്ങളിലും അവർ ശ്രദ്ധവച്ചു.

ചിട്ടയായ ജീവിതശൈലിയായിരുന്നു കൃഷ്ണൻനായർ സാറിന്റേത്. രാവിലെ ആറു മണിക്ക് ഉണരും. അപ്പോൾ ചായ. കൃത്യം 12.30ന് ഉച്ചഭ ക്ഷണം. അതിന് ഏഴു കറികൾ നിർബന്ധം. 3.30 ന് കുളിച്ച് ബുക്ക് സ്റ്റാളിലേക്ക്. രാത്രി ലഘുഭക്ഷണം. കഞ്ഞി ഇഷ്ടം. മാംസാഹാരം ഇഷ്ട മല്ല. ചെറിയ മത്സ്യങ്ങൾ കൊണ്ടുള്ള കറികൾ പ്രിയം.

മോഡേൺ ബുക്സായിരുന്നു അദ്ദേഹത്തിന്റെ വിഹാരകേന്ദ്രം. അവിടെ അദ്ദേഹത്തെയും കാത്ത് നിരവധി പുസ്തകങ്ങൾ അക്ഷമ യോടെയിരുന്നു. അദ്ദേഹമാകട്ടെ അവയുടെ വിലയെക്കുറിച്ചു ചിന്തി ക്കാതെ എല്ലാം സ്വന്തമാക്കി.

പിന്നെ പുസ്തകങ്ങൾ നെഞ്ചോടുചേർത്ത് ഇന്ത്യൻ കോഫീഹൗ സിലേക്ക്. സ്പെൻസറിൽ നിന്നും മക്കൾക്കും പേരക്കുട്ടികൾക്കും കഴി ക്കാൻ എന്തെങ്കിലും.

"എന്തെങ്കിലും പലഹാരങ്ങൾ ഇഷ്ടമാണെന്നു പറഞ്ഞാൽ അദ്ദേഹം പിന്നെ അതുമാത്രം വാങ്ങി വീട് നിറയ്ക്കും." ചെറുമക്കളുടെ മധുരരുചി കളുടെ കൃഷ്ണവാത്സല്യം വിജയമ്മ തിരിച്ചറിയുന്നു.

മക്കളെല്ലാം ആഴ്ചയിൽ ഒരിക്കൽ വന്നു കാണണമെന്നത് അദ്ദേഹ ത്തിന് വളരെ നിർബന്ധമായിരുന്നു. എപ്പോഴും മക്കളെ കാണണം. ഒന്നി ച്ചിരുന്ന് ഭക്ഷണം കഴിക്കണം. അവരുടെ വിഡ്ഢിത്തങ്ങളൊക്കെ ആസ്വ ദിച്ച് ചിരിക്കണം. മകൾ ലേഖ സാഹിത്യ വാരഫലം വായിച്ച് അഭിപ്രായം തുറന്നടിക്കുന്ന കൂട്ടത്തിലായിരുന്നു. അതിനാൽ തിങ്കളാഴ്ചകളിൽ രാവിലെ ലേഖയുടെ ഫോൺ കാത്തിരിക്കും. ലേഖ മകൾ മാത്രമല്ല ആരാ ധിക കൂടിയാണെന്ന് അദ്ദേഹം പറയുമായിരുന്നു." വേദനയുടെ വാരഫ ലങ്ങളിൽ നിന്നും സന്തോഷത്തിന്റെ ഓർമ്മത്തുണ്ടുകൾ കൃഷ്ണൻ നായർ സാറിന്റെ സഹധർമ്മിണിയുടെ മിഴികളിൽ നിന്നും അടർന്നു വീണു.

"മക്കളൊക്കെ ചേർന്നാണ് ചിലപ്പോൾ അച്ഛന്റെ മുടി വെട്ടുന്നത്. അദ്ദേഹത്തിന് അതൊക്കെ വലിയ സന്തോഷമായിരുന്നു."

"എപ്പോൾ മക്കൾ വന്നാലും അദ്ദേഹം പണം കൊടുക്കും, പെണ്ണു ങ്ങളല്ലേ, എന്തെങ്കിലും ചിലവുകൾ കാണില്ലേ എന്നു പറയും." മക്ക

ളോട് അദ്ദേഹത്തിന് അത്ര സ്നേഹമായിരുന്നു. മക്കൾക്ക് തിരിച്ചും. അദ്ദേഹം കുമാരനാശാന്റെ കവിതകൾ മക്കളെ കാണാതെ ചൊല്ലി കേൾ പ്പിച്ചിരുന്നു. മക്കളുടെ ഇംഗ്ലീഷ് ഉച്ചാരണങ്ങളിലെ പിഴവുകൾ ചൂണ്ടി ക്കാട്ടി കൃത്യതയോടെ പറയിപ്പിക്കുന്ന അതേ പിതൃഭാവമാണ് അവ യൊക്കെ വായനക്കാരനെ പഠിപ്പിക്കുന്നതിലും അദ്ദേഹം പുലർത്തിയി രുന്നത്.

'സാഹിത്യവാരഫലം' എന്നാൽ പ്രൊഫ. എം. കൃഷ്ണൻനായ രാണ്. സ്വന്തം പേരിനേക്കാൾ ഒരു പംക്തിയുടെ പേര് ജനഹൃദയങ്ങളി ലെത്തിക്കാൻ അദ്ദേഹത്തിനു കഴിഞ്ഞു. 'സാഹിത്യവാരഫലം' 1969-ൽ മലയാളനാട് വാരികയിൽ ആരംഭിച്ച് കലാകൗമുദിയിലും സമകാലിക മലയാളത്തിലും പടർന്നു പന്തലിച്ച പംക്തിയാണ്.

കർഷകനും എഴുത്തുകാരനും രാഷ്ട്രീയക്കാരനുമായ ഏച്ചോം ഗോപി എന്ന വയനാട്ടുകാരന്റെ പക്കൽ സാഹിത്യവാരഫലം ആരംഭിച്ച പ്പോൾ മുതലുള്ള എല്ലാ ലേഖനങ്ങളുമുണ്ട്. വായനയുടെ വിസ്തൃത ഭൂഖണ്ഡങ്ങളിലേക്ക് മലയാളി കടന്നുചെന്നത് 'സാഹിത്യവാരഫല'ത്തി ലൂടെയാണ്. വായനക്കാർ ആഘോഷത്തോടെ ഓരോ ലക്കത്തിനായി കാത്തിരുന്നു. എഴുത്തുകാരനാകട്ടെ, 'കൃഷ്ണൻനായർ തന്നെ കൊന്നി ട്ടുണ്ടോ' എന്ന ഭീതിയോടെയുമിരുന്നു.

"ഞാൻ എഴുത്തുകാരനെയല്ല, എഴുത്തിനെയാണ് വിമർശിക്കുന്നത്" അദ്ദേഹം പറഞ്ഞു. തന്റെ ഗുരുവായ വെങ്കിടേശ്വരയ്യർ സാറിനെ മനസ്സിൽ ധ്യാനിച്ചിട്ടാണ് എപ്പോഴും അദ്ദേഹം എഴുതാനിരിക്കുന്നത്. പച്ചമഷി കൊണ്ട് മൂർച്ചയേറിയ അക്ഷരങ്ങൾ രൂപപ്പെടുത്തി. ഗുരുഭക്തി മാത്രമല്ല ജീവിതത്തിൽ ചില ഉദാത്ത മര്യാദകളും അദ്ദേഹം പാലിച്ചിരുന്നു. ഏതു ചെറിയ കാര്യത്തിനും മററുള്ളവരോട് നന്ദി പറയുക, ചെറുപിഴവു കൾക്കും ക്ഷമ ചോദിക്കുക തുടങ്ങിയവ അദ്ദേഹത്തിന്റെ വ്യക്തിത്വ ത്തിലെ പ്രത്യേകതകൾ ആയിരുന്നു. മറ്റുള്ളവരും തന്നോട് അങ്ങനെ യായിരിക്കണമെന്നുള്ള ഒരു നിർബന്ധവും പുലർത്തിയിരുന്നു.

അദ്ദേഹത്തിന്റെ ക്ലാസ്സ് റൂമുകൾ വിദ്യാർത്ഥികളെക്കൊണ്ട് നിറഞ്ഞി രുന്നു. മറ്റു വിഷയങ്ങൾ പഠിക്കുന്നവർ ആദരവോടെ ആ വാക്കുകൾ കാതോർത്തു നിന്നു.

അദ്ദേഹത്തോട് അരമണിക്കൂർ സംസാരിച്ചാൽ പത്തിരുപത് പുസ്ത കങ്ങൾ വായിച്ചു തീർത്ത അറിവാണ് ലഭിക്കുകയെന്ന് അനന്തിരവനായ ടി.പി. ശാസ്തമംഗലം പറയുന്നു.

തന്റെ പുസ്തകങ്ങളുടെയെല്ലാം ആദ്യകോപ്പികൾ അദ്ദേഹം മക്കൾക്ക് കയ്യൊപ്പിട്ട് സമ്മാനിച്ചിരുന്നു. തന്നെ സന്ദർശിക്കുവാൻ വരുന്ന പ്രിയപ്പെട്ടവർക്കും കയ്യൊപ്പിട്ട പുസ്തകങ്ങൾ നൽകിയിരുന്നു. ഏതേതു പുസ്തകങ്ങൾ എവിടെയൊക്കെയാണ് വച്ചിരിക്കുന്നതെന്ന് അദ്ദേഹത്തിന് കൃത്യമായി അറിയാമായിരുന്നു. പുസ്തകപ്രേമം പോലെ പ്രസിദ്ധമാ യിരുന്നു അദ്ദേഹത്തിന് 'ഇന്ത്യാ കിംഗ്സി'നോടുള്ള പ്രേമവും. ഇന്ത്യാ

കിംഗ്സ് ഒരു സിഗരറ്റ് ആണ്.

ആധുനിക മലയാള കവിത, എം. കൃഷ്ണൻനായരുടെ പ്രബന്ധ ങ്ങൾ, മാജിക്കൽ റിയലിസം, വായനക്കാരാ നിങ്ങൾ ജീവിച്ചിരിക്കുന്നുവോ തുടങ്ങി പതിനഞ്ചിലധികം നിരൂപണ-പഠന ഗ്രന്ഥങ്ങൾ അദ്ദേഹത്തി ന്റേതായുണ്ട്. സാഹിത്യസംബന്ധിയായ ലേഖനവൃത്തിക്കുള്ള 'ഗോയങ്ക അവാർഡ്' ലഭിച്ചിട്ടുണ്ട്. അദ്ദേഹത്തിന്റെ വിയോഗശേഷം കുറെയേറെ പുസ്തകങ്ങൾ കാക്കനാട് ഇ.എം.എസ്. ലൈബ്രറിക്ക് കുടുംബാംഗങ്ങൾ സംഭാവന ചെയ്തിട്ടുണ്ട്. 'കൃഷ്ണായനം' എന്ന പേരിൽ അദ്ദേഹത്തെ ക്കുറിച്ച് ഒരു ഡോക്യുമെന്ററിയുമുണ്ട്.

ജീവിതത്തിൽ കടുത്ത നിരീശ്വര നിലപാട് സ്വീകരിച്ചിരുന്ന എം. കൃഷ്ണൻനായർ സാർ പിന്നീട് സായീഭക്തനായി. ഫിലിപ്പ് എം. പ്രസാ ദിന്റെ വിശ്വാസയാത്രയാണ് അതിനു കാരണമായത്.

അവസാനകാലത്ത് അദ്ദേഹത്തിന് സംസാരിക്കുന്നതിൽ കുറച്ച് പ്രയാസം നേരിട്ടു. പറഞ്ഞു ഫലിപ്പിക്കാൻ കഴിയാത്തവ എഴുതി ഫലി പ്പിച്ചു. തീരെ വയ്യാതിരുന്നിട്ടും പുസ്തകങ്ങൾ വാങ്ങാൻ മക്കളുടെ സഹാ യത്തോടെയും മറ്റും പോയിരുന്നു.

"മരിക്കുന്നതിന്റെ തലേരാത്രി അദ്ദേഹം പതിവില്ലാതെ പതിനൊ ന്നര മണിവരെ എഴുത്ത് തുടർന്നു. നിർബന്ധിച്ചപ്പോഴാണ് ഉറങ്ങാൻ കിട ന്നത്. രാവിലെ ഞാൻ ചായയുമായി ചെന്നപ്പോൾ കുഴഞ്ഞു വീണു. കിംസ് ആശുപത്രിയിലെ ഡോ. ഗോപാലകൃഷ്ണനെ വിവരമറിയിച്ച് ആശുപത്രിയിലെത്തി. നേരിയ ന്യുമോണിയയും ഹൃദ്രോഗവുമുണ്ടായി രുന്നു."

പിന്നെ ഒന്നും മിണ്ടാനാകാതെ ഓർമ്മകളിലേക്ക് ചാരിയിരുന്നു കൃഷ്ണൻനായർ സാറിന്റെ ജീവിതസഖി. 83 വർഷത്തെ ജീവിതവാര ഫലവും 61 വർഷത്തെ ദാമ്പത്യവാരഫലവും 36 വർഷത്തെ സാഹിത്യ വാരഫലവും എഴുതിത്തീർത്ത് 2006 ഫെബ്രുവരി 23ന് പ്രൊഫസർ എം. കൃഷ്ണൻനായർ എന്ന പെർഫക്ഷനിസ്റ്റ് പേനയടച്ചു വച്ചു.

തിരുവനന്തപുരം ശാസ്തമംഗലത്തെ 'സായികൃഷ്ണ' അശാന്ത മാണ്. ഹൃദയത്തിൽ സ്നേഹം കൊണ്ട് കോറിയിട്ട ഓർമ്മാക്ഷരങ്ങളുടെ ആസ്വാദന കലഹങ്ങളാണ് ഇപ്പോഴവിടെ. ദിനസരികളിൽ ഓർമ്മാക്ഷര ങ്ങൾ നിറച്ച് ഇപ്പോൾ കൃഷ്ണൻനായർ സാറിന്റെ പത്നി വിജയമ്മ ജീവി ക്കുന്നു. ഒപ്പം മകൾ ഉഷയുണ്ട്. പിന്നെ മറ്റു മക്കളുടെയും പ്രിയപ്പെട്ടവ രുടെയും സ്നേഹനിറവുകളും. ഒഴിഞ്ഞ ഒരു ചാരുകസേരയുടെ ഏകാന്ത ശൂന്യതയിൽ നിന്ന് സ്നേഹത്തിന്റെ ജീവാക്ഷരങ്ങൾ അവർ നെഞ്ചേ റ്റുന്നു.

കെ പി അപ്പൻ

ഒറ്റജാലകത്തിന്റെ ഓർമപ്പതക്കങ്ങൾ

"വിരലുകൾ കണ്ടിട്ടുണ്ടോ നിങ്ങൾ...? അദ്ദേഹത്തിന്റെ നീണ്ട ഭംഗി യേറിയ വിരലുകൾ...? വിടർന്ന തീക്ഷ്ണ മിഴികൾ? പൊൻനിറം? പൊക്കം... നോക്കൂ, അദ്ദേഹത്തിന് എന്തൊരു തേജസ്സാണ്. ആ പുഞ്ചി രിക്ക് എന്തു ഭംഗിയാണ്."

കൊല്ലം മുണ്ടയ്ക്കലെ 'അശ്വതി'യിലിരുന്ന് മലയാള നിരൂപണ സാഹിത്യത്തിലെ ക്ഷോഭിക്കുന്ന മധുരസാന്നിദ്ധ്യമായ കെ.പി അപ്പൻ സാറിന്റെ പ്രിയപത്നി പ്രൊഫ. ഓമന തന്റെ പ്രിയതമനോടുള്ള സ് നേഹവായ്പിന്റെ രസതന്ത്രം പറഞ്ഞുകൊണ്ടേയിരുന്നു.

അജ്ഞാതലോകത്തിന്റെ കവചങ്ങൾ തിരസ്കരിച്ച് നിശ്ശബ്ദ സാന്നിദ്ധ്യത്തിന്റെ നിറമന്ദഹാസമായി അദ്ദേഹം അവിടെയെല്ലാം നിറ ഞ്ഞുനിന്നു.

ഇപ്പോൾ അപ്പൻ സാറിനെക്കുറിച്ച് എത്ര പറഞ്ഞാലും മതിവരാതെ, ചിത്രങ്ങൾ കണ്ടു കൊതിതീരാതെ, അദ്ദേഹത്തിന്റെ പുസ്തകങ്ങൾ വീണ്ടും വീണ്ടും വായിച്ച് മനഃപാഠമാക്കി, നെഞ്ചോടു ചേർത്തുറങ്ങി ഇങ്ങ നെ... അപ്പൻ സാറിന്റെ ഓമനക്കുട്ടി.

ജീവിതമെന്നാൽ വായനയാണെന്നും, വായനയുടെ ധ്യാനലോക ത്തിൽനിന്നും അക്ഷരങ്ങളുടെ അമൂല്യഖനികൾ കണ്ടെടുത്ത് വൃത്യസ്ത മായ ലാവണ്യസംസ്കാരത്തിലൂടെ വിമർശനസാഹിത്യത്തിൽ നവ്യാനു ഭൂതികൾ ഉണർത്തിയ നിരൂപകപ്രതിഭയായിരുന്നു കെ.പി. അപ്പൻ.

തന്റെ വായനാമുറിയിലേക്ക് മറ്റാരും പ്രവേശിക്കുന്നത് അദ്ദേഹത്തിന് ഇഷ്ടമായിരുന്നില്ല. തുറന്നിട്ട ഒരുപാളി ജനലിലൂടെ കടന്നുവരുന്ന ജീവ ബിന്ദുക്കളോട് സംവദിച്ചും വായനയുടെയും എഴുത്തിന്റെയും ധന്യാത്മ ലോകത്തിൽ വിഹരിച്ചും പുലരുംവരെ അദ്ദേഹം കഴിച്ചുകൂട്ടി. ആ വായ

നക്കാലത്തെക്കുറിച്ച് ഓമനടീച്ചർ പറയുന്നു: "പുലർച്ചെ നാലരയ്ക്ക് ഉണരും. ആറര വരെ എഴുതും. പിന്നീട് പ്രഭാതകൃത്യങ്ങൾക്കുശേഷം നടക്കാൻ പോകും. അതുകഴിഞ്ഞുവന്ന് കുളിച്ച ശേഷം കോളേജിൽ പോകുന്ന നേരംവരെ വായനയാണ്. രാത്രി 2.30 വരെയൊക്കെ ഇരുന്ന് എഴുതാറുണ്ട്. അദ്ദേഹം എഴുതുന്നതൊന്നും എനിക്ക് മനസ്സിലാവില്ല. എങ്കിലും ചിലപ്പോഴൊക്കെ അദ്ദേഹം കാണാതെ വായനാമുറിയിൽ കയറി എഴുതിക്കഴിഞ്ഞ പേപ്പറുകൾ എടുത്തുനോക്കും. എന്നിട്ട് പേപ്പറും പേനയും കണ്ണടയുമൊക്കെ യഥാസ്ഥാനത്ത് വച്ച് മടങ്ങും.

ഇപ്പോൾ പക്ഷേ ഞാൻ അദ്ദേഹത്തെക്കുറിച്ച് കൂടുതൽ വായി ക്കുന്നു. മിക്കവാറും രാത്രികളിൽ വായിച്ച് ഉറക്കത്തിലേക്ക് വഴുതിവീഴും. ഉണരുമ്പോൾ തൊട്ടരുകിൽ പുസ്തകത്താളിൽ പുഞ്ചിരിച്ചുകൊണ്ട് അദ്ദേ ഹമിങ്ങനെ എന്റെയരികിൽ....."

എഴുത്തിനെ അദ്ദേഹം എത്രമാത്രം അർപ്പണമനോഭാവത്തോടെ കാണുന്നു എന്നതിന് ടീച്ചർ ഒരുദാഹരണം പറഞ്ഞു: "ഒരിക്കൽ അദ്ദേ ഹത്തിന് നടുവേദന ബാധിച്ചപ്പോൾ കായംകുളത്തെ പ്രശസ്തനായ ആയുർവ്വേദ ഡോക്ടർ കുറച്ചുകാലത്തേക്ക് ഇരുന്നെഴുത്ത് വിലക്കി. അതി നാൽ നിന്നെഴുതുന്നതിനുള്ള ഒരു സ്റ്റാൻഡുണ്ടാക്കിച്ചു. മൂന്നുമാസ ത്തോളം നിന്നെഴുത്ത് തുടർന്നു."

ഓമനടീച്ചർക്ക് അഞ്ചുവയസ്സുള്ളപ്പോൾ മുതൽ അപ്പൻസാറിനെ അറിയാമായിരുന്നു. അദ്ദേഹത്തിന്റെ വായനയുടെയും എഴുത്തിന്റെയും അനന്യലോകത്തെക്കുറിച്ച് അന്നേ അവർ ബോധവതിയായിരുന്നു. അതി നാൽത്തന്നെ അപ്പൻസാർ എഴുതിയും വായിച്ചും വലിയ ഒരാളാകണമെന്ന് അവർ ആഗ്രഹിച്ചു. വിവാഹശേഷം, എഴുത്തിനുവേണ്ട എല്ലാ സാഹച ര്യങ്ങളും ഒരുക്കിക്കൊടുക്കുന്നതിൽ പ്രത്യേകം ശ്രദ്ധവെച്ചു. വീട്ടുകാര്യ ങ്ങളുടെ പരിപൂർണ്ണ ഉത്തരവാദിത്വം സ്വയം ഏറ്റെടുത്തു.

കായംകുളം സാധുപുരത്തുവീട്ടിൽ എസ്.കെ. മാധവന്റെയും കാർ ത്ത്യായനിയമ്മയുടെയും ആറുമക്കളിൽ രണ്ടാമത്തെയാളായ ഓമനടീ ച്ചർ, ആലപ്പുഴ പൂന്തോപ്പിൽ കാർത്തികയിൽ പത്മനാഭൻ അപ്പൻ എന്ന സാഹിത്യനിരൂപണത്തിലെ സുന്ദരരാജകുമാരനെ സ്വന്തമാക്കിയ കഥ ഓർമ്മക്കലണ്ടറിലെ നവംബർ താളുകൾ ഉരുക്കഴിച്ചു.

"ഞങ്ങൾ അലപ്പുഴയിൽ അയൽക്കാരായിരുന്നുവെങ്കിലും വീട്ടുകാർ തീരുമാനിച്ചുറപ്പിച്ച വിവാഹമായിരുന്നു. പ്രണയം എന്നൊന്നും ചിന്തിച്ചി രുന്നതേയില്ല. 1971 ലായിരുന്നു വിവാഹം. അദ്ദേഹത്തിന് അന്ന് മുപ്പത്തി യഞ്ചുവയസ്സായിരുന്നു പ്രായം. അദ്ദേഹത്തെക്കാൾ ഒമ്പത് വയസ്സിനിള പ്പമായിരുന്നു എനിക്ക്. നവംബർ എനിക്ക് ഭാഗ്യങ്ങൾ സമ്മാനിച്ച മാസ മാണ്. ഞങ്ങളുടെ വിവാഹം നടന്നത്, എനിക്കു ജോലി ലഭിച്ചത്... ഒക്കെ നവംബരിലാണ്. അദ്ദേഹം രോഗശയ്യയിലായിരുന്നപ്പോഴും എനിക്കു നല്ല വിശ്വാസമായിരുന്നു നവംബരിൽ ഒന്നും സംഭവിക്കില്ല എന്ന്..."

സൂസൻ സൊന്റാഗിന്റെ പ്രബന്ധത്തിന്റെ പേരുപോലെ 'മൗന

ത്തിന്റെ സൗന്ദര്യശാസ്ത്രം' നൽകിയ ക്ഷോഭവും മധു രവും മലയാളവാങ്മയ ങ്ങൾക്ക് കരുത്തേകി. മഴ യുടെ ഇരമ്പുന്ന സംഗീതം കേട്ടുകൊണ്ട്, പ്രസന്ന മായ വേനൽക്കാല വൈ കുന്നേരങ്ങൾ കണ്ടുകൊ ണ്ട്, കടലിന്റെ അപാരലാ വണ്യം ദർശിച്ചുകൊണ്ട് വായനയുടെ വർഷകാല ങ്ങളിലും എഴുത്തിന്റെ ഇടിമുഴക്കങ്ങളിലും അ ദ്ദേഹം മുഴുകി.

"അദ്ദേഹത്തിന് ഭക്ഷണകാര്യങ്ങളിൽ അത്ര ശ്രദ്ധയില്ലായിരുന്നു. നീ എന്തെങ്കിലും ഉണ്ടാക്കി യാൽ മതി, ഞാൻ കഴി ച്ചോളാം എന്നേ പറയൂ. എങ്കിലും ഇഷ്ടാനിഷ്ട

ഓമന അപ്പൻ

ങ്ങൾ അറിഞ്ഞ് ഞാൻ ഭക്ഷണമൊരുക്കി. കപ്പയും മീനും ഇഷ്ടവിഭവ ങ്ങളായിരുന്നു."

എന്നാലിപ്പോൾ അപ്പൻ സാറിന് പ്രിയമേറിയ ഭക്ഷ്യവസ്തുക്കൾ ഓമനടീച്ചർക്ക് വേദനയുടെ കനലിടങ്ങൾ സൃഷ്ടിക്കുന്നു. അദ്ദേഹത്തിന് ഏറെ പ്രിയമുള്ള കരിമീനും കണമ്പും പച്ച ആപ്പിളും മാതളനാരങ്ങയും അവരിപ്പോൾ വാങ്ങാറേയില്ല.

അപ്പൻസാറിന്റെ മൗനസാഗരത്തിലെ സംഗീതത്തിരകൾ ടീച്ചർക്കു മാത്രം കേൾക്കാൻ പാകത്തിൽ വായനാമുറിയുടെ ചുവരിടം തുളച്ച് പട വുകൾ താണ്ടി കാതിലിറ്റുന്നു.

"അപ്പൻസാർ നന്നായി പാടുമായിരുന്നു. ലേഖനമെഴുതി കവറിലിട്ട് ഒട്ടിച്ച് അഡ്രസ്സുമെഴുതിക്കഴിഞ്ഞാൽ ഉള്ളിലെ വിശ്രാന്തിയുടെ ലോലത രംഗങ്ങൾ മൂളിപ്പാട്ടാകും. ഞാനതിങ്ങനെ കേട്ടുനിൽക്കും. 'ഹർഷ ബാഷ്പം തൂകി...' എന്ന വയലാർഗാനം മിക്കപ്പോഴും പാടാറുണ്ട്. അതു പോലെ പേരക്കുട്ടിയെ തോളത്തിട്ട് കിലുക്കത്തിലെ 'ചാഞ്ചക്കം' എന്നു തുടങ്ങുന്ന പാട്ടുപാടി ഉറക്കുമായിരുന്നു.

എനിക്ക് പാടാനൊന്നും അറിയില്ല. മക്കളെയൊക്കെ തോളത്തിട്ട് അദ്ദേഹം ഈണത്തിൽ പാടിയുറക്കിയിട്ടുണ്ട്. കുഞ്ഞുങ്ങൾക്ക് അതാ യിരുന്നു ഇഷ്ടം. ഞാൻ പാടുമ്പോൾ അവർ അസഹ്യതയോടെ 'ഇതെ

ന്തുപാട്ട്' എന്ന മട്ടിൽ എന്റെ മുഖത്തുനോക്കും."

പ്രിയതമന്റെ ചാരുചിത്രത്തിലേക്കു നോക്കി തങ്ങളുടെ സ്നേഹ ജീവിതത്തിന്റെ നക്ഷത്രപ്പൂക്കൾ അവർ ഒന്നൊന്നായി എടുത്തുവച്ചു.

"ഞങ്ങൾക്ക് രണ്ടുമക്കളാണ്. രജിത്തും ശ്രീജിത്തും. രജിത്തിന് കുട്ടി ക്കാലത്ത് നല്ല തടിയുണ്ടായിരുന്നു. അദ്ദേഹം അവനെ എപ്പോഴുമെടുത്ത് കാലിൽ വച്ച് കളിപ്പിച്ച് ഒരിക്കൽ കാൽമുട്ട് തെറ്റിപ്പോയി."

ഓമനടീച്ചർ പുഞ്ചിരിച്ചു. മുറിയിലെമ്പാടും അപ്പൻസാറിന്റെ സാന്നി ധ്യത്തിന്റെ കുളിർമ. മുകൾനിലയിലേക്കുപോകുന്ന പടവുകളുടെ ചാരത്ത് ചുവരിൽ ചാരി അദ്ദേഹം നിൽക്കുന്നുണ്ടായിരുന്നുവോ?

അപ്പൻസാറിന് വെള്ളത്തുവലുകളുടെ പരിശുദ്ധിയായിരുന്നു. വെള്ളവസ്ത്രങ്ങൾ മാത്രമേ ധരിച്ചിരുന്നുള്ളൂ. അപൂർവ്വമായി വീട്ടിൽ നി റമുള്ള മുണ്ടും ഉടുത്തിരുന്നുവെന്ന് ടീച്ചർ. വല്ലപ്പോഴുമുണ്ടാകുന്ന പൊ ട്ടിച്ചിരി അട്ടഹാസച്ചിരിപോലെയായിരുന്നു. അപ്പൻസാറായിരുന്നു സ്വന്തം വസ്ത്രങ്ങളും ടീച്ചർക്കുള്ള വസ്ത്രങ്ങളും തെരഞ്ഞെടുത്തിരുന്നത്.

"നീയെടുത്താൽ ഒന്നും ശരിയാകില്ല...." ഒന്നിച്ചുള്ള ഒരു ഷോപ്പിം ഗിന്റെ മധുരം.

മിക്കപ്പോഴും ഉച്ചയ്ക്ക് കോളജിൽ നിന്നുവന്ന് വസ്ത്രം മാറി ധരി ച്ചുപോകും. അത്രയ്ക്കു വൃത്തിയും വെടിപ്പും അദ്ദേഹം പാലിച്ചിരുന്നു.

ഓമനടീച്ചർ ഈശ്വരഭക്തയാണ്. അമ്പലങ്ങളിലേക്ക് കൂട്ടുപോകാൻ അപ്പൻ സാർ തയ്യാറായിരുന്നു. എന്നാൽ ഉള്ളിൽ കയറില്ല. കാറിൽ മിഴിപൂട്ടിയിരിക്കും. ഒരിക്കൽ ടീച്ചർ ആ നെറ്റിയിൽ ചന്ദനം തൊടുവിക്കാൻ ശ്രമിച്ചിട്ട് കഴിഞ്ഞില്ല. ഗുരുദേവനെക്കുറിച്ച് പുസ്തകമെഴുതുന്ന കാലത്ത് ശിവഗിരിയിൽ പോയപ്പോൾ അവിടെ മഹാസമാധിയിൽ അദ്ദേഹം തൊഴു തുനിൽക്കുന്നത് ടീച്ചർ കണ്ടു. പ്രകടനപരമല്ലാത്ത ഭക്തി അദ്ദേഹത്തിന് കൈമുതലായിരുന്നു. അത് ഗുരുവിനോടും കുരിശിനോടും ഒരുപോലെ യായിരുന്നു. അപ്പൻസാർ പൊതുവേ അന്തർമുഖനായിരുന്നുവെന്ന് തോന്നും. സാധാരണ പൊതുചടങ്ങുകളിൽനിന്നു വിട്ടുനിൽക്കുമെങ്കിലും കുടുംബചടങ്ങുകളിൽ അദ്ദേഹം പങ്കെടുത്തിരുന്നു. അതുപോലെ, വീടി നടുത്തുള്ള നവോദയഗ്രന്ഥശാലയിൽ എല്ലാവർഷവും അക്ഷരദാനചട ങ്ങിൽ മുടങ്ങാതെ പങ്കെടുത്തിരുന്നു. നാട്ടുകാരുമായുള്ള സൗഹൃദം പോലും അദ്ദേഹം വശ്യമായ ഒരു ചിരിയിലൊതുക്കി. അന്തർലോക ത്തിന്റെ വാക്കുകളത്രയും ആ ചിരിയിൽ അടങ്ങിയിരുന്നു.

ചിലപ്പോൾ ദൂരയാത്രകഴിഞ്ഞ് മടങ്ങിവരുമ്പോൾ പുറത്തുനിന്നും ഭക്ഷണം കഴിച്ചുവരാമെന്ന് ടീച്ചർ അഭിപ്രായപ്പെട്ടാലും, വീട്ടിൽ വന്നിട്ട് നീ ഇത്തിരി ചോറും ചമ്മന്തിയും ഉണ്ടാക്കിയാൽ മതി എന്നാവും മറു പടി. തങ്ങളുടെ ദാമ്പത്യജീവിതത്തിലെ മനോഹരകാഴ്ചകളിലേക്ക് കണ്ണ യച്ച് ടീച്ചർ തങ്ങൾക്കുമാത്രമറിയാവുന്ന കൗതുകച്ചെപ്പു തുറന്നു.

ഒരിക്കൽ വിമൻസ് കോളജിലെ കെമിസ്ട്രി ലാബിൽവച്ച് ബ്യൂററ്റ് ശരിക്കുപിടിക്കാത്തതിന് ഒരു കുട്ടിയുടെ വിരലിൽ പെൻസിൽ കൊണ്ട്

ടീച്ചർ ഒരു തല്ലുകൊടുത്തു. വീട്ടിൽവന്ന് അപ്പൻ സാറിനോട് പറഞ്ഞ പ്പോൾ അദ്ദേഹം ശരിക്കും പേടിപ്പിച്ചു. ഇനി നീയെങ്ങനെ കോളജിൽ പോകും. കുട്ടികൾ നാളെ കൊടിപിടിക്കും. തല്ലാൻ പാടുണ്ടോ. അങ്ങനെ പറഞ്ഞ് ടീച്ചറെ കരയിപ്പിച്ചു. ടീച്ചറിലെ നിഷ്കളങ്കകൗതുകം അപ്പൻസാർ നന്നായി ആസ്വദിച്ചു.

രാത്രിഭക്ഷണം കഴിഞ്ഞാൽ ഇരുവരും കുറെനേരം ബാൽക്കണി യിലിരിക്കും. ടീച്ചർ അന്നന്നത്തെ വിശേഷങ്ങൾ പറഞ്ഞുകേൾപ്പിക്കും. സാർ അതൊക്കെ സശ്രദ്ധം കേട്ടിരിക്കും. പിന്നെയായിരിക്കും അറിയു ന്നത് മനസ്സ് മറ്റെവിടെയോ ആയിരുന്നെന്ന്. സ്വപ്നസഞ്ചാരിയുടെ അ ന്തർവഴക്കങ്ങൾ ടീച്ചർ നന്നായി അറിഞ്ഞിരുന്നു.

എഴുത്തിനപ്പുറം അപ്പൻസാർ സൗഹൃദങ്ങൾ കാത്തുസൂക്ഷിച്ചി രുന്നു. സാഹിത്യരംഗത്തും രാഷ്ട്രീയരംഗത്തും സിനിമാരംഗത്തുമൊക്കെ യായി വിപുലമായ സൗഹൃദവലയം അദ്ദേഹത്തിനുണ്ടായിരുന്നു. സിനി മയെയും സംഗീതത്തെയും സ്നേഹിച്ചിരുന്ന അദ്ദേഹത്തിന്റെ വാക്കുക ളിൽ പലപ്പോഴും നർമ്മചിന്തകൾ നിറഞ്ഞുനിന്നിരുന്നു.

അവാർഡുകൾക്ക് പുറംതിരിഞ്ഞുനിൽക്കുന്ന വ്യക്തിത്വമായിരുന്നു അദ്ദേഹത്തിന്റേത്. അതുപോലെ അന്തർമുഖത്വത്തിന്റെ കാരണം ടീച്ചർ തിരക്കുമ്പോഴെല്ലാം പുഞ്ചിരിച്ചുകൊണ്ട് ഒറ്റ ഉത്തരമേ അപ്പൻസാർ പറ ഞ്ഞിട്ടുള്ളൂ: "അതൊക്കെ ഒരു സ്റ്റൈലാണ്." അപ്പൻസാറിന്റെ അഗാ ധസഞ്ചാരങ്ങളുടെ വർത്തമാനങ്ങൾ ഇത്രയൊക്കെയേ ഉണ്ടായിരുന്നുള്ളൂ.

വിമർശനങ്ങളെ കാര്യമാക്കുകയോ ഭയപ്പെടുകയോ ചെയ്യുന്ന ഒരു മനസ്സ് അപ്പൻസാറിനുണ്ടായിരുന്നില്ല. ടീച്ചർ ചിലപ്പോഴെങ്കിലും വിമർശ നക്കത്തുകൾ വായിച്ച് പരിഭവമുഖവുമായെത്തുമ്പോൾ, "അതൊക്കെ വേസ്റ്റ്ബോക്സിൽ കളഞ്ഞേക്കൂ" എന്നായിരിക്കും അദ്ദേഹത്തിന്റെ മറു പടി.

സംഭാഷണത്തിൽ പിശുക്കുകാട്ടുമെങ്കിലും ആർദ്രമായ ഒരു ഹൃദയം അപ്പൻസാറിനുണ്ടായിരുന്നു. പലരെയും അദ്ദേഹം കൈയയച്ച് സഹാ യിച്ചിരുന്നു. പിന്നീട് അവരിലൂടെ അതൊക്കെ അറിയുമ്പോൾ താനറി യാത്ത ഒരു മുഖം അപ്പൻസാറിനുണ്ടെന്നത് ടീച്ചറുടെ ഹൃദയത്തെ നിറ യ്ക്കുന്നു.

2000-ലാണ് കെ.പി. അപ്പൻ എന്ന അതുല്യ പ്രതിഭാശാലിയുടെ പ്രസാദാത്മകമായ ജീവിതത്തോട് രോഗം ഹൃദയാഘാതത്തിന്റെ രൂപ ത്തിൽ കലഹിച്ചത്. പക്ഷെ കലഹത്തിൽ വിശ്വാസം കണ്ടെത്തിയ അ ദ്ദേഹം തന്റെ രോഗത്തെ തിരസ്കരിച്ചു. പിന്നീട് അർബുദബാധയുടെ സുവിശേഷകാലങ്ങളിൽ ഒരു വർഷത്തിനിടയിൽ പതിനൊന്ന് ലേഖന ങ്ങളെഴുതി.

രോഗത്തിന്റെ അവസാനഘട്ടങ്ങളിൽ ദൈവദശകം ആവർത്തിച്ചു കേട്ടുകൊണ്ട് അദ്ദേഹം മഹാവേദനയെ നേരിട്ടു. ഒടുവിൽ മെല്ലെ... വ ളരെ മെല്ലെ പേനയടച്ചുവച്ച് അനന്തമായ വായനയുടെ അപാരമൗനത്തി

ലേക്കു നടന്നുപോയി. 2008 ഡിസംബർ 15 ന് കാലം കറുത്തമഷിയിൽ ഒപ്പുചാർത്തി.

101 നോവൽ പഠനങ്ങളിൽ 35 എണ്ണം മാത്രം പൂർത്തിയാക്കിവച്ച്, രമണമഹർഷിയെക്കുറിച്ച് എഴുതണമെന്നുള്ള ആഗ്രഹം ബാക്കിവച്ച്, അക്ഷരപ്രകാശത്തിന്റെ അഗ്നിസ്ഫുലിംഗങ്ങൾ ലാവണ്യനിയമങ്ങൾ തെറ്റിക്കുന്ന മഹാമൗനത്തിന് മാത്രമായി.

അദ്ദേഹത്തിന്റെ വേർപാടിനുശേഷമാണ് 'മധുരം നിന്റെ ജീവിതം' എന്ന ഗ്രന്ഥത്തിന് കേന്ദ്ര സാഹിത്യഅക്കാഡമി അവാർഡു ലഭിക്കുന്നത്.

"അവാർഡു ഞാൻ നിഷേധിക്കുന്നില്ല. പക്ഷേ, ഞാൻ പറയുന്ന ഒരു വരി നിങ്ങൾ അവാർഡുപ്രഖ്യാപനത്തോടൊപ്പം പറയണം. അത് വാർത്തകൾക്കൊപ്പം വരുത്തുകയും വേണം."

എന്നാൽ ആ വരി പറയാതെയും അവാർഡുകളൊന്നും സ്വീകരി ക്കാതെയും അദ്ദേഹം കടന്നുപോയി.

മലയാളത്തിലെ ആദ്യത്തെ മേരീവിജ്ഞാനീയ ഗ്രന്ഥമായിരുന്നു 'മധുരം നിന്റെ ജീവിതം.' അതുവായിച്ചിട്ട് ധാരാളം ക്രിസ്തീയ പുരോ ഹിതന്മാർ ഇപ്പോഴും വിളിക്കാറുണ്ടെന്ന് ഓമനടീച്ചർ പറയുന്നു.

"എങ്കിലും ക്ഷേത്രദർശനവും പ്രാർത്ഥനയും സത്സംഗവുമൊക്കെ യാണ് ഇന്നെന്റെ ആശ്വാസം." മുറിവുണക്കാത്ത കാലത്തിന്റെ നെഞ്ചി ലേക്കുനോക്കി എരിയുന്ന കനലിടങ്ങളിൽ ഓമനടീച്ചർ കൈപൊത്തുന്നു.

"ഓരോ സ്ത്രീയുടെയും ജീവിതത്തിൽ ഭർത്താവിന്റെ വിയോഗം ഒരു ആഘാതമാണ്. ആരൊക്കെയുണ്ടെങ്കിലും പിന്നീടുള്ള ജീവിതം അവൾ സ്വയം നേരിടേണ്ടതുണ്ട്. സാറിന്റെ വിയോഗം വല്ലാതെ അലട്ടു ന്നു. ഏതുകാര്യത്തിലും സാറിന്റെ പിൻബലം ശക്തി പകർന്നിരുന്നു. സങ്കടങ്ങൾ പറയുമ്പോൾ അദ്ദേഹം എന്നെ ഇങ്ങനെ ആശ്വസിപ്പിക്കുമാ യിരുന്നു: "നീയുറങ്ങിക്കോ, എല്ലാം ഞാൻ ഏറ്റു..." ഇനി എന്റെ സങ്ക ടകാലത്തിന് കൂട്ടായി അദ്ദേഹത്തിന്റെ ജ്വലിക്കുന്ന ഓർമ്മകൾ മാത്രം.

"ഞങ്ങളുടെ ജീവിതം മധുരം നിറഞ്ഞതായിരുന്നു." ഓമനടീച്ചർ അപ്പൻസാറിനെ നോക്കുന്നു. ചുവരിലെ ജീവനുള്ള ആ ചിത്രം ഒന്നു മന്ദഹസിച്ചുവോ...!

വായനാമുറിയിലെ എണ്ണമറ്റ പുസ്തകങ്ങൾക്കിടയിൽ, മേശപ്പുറത്ത് ഒതുക്കിവച്ച പേനയ്ക്കും കണ്ണടകൾക്കുമിടയിൽ അപ്പൻസാറിന്റെ നിര വധി ചിത്രങ്ങൾ കാട്ടി ഓമനടീച്ചർ സ്വയമറിയാതെ മന്ത്രിക്കുന്നു... "നോക്കൂ, അദ്ദേഹത്തിന് എത്ര ഭംഗിയുണ്ടെന്ന്... കഴിഞ്ഞ ജന്മത്തിലും എന്റേതായിരിക്കണം. ഈ ജന്മത്തിലും എന്റെയായിരുന്നു. ഇനിയൊരു ജന്മമുണ്ടെങ്കിൽ അന്നും അദ്ദേഹം എന്റേതുതന്നെയായിരിക്കും..."

തുറന്നുകിടന്ന ഒറ്റപ്പാലിജനാലയിലൂടെ തൂവെള്ള നിറമുള്ള ഇളംകാറ്റ് കടന്നുവന്ന് ഓമനടീച്ചറുടെ ഗദ്ഗദങ്ങളെ ചേർത്തുപിടിച്ചു.

കേശവദേവ്

പ്രണയം പരത്തുന്ന പിച്ചകപ്പൂക്കൾ

അനശ്വരപ്രണയം സൃഷ്ടിക്കാൻ അപൂർവ്വം ചിലർക്കേ കഴിയൂ. രാധയുടെയും കൃഷ്ണന്റെയും അപൂർവ്വാനുരാഗം പ്രണയാനന്ദത്തിന്റെ പവിത്രപര്യായമാണ്. ഷാജഹാന്റെയും മുംതാസിന്റെയും പ്രണയം ലോ കാത്ഭുതത്തിന്റെ വെണ്ണക്കൽമിനാരമാണ്. അങ്ങനെ ലോകചരിത്രത്തി ൽ എത്രയെത്ര പ്രണയികൾ ഹൃദയസഞ്ചാരങ്ങളുടെ അനശ്വരസ്ഥലി കളിലേക്ക് നമ്മെ കൂട്ടിക്കൊണ്ടുപോയിരിക്കുന്നു.

ഇതാ, പിച്ചകപ്പൂക്കളുടെ മാസ്മരസുഗന്ധമായി, കുപ്പിവളകളുടെ മണികിലുക്കമായി, നേത്രനീലിമയുടെ അഞ്ജനചാരുതയായി മുക്കുത്തി അലുക്കുകൾ ഇളക്കിച്ചിരിച്ചുകൊണ്ട് പ്രണയമകരന്ദം നുകർന്ന് മലയാ ളത്തിന്റെ നിത്യകാമുകി സീതാലക്ഷ്മീദേവ്.

സീതാലക്ഷ്മിയുടെയും കേശവദേവിന്റെയും പ്രണയം അനശ്വര മെന്ന് വിവക്ഷിക്കാവുന്ന ഒന്നാണ്. സീതയിൽനിന്ന് വേർപെട്ട് ദേവിനോ, ദേവിൽനിന്ന് വേർപെട്ട സീതയ്ക്കോ ഒറ്റനിമിഷംപോലുമില്ല. അവർ പര സ്പരം ജീവശ്വാസമാകുന്നു.

'എന്റെ ശരീരമേ ഇല്ലാതാകുന്നുള്ളു. ഞാനെന്നും എപ്പോഴും എന്റെ സീതയുടെ കൂടെയുണ്ടാകും' എന്ന് ദേവ് തന്റെ പ്രിയതമയ്ക്ക് ഉറപ്പു കൊടുത്തു.

"അതെ, കേശവദേവ് എപ്പോഴും എന്റെ കൂടെയുണ്ട്. എനിക്കു മിണ്ടാം, തൊടാം, കാണാം" സീതാലക്ഷ്മീദേവ് പറയുന്നു. "ഞാനെ പ്പോഴും ഒരുങ്ങി നടക്കുന്നതാണ് അദ്ദേഹത്തിനിഷ്ടം. മുടിചീകി പൂവെച്ച് വലിയ പൊട്ടുതൊട്ട് ആഭരണങ്ങളണിഞ്ഞ് മുഖത്ത് ചിരിമാത്രം നിറച്ച് ഇങ്ങനെ ഇരിക്കണം. അദ്ദേഹത്തിന്റെ ഇഷ്ടമാണ് എന്റെയും ഇഷ്ടം."

'കേശവദേവ് എന്റെ നിത്യകാമുകൻ' എന്ന പ്രണയം പ്രസരിക്കുന്ന ഓർമ്മക്കുറിപ്പുകളിൽ സീത ഒരുങ്ങി സുന്ദരിയായി കാണാൻ അദ്ദേഹം ആഗ്രഹിക്കുന്നതിനെക്കുറിച്ച് നിരവധി സൂചനകളുണ്ട്. ഗർഭിണിയായി രിക്കേ പൂവ് ചൂടാൻ പാടില്ലെന്നു വിലക്കുവന്നപ്പോഴും തന്റെ ദേവിനു വേണ്ടി അവർ എന്നും പൂവ് ചൂടിയിരുന്നു. ഛർദ്ദിച്ച് അവശയായി കിടക്ക യിലായിരിക്കുമ്പോഴും അദ്ദേഹം വരാറാകുമ്പോഴേക്ക് ഒരു നവോഢയെ പ്പോലെ ഒരുങ്ങിയിരിക്കുമായിരുന്നു. അവരുടെ മുഖത്ത് ഒരു സങ്കടം പോലുമുണ്ടാകുന്നത് ദേവ് സഹിച്ചിരുന്നില്ല.

മലയാളത്തിന്റെ ധിക്കാരിയായ എഴുത്തുകാരൻ എന്ന് വിശേഷിപ്പി ക്കപ്പെടുന്ന കേശവദേവ് പ്രണയത്തിന്റെ ലഹരിയിൽ ഒരു കുഞ്ഞിനെ പ്പോലെയായി. സീതാലക്ഷ്മീദേവ് ചിരിക്കുന്നു.

പ്രണയത്തിന് ഒന്നും തടസ്സമല്ല; പ്രായഭേദങ്ങളും വർണ്ണവ്യത്യാസ ങ്ങളുമൊന്നും. എപ്പോൾ വേണമെങ്കിലും തളിർക്കാവുന്ന ഒന്നാണത്. പ്രണയംകൊണ്ടുമാത്രമേ പ്രണയത്തിന്റെ രഹസ്യമറിയാൻ കഴിയൂ.

പ്രണയകാലങ്ങൾക്കപ്പുറത്തുനിന്നുള്ള, ജന്മാന്തരങ്ങൾക്കപ്പുറത്തു നിന്നുള്ള പ്രവാഹമായി നിറഞ്ഞ ഏതോ ഒരു നിമിഷത്തിലാണ് ദേവും സീതയും ആദ്യമായി കണ്ടുമുട്ടിയത്. ദേവിന്റെ 'ഓടയിൽനിന്ന്' എന്ന നോവൽ വായിച്ച് ദേവിനോടുള്ള അഗാധമായ ആരാധനയിലായിരുന്നു സീത. അക്കാലത്ത് തന്റെ അയൽക്കാരനായി വന്ന ദേവിനെ ഒരുനോക്ക് കാണണമെന്നുള്ള ആഗ്രഹം മാത്രം.

പ്രായമുള്ള ഒരാൾ 'ഓടയിൽ നിന്ന്' എങ്ങനെയെഴുതി, കഥാപാത്ര ങ്ങൾ എങ്ങനെ രൂപപ്പെട്ടു എന്നറിയാനുള്ള ഒരു ഫിഫ്ത്ത് ഫോം കാരി യായ കുട്ടിയുടെ ആരാധനാകൗതുകം മാത്രമേ അന്നുണ്ടായിരുന്നുള്ളൂ. സഹോദരിമാർക്കൊപ്പമാണ് ആദ്യം അദ്ദേഹത്തെ കണ്ടത്. ആദ്യ കാഴ്ച യിൽ തന്നെ ദേവ് ചോദിച്ചു: "ആ ചിരിയുടെ പേരെന്താ?"

ആ ചിരി പിന്നീട് പ്രണയത്തിന്റെ പൂങ്കുലകൾ ദേവിന്റെ ജീവിത ത്തിൽ വിടർത്തി. ആദ്യമായി മാമ്പഴം സമ്മാനിച്ചപ്പോൾ അദ്ദേഹം കൈത്തണ്ടയിൽ നൽകിയ നുള്ള് ഇപ്പോഴും തുടിക്കാറുണ്ടെന്ന് പ്രണയ സജീവതയോടെ സീതാലക്ഷ്മി.

പ്രേമത്തിന്റെ വിരൽത്തുമ്പുകൾകൊണ്ട് ആത്മാവുകൾ സ്പർശി ക്കപ്പെടുമ്പോൾ ജീവിതത്തിന്റെ മയക്കത്തിൽ നിന്നുണരാത്ത ആരെങ്കി ലുമുണ്ടോ എന്ന് ഖലീൽ ജിബ്രാൻ ചോദിച്ചതുപോലെ ഹൃദയത്തിന്റെ അഗാധതയിൽ സ്പർശനത്തിന്റെ പ്രചണ്ഡസൂര്യൻ മധുരിമ പടർത്തു ന്നത് അവർ സ്വയം തിരിച്ചറിഞ്ഞു. പിന്നീട് 'എന്റെ സീതേ' എന്നു തുട

ങ്ങുന്ന ചില പ്രണയാക്ഷര
ക്കുറിപ്പുകള്‍. അങ്ങനെ
പ്രണയം ഹൃദയവാതിലു
കള്‍ തുറന്നിട്ടു. എല്ലാ
എതിര്‍പ്പുകളെയും അവഗ
ണിച്ച് അവര്‍ ഒന്നായി. കോളി
ളക്കമുണ്ടാക്കിയ ഒരു പ്രണ
യമായിരുന്നു അവരുടേത്.
പ്രധാനമായും അവര്‍ തമ്മി
ലുള്ള പ്രായവ്യത്യാസം,
ധിക്കാരിയായ എഴുത്തുകാര
നുളള ശത്രുക്കള്‍ അങ്ങനെ
പല ഘടകങ്ങളുമുണ്ടായിരു
ന്നു. ഒടുവില്‍ പ്രണയികള്‍
കോടതി കയറി.

സ്നേഹം കൊണ്ടുണ്ടാ
ക്കിയ ഒരു വീട്ടിലായിരുന്നു
പിന്നീട് ജീവിതം. സീതക്കു
ട്ടിയുടെ കണ്ണുനനയുന്നത്

സീതാലക്ഷമി ദേവ്

ദേവിന് സഹിച്ചിരുന്നില്ല. തന്റെ പ്രിയതമന്റെ ഉയര്‍ച്ച മാത്രമായിരുന്നു
സീതയുടെ ലക്ഷ്യം. അതിരുകവിഞ്ഞ സ്നേഹവാത്സല്യമായിരുന്നു
ദേവിന് സീതയോട്. കോരിച്ചൊരിയുന്ന സ്നേഹമഴയില്‍ കുളിര്‍ന്നുള്ള
ജീവിതം. പ്രായവ്യത്യാസം ജീവിതത്തെ ഒരുതരത്തിലും ബാധിച്ചിരുന്നി
ല്ല.

സീതാലക്ഷ്മി 'ചെറുക്കന്‍' എന്നാണ് അദ്ദേഹത്തെ സ്നേഹ
ത്തോടെ വിളിച്ചിരുന്നത്.

തന്റെ എഴുത്തില്‍ സുകുമാര്‍ അഴീക്കോട് ഏറെ പ്രോത്സാഹനം
നല്‍കിയെന്ന് അവര്‍ എടുത്തുപറയുന്നു. ഓര്‍മ്മകള്‍ വരുന്തോറും സീതാ
ലക്ഷ്മി അതെല്ലാം കുറിച്ചുവയ്ക്കണം എന്ന് അഴീക്കോട് പറയാറുണ്ട്.

സീതാലക്ഷ്മി കുറിച്ചുവയ്ക്കുന്ന പിച്ചകമണമുള്ള ഓര്‍മ്മകള്‍, വായ
നക്കാരെ പ്രണയത്തിന്റെ മധുരിമ അനുഭവിപ്പിക്കുന്ന – പ്രണയിക്കാന്‍
പ്രേരിപ്പിക്കുന്ന തിളങ്ങുന്ന മുത്തുകളാണ്.

നട്ടെല്ലു വളയ്ക്കാത്ത ധീരന്‍, ധിക്കാരിയായ എഴുത്തുകാരന്‍
എന്നൊക്കെ കേള്‍വികേട്ട കേശവദേവിന്റെ സാഹിത്യജീവിതത്തിലും
അവര്‍ വളരെ തുണയായി. സാഹിത്യതല്‍പരതയും വായനാശീലവും
അവര്‍ക്ക് ജന്മസിദ്ധമായിരുന്നു. കേശവദേവിനോടൊപ്പമുള്ള സാഹിത്യാ
ന്തരീക്ഷത്തിലെ ജീവിതവും പ്രസിദ്ധരായ ഒട്ടനവധി സാഹിത്യകാരന്മാ
രുമായുള്ള പരിചയവുമൊക്കെ അവരുടെ സാഹിത്യവാസനയെ പരിപോ
ഷിപ്പിച്ചു. പുലര്‍ച്ചെ അഞ്ചുമണി മുതല്‍ ഉച്ചവരെ ദേവ് എഴുതും.

അപ്പോൾ നിശബ്ദത നിറഞ്ഞ ഒരന്തരീക്ഷം സൃഷ്ടിച്ചുകൊടുക്കുകയും, ഇടയ്ക്കിടയ്ക്ക് ചായ എത്തിച്ചുകൊടുക്കുകയും ചെയ്തിരുന്നു. എഴുതി വച്ചിരിക്കുന്ന ഭാഗങ്ങൾ വായിച്ച് അദ്ദേഹവുമായി ചർച്ച ചെയ്യുകയും കഥാ പാത്രങ്ങളുടെ പേര് നിർദ്ദേശിക്കുകയും ചെയ്തിരുന്നു. അദ്ദേഹം കൂടു തൽ കൂടുതൽ എഴുതണമെന്ന് അവർ അതിയായി ആഗ്രഹിച്ചു.

മുപ്പതിൽപരം നോവലുകൾ, 35 നാടകങ്ങൾ, ചെറുകഥകളുടെ നാല് ഭാഗങ്ങൾ, ലേഖനം, നിരൂപണം അങ്ങനെ സാഹിത്യലോകത്തിൽ അദ്ദേ ഹത്തിന്റെ സംഭാവനകൾ വളരെ വലുതാണ്. ഓടയിൽ നിന്ന്, അയൽ ക്കാർ തുടങ്ങിയവ ഏറ്റവും പ്രശസ്തമായ കൃതികളാണ്. ചില കൃതി കൾ സിനിമയാക്കുകയും ചെയ്തിട്ടുണ്ട്.

നിരീശ്വരവാദിയായ കേശവദേവിനെപ്പോലും അത്ഭുതപ്പെടുത്തുന്ന അതീന്ദ്രിയമായ ചിന്താവിശേഷം സീതാലക്ഷ്മിക്കുണ്ടായിരുന്നു. ദേവി ന്റെ 'അയൽക്കാർ' എന്ന കൃതിക്ക് കേന്ദ്രസാഹിത്യ അക്കാഡമി അവാർ ഡുകിട്ടുമെന്ന് പ്രവചിച്ച് അദ്ദേഹത്തെ അത്ഭുതപ്പെടുത്തി. അതുപോലെ രസകരമായ ഒട്ടനവധി കാര്യങ്ങൾ അവരുടെ ജീവിതത്തിലുണ്ടായിട്ടുണ്ട്.

തകഴിയുമായി വലിയ ആത്മബന്ധമായിരുന്നു ദേവിന്. തന്റെ മൂത്ത സഹോദരനെപ്പോലെയാണ് തകഴി എന്ന് സീതാലക്ഷ്മിദേവ് അനുസ്മ രിക്കുന്നു. "തകഴിയുടെ ഓർമ്മയുറങ്ങുന്ന മണ്ണിൽ വിങ്ങിപ്പൊട്ടി നിൽക്കാനേ എനിക്കിപ്പൊഴും കഴിയൂ. ആരുടെയും ദുഃഖം കാണാൻ കഴി യാത്തൊരു മനസ്സാണ് എന്റേത്. ശോകം നൽകുന്ന ഓർമ്മകളിൽ നിന്നു പോലും മനസ്സിനെ ഓടിച്ചുമാറ്റാറാണ് പതിവ്.

എപ്പോഴും അദ്ദേഹത്തോടൊപ്പമുള്ള ജീവിതകാലത്തെപ്പറ്റി ഓർക്കാ റുണ്ട്. സന്തോഷാനുഭവങ്ങളിൽ നിന്ന് അദ്ദേഹത്തിന്റെ വിയോഗകാല ത്തിലേക്ക് മനസ്സു പെട്ടെന്ന് ഊളിയിടും. പിന്നെ അതിനെ മനഃപൂർവ്വം മറക്കാൻ ശ്രമിക്കും. ഞാൻ സങ്കടപ്പെടുന്നത് ദേവ് സഹിക്കില്ല."

ഇപ്പോഴും അദ്ദേഹത്തിനുവേണ്ടി മാത്രമുള്ള ഒരു ജീവിതമാണ് സീതാലക്ഷ്മി നയിക്കുന്നത്. ചിന്തയിലും വാക്കിലും പ്രവൃത്തിയിലും എഴുത്തിലും എല്ലാം കേശവദേവ് നിറഞ്ഞുനിൽക്കുന്നു. അദ്ദേഹം ഉപ യോഗിച്ചിരുന്ന കട്ടിൽ, എഴുതുന്ന കസേര, ബുക്കുകൾ, പേന എന്നു വേണ്ട സകലതും പവിത്രതയോടെ സൂക്ഷിച്ചു വയ്ക്കുന്നു.

"അദ്ദേഹം ആഗ്രഹിക്കുന്നതുപോലെ രാവിലെ കുളിച്ചൊരുങ്ങി പൂചൂടി ദേവ് ഉപയോഗിച്ചിരുന്ന കട്ടിലിൽ പൂക്കൾ വിതറി തൊഴുകയ്യോടെ പ്രദക്ഷിണം വച്ച് എന്റെ സങ്കടങ്ങളും സന്തോഷങ്ങളും എല്ലാം പറയും. പറഞ്ഞറിയിക്കാനാവാത്ത ഒരു ശക്തിയാണ് അപ്പോഴുണ്ടാവുക. എന്റെ ഒരു ദിവസം ആരംഭിക്കുന്നത് അങ്ങനെയാണ്. പിന്നെ എഴുത്തിൽ ഇപ്പോൾ കൂടുതൽ ശ്രദ്ധപതിപ്പിക്കുന്നു. കേശവദേവിനെപ്പറ്റിയുള്ള ഓർമ്മ ക്കുറിപ്പുകൾ, നോവലുകൾ, ചെറുകഥകൾ ഒക്കെ രചിച്ചിട്ടുണ്ട്. 'പഠിച്ച കള്ളൻ' എന്ന നോവൽ നാല് അദ്ധ്യായമേ അദ്ദേഹത്തിന് പൂർത്തിയാ ക്കാൻ കഴിഞ്ഞിട്ടുള്ളൂ. പിന്നീട് അത് 26 അദ്ധ്യായങ്ങളായി ഞാൻ

പൂർത്തീകരിച്ചു. കേശദേവ് എന്റെ നിത്യകാമുകൻ, മിഴിനീർപ്പൂക്കൾ, ആരാ
ധിക, മനസ്വിനി, ഒരു അപൂർവ്വ പ്രണയം തുടങ്ങി 19 പുസ്തകങ്ങൾ
സീതാലക്ഷ്മീദേവ് രചിട്ടിട്ടുണ്ട്.

രാവിലെ ഒമ്പതര മുതൽ ഒന്നര വരെ എഴുതും. പിന്നെ സൗഹൃദ
ങ്ങൾ, ടി.വി പരിപാടികൾ, പുതിയ പുസ്തകങ്ങൾ, അദ്ദേഹത്തെക്കുറി
ച്ചുള്ള മതിവരാത്ത ഓർമ്മകൾ... അങ്ങനെ ജീവിതം വേദനകളില്ലാതെ
മുന്നോട്ട് കൊണ്ടുപോകുന്നു."

ജീവിതവും മരണവും ഇണചേരുന്ന മുഹൂർത്തമാണ് പ്രണയം.
അതിനാലാണ് അതിനൊരു തീവ്രാകർഷണമുണ്ടാകുന്നതെന്ന് ഓഷോ
പറയുന്നു. പ്രേമിക്കുന്നവരെ കണ്ടാൽത്തന്നെ അറിയാം. പ്രായം
പ്രേമത്തെ ബാധിക്കില്ല. യഥാർത്ഥ പ്രണയം ഉണ്ടെങ്കിലേ ഒരാളെ പ്ര
ണയി എന്ന് വിളിക്കാൻ പാടുള്ളു. പ്രണയിക്കുന്നവർ അതിന്റെ ഫലമെ
ന്തെന്ന് നോക്കി പ്രണയിക്കാനും പാടില്ല.

"ഇക്കാലത്ത് പ്രണയമില്ല. ആർക്കും പ്രേമിക്കാനറിയില്ല. രണ്ടുപേർ
തങ്ങളിൽ കാണുന്നു. സാമ്പത്തിക നില, ചുറ്റുപാടുകൾ ഒക്കെ നോക്കി
പ്രണയിക്കുന്നു. ചിലപ്പോൾ വിവാഹം, പിന്നീട് പ്രശ്നങ്ങൾ. ഹൃദയ
ത്തിന്റെ ഇഴയടുപ്പം ഒട്ടുംതന്നെ കാണപ്പെടുന്നില്ല.

ഭർത്യവിയോഗം സംഭവിച്ച സ്ത്രീകൾ അവലംബിക്കുന്ന വസ്ത്ര
ധാരണരീതിയോട് എനിക്ക് യോജിപ്പില്ല." കേശവദേവിന്റെ നട്ടെല്ലു ലഭിച്ച
സീതാലക്ഷ്മി അവർക്കുവേണ്ടി പറയുന്നു: "ഒരു സ്ത്രീ വിധവയാണെ
ങ്കിലും യുവതിയാണെങ്കിലും കൗമാരക്കാരിയാണെങ്കിലും അവൾക്ക്
പൊതുവായി ചില ഇഷ്ടങ്ങൾ ഉണ്ട്. ഒരു നിറമുള്ള സാരി കാണുമ്പോ
ഴുള്ള ആഗ്രഹം, നല്ല ആഭരണം കാണുമ്പോൾ അണിയണമെന്ന്
തോന്നൽ. ഇതൊക്കെ സഹജമായ ചില പൊതു ഇഷ്ടങ്ങളാണ്. മറ്റു
ള്ളവർ എന്തുപറയുമെന്ന തോന്നലാണ് അതിൽനിന്നു പിൻവാങ്ങാൻ
അവരെ പ്രേരിപ്പിക്കുന്നത്. മറ്റുള്ളവരെ ശ്രദ്ധിക്കാനേ പാടില്ല. സ്ത്രീകൾക്ക്
അപകർഷതയുള്ള വ്യക്തിത്വം പാടില്ല. ഇപ്പോൾ സമൂഹത്തിൽ ഒരുപാട്
മാറ്റങ്ങൾ വന്നിട്ടുണ്ട്. എന്റെ ചില സുഹൃത്തുക്കൾ പറയാറുണ്ട് സീതാ
ലക്ഷ്മി കാരണമാണ് ഞങ്ങൾ നിറമുള്ള സാരികൾ ധരിക്കുന്നത്, പൊട്ടു
തൊടുന്നത് എന്നൊക്കെ.

ഒരിക്കൽ മാധവിക്കുട്ടി പറഞ്ഞു, പാദസരം ഇട്ടുകൊണ്ട് നടക്കു
മ്പോൾ മറ്റുള്ളവർ കളിയാക്കുന്നു എന്ന്. ഞാൻ പറഞ്ഞു, എങ്കിൽ ചേച്ചി
അവരുടെ മുന്നിൽ വസ്ത്രാഞ്ചലം അല്പമുയർത്തി പാദവും പാദസ
രവും കാണിച്ചുകൊണ്ടുതന്നെ നടക്കണം.

എന്റെ ഫ്രിഡ്ജിന്റെ ഒരു തട്ട് പൂക്കൾക്കുവേണ്ടിയുള്ളതാണ്. എപ്പോ
ഴും അതിൽ പൂക്കളുണ്ടാകും." മുടിച്ചാർത്തിലെ വാടാത്ത പിച്ചകമാല
ഒന്നുകൂടി ഒതുക്കിക്കൊണ്ട് സീതാലക്ഷ്മി പറയുന്നു. "ദേവിന് ഞാൻ
പൂക്കൾ ചൂടുന്നത് വളരെ ഇഷ്ടമാണ്."

കേശവദേവിനെ പ്രധാനമായും ബാധിച്ച രോഗം പ്രമേഹമാണ്. അവ

രുടെ ഏകമകൻ ഡോ. ജ്യോതിദേവ് കേശവദേവ് ഇന്ന് കേരളത്തിലെ അറിയപ്പെടുന്ന പ്രമേഹരോഗ ചികിത്സാവിദഗ്ധനാണ്.

മലയാളത്തിന്റെ പ്രണയദേവാംഗന ഇങ്ങനെ തറപ്പിച്ചുപറയുന്നു. ഇനിയെത്ര ജന്മമുണ്ടെങ്കിലും ഞാൻ ദേവിന്റേതും, ദേവ് എന്റേതുമായി രിക്കും.

ഇളംകാറ്റിൽ പിച്ചകപ്പൂവിന്റെ സുഗന്ധം.

എഴുതിക്കൊണ്ടിരുന്ന പേപ്പറിൽനിന്നും മുഖമുയർത്തി 'ചെറുക്കൻ' ചോദിക്കുന്നു: 'ആ ചിരിയുടെ പേരെന്താ?'

ഓർമമുറിയിലെ ഒറ്റയിതൾ

മൂന്നു മുറി വേണമെന്നാണ് അയ്യപ്പപ്പണിക്കർ പറഞ്ഞത്. ഒരു ഇണക്കമുറിയും ഒരു പിണക്കമുറിയും ഇണക്കവും പിണക്കവുമില്ലാത്ത മറ്റൊരു മുറിയും.

ഓർമ്മകളുടെ ഒറ്റമുറി കൂടി വേണ്ടേ? വെൺമേഘമിനുപ്പുള്ള നീളൻ മുടിയുഴിഞ്ഞ്, അനുഭവങ്ങൾക്കെല്ലാം ഒറ്റച്ചിരിയിൽ നന്ദി പകുത്ത് ജല വാതിലുള്ള സ്മൃതിമുറിയുടെ അകംപച്ചയിൽ ചന്ദ്രകാന്തമായി വൈക്കം ചന്ദ്രശേഖരൻ നായർ.

ഇരുൾ വിടവിലൂടെയെത്തുന്ന പ്രകാശത്തിന്റെ കണ്ണുകളിൽ നിന്നും സുശീലാദേവി പ്രിയപ്പെട്ടയാളുടെ മൃദുസ്പർശം തൊട്ടെടുത്തു. ഗ്രീഷ്മ ത്തിന്റെ ഉർവ്വര നക്ഷത്രങ്ങൾ വെൺനുരകളുടെ അകം തൊട്ടു.

"ചിങ്കമ്മേ..." മറവിയുടെ ഓർമ്മകൾ തുറന്ന് കേൾക്കാൻ കൊതി ക്കുന്ന ഒരു ശബ്ദം ഇങ്ങനെ വിളിക്കുന്നുണ്ട്. വിളി കേട്ടുണർന്നെണീ ക്കുമ്പോൾ വെൺമുടിയിയിഴകൾ കൊണ്ട് ആകാശം മറയും. രോഗാതുര തയുടെ നീണ്ടയിടങ്ങളിലൂടെ, പരിചരണത്തിന്റെ രാപകലുകളിലൂടെ ചിങ്ക മ്മയെന്ന് വൈക്കം ഓമനപ്പേരിട്ട് വിളിക്കുന്ന സുശീലാദേവി, ഒരു മഹാ വൃക്ഷത്തിൽ നിന്നും സ്നേഹത്തിന്റെ ആദ്യലിപികൾ അടർത്തിയെടു ക്കുന്നു.

"മരണം ഒരു വലിയ ഒറ്റപ്പെടലാണ് സമ്മാനിക്കുന്നത്. ഒറ്റയ്ക്കിരി ക്കുമ്പോഴൊക്കെ അദ്ദേഹത്തിന്റെ കൂട്ട് ഉണ്ടായിരുന്നെങ്കിൽ എന്ന്

വല്ലാതെ ആഗ്രഹിക്കാറുണ്ട്."

ജീവിതം ഒരു ചെറിയ ഇലയാണ്. അതിലിങ്ങനെ മുങ്ങിയും പൊങ്ങിയും, മറവിയുടെ കുപ്പായമണിഞ്ഞ് പതിനഞ്ചോളം ആണ്ടുകൾ. അരികിൽ നിഴലുപോലെ ചിങ്കമ്മ, സ്നേഹം ഒരോർമ്മയും ആവശ്യപ്പെ ടുന്നില്ല.

"നീ ഏതാണ്?" ആ മറവിക്കാരൻ ചോദിക്കുന്നു. ഒച്ചയ്ക്ക് അൽപം പതറലുണ്ട്. ചുമലും കവിഞ്ഞു കിടക്കുന്ന, അദ്ദേഹത്തിന്റെ വെള്ളി മുടി യിഴകൾ ഒതുക്കി ചിങ്കമ്മ കഞ്ഞി കോരിക്കൊടുക്കുന്നു.

"നീ എന്തിനാണിവിടെ വന്നത്?" തലച്ചോറിലേക്ക് വന്ന രക്തപ്ര വാഹത്തെ തിരിച്ചയച്ച് മറവിയെ സ്വന്തമാക്കിയ വൈക്കം പിന്നെയും ചോദിക്കുന്നു.

കഞ്ഞിപ്പാത്രം അടുക്കളയിലേക്ക് തിരികെ വയ്ക്കാൻ അടുത്തിരു ന്നവൾ പോയപ്പോഴാണ് സിരാപടലത്തിന്റെ നേരറിവിലേക്ക് ഓടിയെ ത്തിയ ഒരു രക്തത്തുള്ളി അവളുടെ പേർ പറഞ്ഞുകൊടുത്തത്.

മറവിയിൽ ഓർമ്മയുടെ മിന്നലൊളി. വൈക്കം ചിങ്കമ്മയുടെ ഇത്തി രിപ്പോന്ന കുഞ്ഞായി. 'ഒരു ഹോം നഴ്സിനെ വച്ചാലോ?' അമ്മയുടെ കഷ്ടപ്പാടുകൾ കണ്ട് പ്രിയപ്പെട്ടവർ അഭിപ്രായപ്പെട്ടു. പക്ഷേ ചിങ്കമ്മ എതിർത്തു. "ഒന്നും വേണ്ട, എല്ലാം ഞാൻ തന്നെ ചെയ്തോളാം. ഞാൻ നോക്കുംപോലെയാവില്ല മറ്റാരു വന്നാലും."

പിന്നെ ചിങ്കമ്മ വൈക്കത്തിന്റെ അമ്മയായി. ഒരു കുഞ്ഞിനെയെന്ന വണ്ണം തന്റെ പ്രിയതമനെ ശുശ്രൂഷിച്ചു.

കൺകോണിൽ ഉറഞ്ഞുകൂടിയ കണ്ണുനീർത്തുള്ളികൾ ഇപ്പോഴും ചിങ്കമ്മയെന്ന സുശീലാദേവിയുടെ മിഴികളിലുണ്ട്. ഒപ്പം ആരിലേക്കും പ്രസരിപ്പിക്കുന്ന സ്നേഹവാത്സല്യങ്ങളുടെ നറുമണവും.

"ഞങ്ങൾ വൈക്കത്ത് അയൽക്കാരായിരുന്നു. തോടിന് അക്കരയി ക്കരെയാണ് വീടുകൾ. എന്റെ സഹോദരന്റെ സഹപാഠിയാണ് അദ്ദേ ഹം." പിന്നീടെപ്പൊഴോ ഇടയിലുണ്ടായിരുന്ന തോട് അപ്രത്യക്ഷമായി. പാർട്ടിക്കാരുടെയും കുടുംബക്കാരുടെയും സാന്നിധ്യത്തിൽ ആഘോഷ ങ്ങളില്ലാത്ത ഒരു മിന്നുചാർത്തൽ. അന്ന് വൈക്കം 'ജനയുഗ'ത്തിലായി രുന്നു.

"51 വർഷവും 13 ദിവസവും ഞങ്ങൾ ഒന്നിച്ചു ജീവിച്ചു." സുശീലാ ദേവി മന്ത്രിച്ചു. പിന്നൊരുനാൾ തോട്ടിൽ പ്രളയമുണ്ടായി. കരകവിഞ്ഞൊ ഴുകിയ വെള്ളം കൂട്ടുകാരനെയും കൊണ്ടുപോയി. മറവിയുടെ കോണി കയറിയെത്തിയ ഒരു ഓർമ്മത്തരി 'ചിങ്കമ്മ'യെന്നു മാത്രം ഉരുവിട്ടു.

കമ്മ്യൂണിസ്റ്റ് പ്രസ്ഥാനവുമായി അഭേദ്യമായ ബന്ധമായിരുന്നു വൈക്കത്തിന്. കോട്ടയം സി.എം.എസ് കോളേജിലെ വിദ്യാഭ്യാസം പോലും രാഷ്ട്രീയപ്രവർത്തനം മൂലം ഉപേക്ഷിക്കുകയാണുണ്ടായത്. വൈക്കം ചന്ദ്രശേഖരൻ നായർ എന്ന പ്രതിഭാധനൻ കഴിവുതെളിയിച്ചി ട്ടില്ലാത്ത മേഖലകൾ വിരളമാണ്.

പത്ര പ്രവർത്തകൻ, കവി, നാടകകൃത്ത്, നോവലിസ്റ്റ്, നടൻ, പ്രാസംഗികൻ, ഗായകൻ തുടങ്ങി വിവിധ മേഖലകളിൽ വ്യക്തിമുദ്ര പതിപ്പിക്കാൻ അദ്ദേഹത്തിന് കഴിഞ്ഞിട്ടുണ്ട്. ജനയുഗം, മലയാള മനോരമ, കേരളഭൂഷണം, കൗമുദി, കുങ്കുമം, ചിത്രകാർത്തിക തുടങ്ങിയ ഒട്ടേറെ പ്രസിദ്ധീകരണങ്ങളുടെ എഡിറ്ററായും പ്രവർത്തിച്ചിട്ടുണ്ട്.

കാക്കനാടനുമായുള്ള വൈക്കത്തിന്റെ ആത്മ ബന്ധം പ്രസിദ്ധമാണ്. കമ്മ്യൂണിസ്റ്റ് പ്രസ്ഥാനത്തിൽ പ്രവർത്തിക്കുന്ന

സുശീലാദേവി

കാലത്ത് ഒരിക്കൽ ഒളിവിൽ കഴിഞ്ഞത് കാക്കനാടന്റെ കുടുംബത്തിലായിരുന്നു. കാക്കനാടന്റെ പിതാവുമായിട്ടായിരുന്നു അക്കാലത്ത് ഏറെ അടുപ്പം. ആ സ്നേഹം പിന്നീട് കാക്കനാടനിലേക്കും, ഇരുകുടുംബങ്ങൾ തമ്മിലുള്ള എന്നെന്നേക്കുമായുള്ള ബന്ധുത്വത്തിലും ചെന്നെത്തി. ജാതി-മത വ്യത്യാസങ്ങൾക്കപ്പുറം സ്നേഹം എന്ന ഒറ്റനൂലിൽ ആത്മബന്ധങ്ങളുടെ ഇഴ പാകിയുറപ്പിച്ചു വൈക്കവും കാക്കനാടനും. വൈക്കത്തിന്റെ മകൻ ഗിരി വിവാഹം ചെയ്തിരിക്കുന്നത് കാക്കനാടന്റെ മകൾ രാധയെയാണ്. ഇരുകുടുംബങ്ങളും ആലോചിച്ചുറപ്പിച്ച വിവാഹമായിരുന്നു അത്.

"വൈക്കം എന്നു പറഞ്ഞാൽ മലയാളിക്ക് ആദ്യം ഓർമ്മയിലെത്തുന്ന രൂപം വെളുത്തു നീണ്ട മുടിയിഴകളാണ്.

അങ്ങനെയല്ലാത്ത ഒരച്ഛനെ മക്കൾക്കും ഓർമ്മയില്ല." സുശീലാദേവിയുടെ ചുണ്ടിലൊരു പുഞ്ചിരി തിളങ്ങി.

"അദ്ദേഹത്തിന് ഒരു ശീലമുണ്ടായിരുന്നു. പ്രസംഗിക്കുന്ന അവസരങ്ങളിലും മറ്റും മുടി വലിച്ചുപിടിക്കും. ഇല്ലെങ്കിൽ നെഞ്ചിലെ രോമത്തിലായിരിക്കും കയ്യ്. ഏതായാലും മുടിയിലിങ്ങനെ പിടിച്ചുലയ്ക്കുന്ന ശീലത്തിനൊത്ത് അതും വളർന്നു." സുശീലാദേവിയുടെ മുഖത്ത് കുസൃതി ച്ചിരി.

സ്നേഹാതിരേകത്താൽ മനുഷ്യൻ ദുഃഖങ്ങളെ വിസ്മരിക്കുന്നുവെന്ന് റൂമി പാടിയിട്ടുണ്ട്. സുശീലാദേവിയാകട്ടെ സ്നേഹമയിയായ ഒരു സാധാരണ വീട്ടമ്മയായിരുന്നു. ഏഴു മക്കളെ വളർത്താനും പഠിപ്പിക്കാനും സമയം തികഞ്ഞില്ല അവർക്ക്. കുടുംബത്തിന്റെ പൂർണ്ണ ഉത്തരവാദി

അവും അവർക്കായിരുന്നു. ജോലിത്തിരക്കുകളുടെയും എഴുത്തിന്റെയും യാത്രകളുടെയും ലോകത്തുനിന്ന് വൈക്കം വീട്ടിലെത്തുന്നത് വല്ലപ്പോ ഴുമാണ്. പരാതിയോ പരിഭവമോ ഏതുമില്ലാതെ അശാന്തിയെ ശാന്തി യാക്കി ജീവിതയാത്രയിൽ അവർ അദ്ദേഹത്തിനൊപ്പം നടന്നു.

"മക്കൾക്കൊക്കെ അച്ഛനെയൊന്ന് കാണാൻ കിട്ടുന്നത് അപൂർവ്വ മാണ്. മിക്കപ്പോഴും വരുന്നത് പാതിരാവിലാകും. പുലരുംമുമ്പ് പോകും. എല്ലാവരും ഉണ്ടെങ്കിൽ ആകെ ബഹളമാണ്. മക്കളെ വഴക്കുപറഞ്ഞ് വളർത്തരുത് എന്നാണ് അദ്ദേഹത്തിന്റെ പക്ഷം.

എഴുതാൻ അദ്ദേഹത്തിന് പ്രത്യേകിച്ച് നിർബന്ധമൊന്നുമില്ല. എവി ടിരുന്നും എഴുതും. ഫോൺ ചെയ്തുകൊണ്ടിരിക്കുമ്പോൾ പോലും എഴു തുന്നത് കണ്ടിട്ടുണ്ട്. ഒരിക്കൽ കൈക്ക് വേദന വന്നപ്പോൾ കുറച്ചുനാൾ എന്നെക്കൊണ്ട് എഴുതിച്ചു. പിന്നീടെല്ലാം തനിയെയാണ് എഴുതാറു ള്ളത്."

ഓർമ്മമരത്തിലെ പൂവുകളോരോന്നും ചിങ്കമ്മ ഇറുത്തുവച്ചു. അവ യ്ക്കു സുഗന്ധം മാത്രമേയുള്ളൂ. കാലപ്പഴക്കത്തിൽ അവയ്ക്ക് മദിപ്പി ക്കുന്ന ഗന്ധം കൈവരുന്നു.

"വിവാഹം കഴിഞ്ഞ് ആദ്യം രണ്ടാഴ്ച താമസിച്ചത് ജനയുഗത്തിലെ ആർ. ഗോപിനാഥൻനായരുടെ വീട്ടിലാണ്. പിന്നെയാണ് വാടകയ്ക്ക് വീടെ ടുത്തത്. കൊല്ലം പോളയത്തോട് ശ്മശാനത്തിനടുത്തായിരുന്നു ആ വീട്. വീട്ടിൽ ഞാൻ മാത്രമേയുള്ളൂ. അദ്ദേഹം പാതിരാവായപ്പോഴാണ് വന്നത്. ഞാൻ തനിയെ ഭയന്നുവിറച്ച് കട്ടിലിന്റെ ഒരു മൂലയ്ക്ക്. എന്റെ അവസ്ഥ കണ്ട് അദ്ദേഹം അടുത്തദിവസം തന്നെ കൂട്ടിന് ഒരു കുട്ടിയെ ഏർപ്പാടു ചെയ്തു."

എഴുത്തും വായനയും സൗഹൃക്കൂട്ടായ്മകളും കൊണ്ട് ജീവിതം മുന്നോട്ടുപോയി. കൂടാതെ സാഹിത്യ-രാഷ്ട്രീയ സുഹൃത്തുക്കളുടെ കുടുംബാംഗങ്ങളുമൊത്ത് ഒന്നിച്ചു കഴിയാനും അവസരം ലഭിച്ചിട്ടുണ്ടെന്ന് സുശീലാദേവി ഓർക്കുന്നു.

ഭക്ഷണകാര്യത്തിൽ വൈക്കത്തിന് ഒരു പ്രത്യേക നിർബന്ധമുണ്ടാ യിരുന്നു. എത്രവലിയ സദ്യയുണ്ടാക്കി മുന്നിൽവച്ചാലും അതിനോടൊപ്പം ഒരു ചമ്മന്തി കൂടി വേണം. രുചിശീലത്തിന്റെ ഇത്തിരിയിഷ്ടങ്ങളിൽ സുശീലാദേവി ഓർമ്മപ്പൊതി ഒരുക്കി.

വിവിധ മേഖലകളിലായി ഏതാണ്ട് അറുപതിൽപ്പരം കൃതികൾ വൈക്കത്തിന്റേതായിട്ടുണ്ട്. ചരിത്രത്തിലും സംസ്കാരത്തിലും അഗാധ മായ പരിജ്ഞാനം അദ്ദേഹത്തിനുണ്ടായിരുന്നു. എതിരാളികൾക്കു പോലും വിഷമം തോന്നാത്ത വിധത്തിലുള്ള വാഗ്വൈഭവമായിരുന്നു അദ്ദേഹത്തിന്റേതെന്ന് പത്നി അനുസ്മരിക്കുന്നു. ഒപ്പം ശബ്ദമുണ്ടാക്കു ന്നവരെ നിശബ്ദരാക്കാൻ പോന്ന ആഞ്ജാപടുത്വവും ആ വാക്കുകൾക്കു ണ്ടായിരുന്നു.

നാടകരംഗത്തും തന്റേതായ സംഭാവനകൾ നൽകുവാൻ വൈക്ക

ത്തിന് കഴിഞ്ഞിട്ടുണ്ട്. ഉത്തരായൻ തീയറ്റേഴ്സ് എന്ന ഒരു നാടകസ മിതി അദ്ദേഹം നടത്തിയിരുന്നു. കാളിദാസകലാകേന്ദ്രം, കെ.പി.എ.സി തുടങ്ങിയവയുമായും സഹകരിച്ചുവന്നു. സംഗീതനാടക അക്കാഡമി ചെയർമാനായും പ്രവർത്തിച്ചിട്ടുണ്ട്.

വൈക്കത്തിന്റെ 'ജാതൂഗ്യഹം' എന്ന നാടകത്തിന് കേരളസാഹിത്യ അക്കാഡമി അവാർഡ് ലഭിക്കുകയുണ്ടായി. കൂടാതെ 1999 ൽ സമഗ്ര സംഭാവനയ്ക്കുള്ള കേരളസാഹിത്യ അക്കാഡമി അവാർഡും അദ്ദേഹ ത്തിനായിരുന്നു. അദ്ദേഹത്തിന്റെ നോവലുകളായ നഖങ്ങൾ, പഞ്ച വൻകാട്, മാധവിക്കുട്ടി എന്നിവ സിനിമയാക്കിയിട്ടുമുണ്ട്. മാധവിക്കുട്ടി യുടെ തിരക്കഥയ്ക്ക് പുരസ്കാരവും ലഭിച്ചു.

സുശീലാദേവി ഓർമ്മകളുടെ അങ്ങേപകലുകളിലേക്ക് യാത്ര കൊണ്ടു. സൂര്യതേജസ്സുള്ള ചിത്രക്കുമ്പാരങ്ങൾ. സന്തോഷങ്ങളുടെ മിന്നൽത്തിളക്കങ്ങൾ. മക്കളുടെ വിദ്യാഭ്യാസകാര്യങ്ങളിൽ വൈക്കത്തിന് പ്രത്യേക നിർബന്ധങ്ങൾ ഒന്നുമില്ലായിരുന്നു. അവർക്ക് എന്തെങ്കിലും ചില താൽപര്യങ്ങൾ ഉണ്ടെന്ന് ബോധ്യപ്പെട്ടാൽ എങ്ങനെയും അത് നിവർത്തിച്ചു കൊടുത്തിരുന്നു.

"പനയപ്പള്ളിയിലെ വീട്ടിൽ താമസിക്കുന്ന കാലത്താണ്. ഗിരിക്ക് വയലിൻ പഠിക്കണമെന്നും സഹോദരന് മൃദംഗം പഠിക്കണമെന്നും ചില മോഹങ്ങൾ. അദ്ദേഹം അത് കേട്ടതായി നടിച്ചില്ല. ഒരു ദിവസം ഗിരി പുസ്തകം വായിക്കുകയായിരുന്നു. അദ്ദേഹം അവനോട്, അടുത്ത കട യിൽ നിന്ന് ബീഡി വാങ്ങിക്കൊണ്ടുവരുവാൻ ആവശ്യപ്പെട്ടു. 'ഞാൻ വായിക്കുകയാണ്, അവനോട് പറയൂ' എന്ന് സഹോദരനെ ചൂണ്ടിക്കാട്ടി ഗിരി. ഗിരിയോട് ആദ്യം പറഞ്ഞതുകൊണ്ട് തനിക്കു പറ്റില്ലെന്നു മറ്റേ യാൾ. തർക്കം വേണ്ട, താൻ തന്നെ വാങ്ങാമെന്ന് അച്ഛൻ. നീയെന്താണ് വായിക്കുന്നത്. അദ്ദേഹം ഗിരിയുടെ കയ്യിലിരുന്ന പുസ്തകം നോക്കി. 'ഭരതമുനിയുടെ നാട്യശാസ്ത്രം.' ഞാൻ കടയിൽ പോയിട്ട് വരുമ്പോ ഴേക്കും നീ ഈ ശ്ലോകം കാണാതെ പറഞ്ഞുകേൾപ്പിച്ചാൽ വയലിൻ പഠിപ്പിക്കാം. അദ്ദേഹവും വിട്ടില്ല. പക്ഷേ അദ്ദേഹം വരുമ്പോഴേക്കും അച്ഛൻ നിർദ്ദേശിച്ച ശ്ലോകം മാത്രമല്ല അതിനു താഴെയുള്ള രണ്ടു ശ്ലോക ങ്ങൾ കൂടി മകൻ മനഃപാഠമാക്കിയിരുന്നു. അന്നുതന്നെ എന്റെ കഴുത്തിൽ കിടന്ന മാല പണയംവച്ച് വയലിനും മൃദംഗവും വാങ്ങുകയും അതു പഠിപ്പിക്കാൻ അദ്ധ്യാപകനെ ഏർപ്പാടാക്കുകയും ചെയ്തു."

പ്രശസ്ത പത്രപ്രവർത്തകനായ ഗൗരീദാസൻ നായർ, ജനയുഗ ത്തിലെ ഗൗതമൻ, ഗിരി, ലത, ഉമ, പ്രിയ, വത്സല എന്നിവരാണ് വൈക്കം –സുശീലാദേവി ദമ്പതികളുടെ മക്കൾ.

സുശീലാദേവിയുടെ സ്വപ്നങ്ങൾക്ക് വെള്ളിമിനുപ്പാണ്. സ്നേഹ ത്തിന്റെ അതേ നിറം. കാറ്റിൽ പാറിവന്ന് വെൺമുടിയിഴകൾ ഓർമ്മച്ചെപ്പ് മുട്ടിത്തുറക്കുന്നു. അത് വർഷങ്ങളുടെ മറവിക്കിടക്കയിൽ നിന്നും ഐതി ഹ്യമാല വായിച്ചുവായിച്ച് ഓർമ്മത്തുണ്ടുകൾ നുള്ളിയെടുത്തും പിന്നെ

മൗനത്തിന്റെ സ്വപ്നങ്ങളിലേക്കും പോയി. നോവലുകളും നാടകങ്ങളും ലേഖനങ്ങളും ഉള്ളിൽ മുളച്ച് ഉള്ളിലെ അജ്ഞാതമായ താളിൽ കുറിച്ച് ഉള്ളറയിൽത്തന്നെ വച്ചുപൂട്ടി. ഇടയ്ക്കിടെ 'ചിങ്കമ്മാ...' എന്നു മാത്രം മന്ത്രിച്ചു.

2005 ഏപ്രിൽ 13 ന്, ഒരു വിഷുത്തലേന്ന് കൊന്നപ്പൂക്കൾ കൊഴി ഞ്ഞുവീണു.

എല്ലാമെല്ലാം തിരിച്ചുപോകുന്നു
ഏതോ വിദൂര ചക്രവർത്തി
വള്ളിച്ചെടികൾ വിഴുങ്ങി വാഴുന്ന ഒരു മൗനത്തിലേക്ക്
തൂവലിന്റെ കിരീടം ചൂടിയ അതേ മൗനത്തിലേക്ക് (നെരുദ)

തിരുനെല്ലൂർ കരുണാകരൻ

വെളിച്ചത്തിലേക്കൊരു പിൻവാങ്ങൽ

തിരുനെല്ലൂർ കരുണാകരന്റെ 'റാണി' ശ്യാമളാദേവിയാണ്.

വായനക്കാർക്ക് 'റാണി' താമരയുടെ കുരുന്നിലയിൽ ഇറ്റുവീണ ആകാശനീലിമയുടെ ഒരു തുള്ളി പോലത്തെ അഷ്ടമുടിക്കായലിന്റെ പുത്രിയാണ്. പ്രണയത്തിന്റെ തീവ്രതയും വിരഹത്തിന്റെ വേദനയും ആ സ്വാദക ഹൃദയങ്ങളിൽ നിറച്ച് തോണിയിൽ പാട്ടുമായെത്തുന്ന പ്രിയ പ്പെട്ടവനെയും കാത്ത് കായലോരത്തു നിൽക്കുന്ന നൊമ്പരത്തുള്ളിയാണ്.

അക്ഷരങ്ങളെക്കൊണ്ട് മഴവില്ലുവിരിയിക്കുകയും ഇടിവാളു ചുവപ്പി ക്കുകയും ചെയ്ത നിശബ്ദതയുടെ ശബ്ദമായിരുന്നു തിരുനെല്ലൂർ. വാക്കുകളെ മാന്ത്രികന്റെ ആയുധപ്പുരയിലെ മധുരനുലിഴകളാക്കി അ ദ്ദേഹം മാറ്റിയെടുത്തു.

കായൽ, നിലാവിന്റെ ഒരു തുള്ളിയാണ്. ആ നിലാത്തുള്ളി തിരു നെല്ലൂരിന്റെ കാവ്യഭാവനയുടെ ഊർജ്ജമായിരുന്നു. കായലിനോടു ബന്ധ പ്പെട്ടുള്ള തൊഴിലാളികളുടെ ജീവിതം കവിതകളിൽ ചുവപ്പുമാല്യങ്ങൾ ചാർത്തി. കായൽ ഒരു ചുവന്ന പൂവാണ്.

കൊല്ലത്ത് ഞാറയ്ക്കലുള്ള രവീന്ദ്രമന്ദിരം എന്ന പുരാതന തറവാട്. അവിടത്തെ കാവില ജി. ഗംഗാധരന്റെയും കല്യാണിക്കുട്ടിയമ്മയുടെയും മകളാണ് ശ്യാമളാദേവി. കാവില ഗംഗാധരൻ അറിയപ്പെടുന്ന ശ്രീനാരാ യണ ധർമ്മപ്രചാരകനും പൊതുപ്രവർത്തകനുമായിരുന്നു. അദ്ദേഹ ത്തിന്റെ പിതാവ് സ്ഥാപിച്ച കാവില എസ്.എൻ.വി. സംസ്കൃത

ഹൈസ്കൂളിന് തറക്കല്ലിട്ടത് ശ്രീനാരായണ ഗുരുദേവനായിരുന്നു.

രവീന്ദ്രമന്ദിരത്തിന്റെ അങ്കണത്തിൽ പലതരം പൂക്കളും ചെടികളും വള്ളിപ്പടർപ്പുകളും പരിലസിച്ചു. പൂങ്കുയിലിന്റെ നാദവും പൂമണവും നിറ ഞ്ഞൊഴുകി. ഒരു കൊച്ചു പൂങ്കാവനം തന്നെയായിരുന്നു അവിടം.

ഒരിക്കൽ വീടിന്റെ മട്ടുപ്പാവിൽ നിൽക്കുമ്പോൾ, കവിതയൊഴുകി വരുന്നത് കൊച്ചു ശ്യാമള കേട്ടു. പിന്നെ പൂവിറുക്കാനെന്ന നാട്യത്തിൽ പൂന്തോട്ടത്തിൽ ചുറ്റിത്തിരിഞ്ഞത് പാട്ടുകാരനെ കാണാനായിരുന്നു. കണ്ടു. കവിതയൊഴുകിവരുന്ന രണ്ട് നക്ഷത്രക്കണ്ണുകൾ അദ്ദേഹവും കണ്ടു. കായലിൽ നിലാവു വീണു തിളങ്ങും പോലെ ആരാധനയും വിസ്മയവും നിറഞ്ഞ രണ്ടു മിഴികൾ... പിന്നെ പൂവുകൾക്കൊപ്പം ശ്യാമ ളയും എന്നും കവിതകേട്ടു. അങ്ങനെയായിരിക്കണം തിരുനെല്ലൂർ വിപ്ല വത്തിനൊപ്പം പ്രണയത്തിന്റെയും കവിതയായത്.

ജ്യേഷ്ഠന്റെ സഹപാഠിയും, പഠനത്തിൽ അതിസമർത്ഥനും, കവി തക്കാരനുമായ തിരുനെല്ലൂരിനോട് ശ്യാമളയുടെ വീട്ടുകാർക്കൊക്കെ വളരെ പ്രിയമായിരുന്നു. അതുകൊണ്ട് ഇടയ്ക്കൊക്കെ നക്ഷത്രക്കണ്ണു കാരനോട് നിലാക്കണ്ണുകാരി മിണ്ടുന്നത് ആരും തടഞ്ഞില്ല. പഠനസംബ ന്ധമായ സംശയങ്ങൾ തീർക്കുന്നതും അവിടെയായിരുന്നു. ഹൈസ്കൂൾ ക്ലാസിൽ പഠിക്കുമ്പോൾ 'ജീവിതവും കലയും' എന്ന ഉപന്യാസത്തിന് എന്തെഴുതണമെന്ന് ചോദിച്ചപ്പോൾ, "അദ്ധ്വാനധന്യമായ ജീവിതത്തിന്റെ പൊള്ളുന്ന താഴ്വരയിൽ നിന്നാണ് കലയും സാഹിത്യവും ഉയിർക്കൊ ള്ളുന്നത്..." എന്നു തുടങ്ങുന്ന വരികൾ തിരുനെല്ലൂർ പറഞ്ഞുകൊടുത്തത് അദ്ദേഹത്തിന്റെ 'ബേബി' ഇന്നും വരിതെറ്റാതെ പറഞ്ഞുക്കൊണ്ടിരി ക്കുന്നു.

ശ്യാമള തിരുനെല്ലൂർ

തിരുനെല്ലൂർ എം.എക്ക് ഒന്നാം റാങ്കുകാരനാണ്, ക വിയാണ്, കോളേജധ്യാപ കനാണ് എന്നൊന്നും പറ ഞ്ഞിട്ടു കാര്യമില്ല; പ്രണയം എതിർപ്പുകളുടെ കൊടുങ്കാറ്റാണ്.

മാർക്കുലിസ്റ്റു വാങ്ങാ നെന്ന വ്യാജേന വീട്ടിൽ നി ന്നിറങ്ങിയ ശ്യാമളയെ, കൊല്ലം പെരിനാട് പി.കെ. പത്മനാഭന്റെയും എൻ. ലക്ഷ്മിയുടെയും മകൻ തിരുനെല്ലൂർ കരുണാകരൻ ശിവഗിരിയിൽ വച്ച് താലി ചാർത്തി സ്വന്തമാക്കി. ആ

അനശ്വരമുഹൂർത്തത്തിനു സാക്ഷ്യം വഹിക്കുവാൻ തിരുനെല്ലൂരിന്റെ സുഹൃത്തുക്കളായ അശോകൻ, വെൺപാലക്കര സോമൻ, സി.കെ. ലില്ലി, മുഹമ്മദ് കുഞ്ഞ് തുടങ്ങിയവരും ഉണ്ടായിരുന്നു.

തിരുനെല്ലൂർ സാറിന്റെ പ്രണയകവിതകൾക്ക് പ്രചോദനം അദ്ദേഹത്തിന്റെ 'ബേബി'യാണോ? എന്നു ചോദിച്ചാൽ ബേബിയുടെ മുഖത്തൊരു കുസൃതിയുണരും. "ഞാൻ പറയുന്നതെന്തിനാ, വായിച്ചുനോക്കിയാല റിയില്ലേ."

പ്രണയത്തിന്റെ ഉത്കൃഷ്ടത അറിഞ്ഞിരുന്ന കാമുകീകാമുകന്മാ രെയാണ് തിരുനെല്ലൂരിന്റെ കവിതകളിൽ കാണാൻ കഴിയുന്നത്. സ്നേഹം നിറഞ്ഞുതുളുമ്പുന്ന ഉള്ളാഴങ്ങളിൽ നിന്നു മാത്രമേ പ്രണയത്തെയും സൗഹൃദത്തെയും മാനവികതയെയും കുറിച്ചുള്ള അനശ്വര ഗീതികൾ ഉണ്ടാകൂ.

കവിയുടെ എഴുത്തുനേരം രാത്രിയാണ്. എത്രനേരം വേണമെങ്കിലും പൂമണവും പൂങ്കാറ്റുമേറ്റ് ഇങ്ങനെയിരിക്കും. കായൽപ്പരപ്പിലെ വെൺനു രകൾ പോലെ കവിത തുടിച്ചാർക്കും. കായൽമീനുകളുടെ കവിത രുചിച്ച്, രാവിലെയും വൈകിട്ടും ഓരോ നിർബന്ധ ചായ കുടിച്ച്, മക്കളുമായി കവിതയും കഥയും പറഞ്ഞിരിക്കുന്ന ഒരു മുതിർന്ന കുട്ടിയായിരുന്നു എന്നും കവിതയിലെ സൗമ്യസരോവരം. അതിനാൽത്തന്നെ എല്ലാത്തരം താരപരിവേഷങ്ങളിൽ നിന്നും ശബ്ദമേഖലകളിൽ നിന്നും അദ്ദേഹം അകന്നുനിന്നു. സൗമ്യമെങ്കിലും ദൃഢമായ കാൽപ്പാടുകൾ മലയാളത്തിൽ പതിപ്പിച്ചു.

അദ്ദേഹത്തിന്റെ ഏറ്റവും മികച്ച സുഹൃത്തുക്കൾ മക്കൾ തന്നെയാ യിരുന്നു. പുലരുവോളം മക്കളുമായി സംസാരിച്ചിരിക്കുക വളരെയിഷ്ട മുള്ള കാര്യമായിരുന്നു. എസ്.എസ്.എൽ.സി കണക്കുപരീക്ഷയുടെ തലേ ദിവസം പോലും മകനെ വിളിച്ചിരുത്തി മണിക്കൂറുകളോളം ചെസ്സുകളി ച്ചയാളാണ്. അദ്ദേഹത്തിന്റെ മറ്റൊരു ചെസ്സുകളി കൂട്ടുകാരൻ കവി പുന ലൂർ ബാലനായിരുന്നു. തന്റെ 'ഗ്രീഷ്മസന്ധ്യകൾ' അദ്ദേഹം സമർപ്പി ച്ചിരിക്കുന്നത് പുനലൂർ ബാലനാണ്. ബാലൻസാറിനെക്കൂടാതെ ഒ. എൻ.വി, പുതുശ്ശേരി, അച്യുതമേനോൻ, ആർ. സുഗതൻ, പി. ഗോവിന്ദ പിള്ള തുടങ്ങി ഒരു വലിയ സൗഹൃദനിര തന്നെ അദ്ദേഹത്തിനുണ്ടായി രുന്നു.

"വീട്ടിലെമ്പാടും പുസ്തകങ്ങളായിരുന്നു. മക്കളൊക്കെ മണ്ണിൽ പിച്ച വെച്ചു നടന്നു എന്നല്ല, പുസ്തകങ്ങളുടെ മേൽ പിച്ചവെച്ചുനടന്നു എന്നാണ് പറയേണ്ടത്." തിരുനെല്ലൂരിന്റെ ബേബി ചിരിക്കുന്നു.

അവസാനകാലങ്ങളിൽപോലും ഇളയമകൻ അച്ഛനെ കെട്ടിപ്പിടിച്ച് കട്ടിലിൽ കിടന്ന്, രണ്ടുപേരും ഒരുമിച്ച് കുമാരനാശാന്റെ കവിതകളും, സ്വന്തം കവിതകളും ചൊല്ലിത്തിമിർക്കുമായിരുന്നു.

ജീവിതത്തിലും സോഷ്യലിസത്തിന്റെ ആന്തരാർത്ഥം നടപ്പാക്കിയ ആളാണ് തിരുനെല്ലൂർ. ഉത്തമമായ മാനവസ്നേഹത്തിന്റെ നറുമണം

ആ ജീവിതത്തിൽ പുലർന്നിരുന്നു. തന്നെ സന്ദർശിക്കാനെത്തുന്ന പ്രധാ നപ്പെട്ട വ്യക്തിക്കൊപ്പം തന്നെ, അപ്രധാനമെന്ന് മറ്റുള്ളവർ കരുതുന്ന ആളിനും തുല്യപ്രാധാന്യം അദ്ദേഹം നൽകിയിരുന്നു. ആരും മാറ്റിവെ യ്ക്കപ്പെടേണ്ടവരല്ല.

കോളേജധ്യാപകനായും, പി.എസ്.സി മെമ്പറായും അദ്ദേഹം സേവ നമനുഷ്ഠിച്ചിരുന്നു. തുടർന്ന് ജനയുഗം വാരികയുടെ മുഖ്യ പത്രാധിപ രായി. കേരളസാഹിത്യ അക്കാഡമി, കേരള കലാമണ്ഡലം, കേരള സ ർവ്വകലാശാല സെനറ്റ് എന്നിവയിൽ പലതവണ അംഗമായിരുന്നു. 1993ൽ സോവിയറ്റ് യൂണിയനിൽ നടന്ന ആഫ്രോ-ഏഷ്യൻ എഴുത്തുകാരുടെ സമ്മേളനത്തിൽ ഇന്ത്യയെ പ്രതിനിധീകരിച്ചത് തിരുനെല്ലൂരാണ്.

സൗന്ദര്യത്തിന്റെ പടയാളികൾ, പ്രേമം മധുരമാണ്; ധീരവുമാണ്, റാണി, വയലാർ, അന്തിമയങ്ങുമ്പോൾ തുടങ്ങി ഒട്ടനവധി കൃതികൾ രചിച്ചു. കാളിദാസന്റെ മേഘസന്ദേശവും ശാകുന്തളവും മലയാളത്തി ലേക്ക് കൊണ്ടുവന്നു.

തിരുനെല്ലൂർ കരുണാകരന്റെ കവിതകൾ എന്ന കൃതിക്ക് ആശാൻ അവാർഡ്, വയലാർ അവാർഡ് എന്നിവയും 'ഗ്രീഷ്മസന്ധ്യകൾ'ക്ക് മൂലൂർ അവാർഡ്, അബുദാബി ശക്തി അവാർഡ്, എഴുകോൺ ശിവശ ങ്കരൻ അവാർഡ്, സമഗ്ര സംഭാവനയ്ക്ക് 1999 ലെ കേരള സാഹിത്യ അക്കാദമി പുരസ്കാരവും തിരുവനന്തപുരം വിചാരവേദി പുരസ്കാരവും ലഭിച്ചു. എങ്കിലും ലാളിത്യത്തിന്റെ ഉത്തമ മാതൃകയായിരുന്നു തിരുനെ ല്ലൂർ.

"എപ്പോഴും സ്വന്തം കൈപ്പടയിൽ തന്നെ എഴുതണമെന്ന ആഗ്രഹം അദ്ദേഹത്തിനുണ്ടായിരുന്നു. തീരെ വയ്യാതിരുന്ന കാലത്ത് ചരിഞ്ഞിരുന്ന് ബുദ്ധിമുട്ടി എഴുതുമായിരുന്നു. ക്യാൻസർ ബാധിതമായ അക്കാലത്ത് അങ്ങനെ എഴുതിയതാണ് 'വെളിച്ചത്തിലേക്കൊരു പിൻവാങ്ങൽ' എന്ന കവിത." ബേബിയുടെ കണ്ണുകളിൽ ഈറൻതുള്ളികൾ.

സ്വന്തം നാടിനോട് ഗൃഹാതുരത്വം നിറഞ്ഞ ഒരു ബന്ധം അദ്ദേഹ ത്തിനുണ്ടായിരുന്നു. അഷ്ടമുടിക്കായൽ ഒരുവട്ടം കണ്ട ഒരാൾക്കും അതിനെ മറക്കാനാകില്ല. വീണ്ടും വീണ്ടും തന്നിലേക്കടുപ്പിക്കുന്ന എന്തോ ഒന്ന് ആ കായൽറാണിക്കുണ്ട്. അതുകൊണ്ടാകണം നിരവധി വർഷ ങ്ങൾ നഗരത്തിൽ ചെലവഴിച്ചിട്ടും ചേക്കേറാൻ കായൽനാട്ടിലേക്ക് തിരു നെല്ലൂർ വന്നണഞ്ഞത്; മൗനത്തെ വാങ്മയമാക്കി കായൽക്കരയിലൂടെ നടന്നുമറഞ്ഞത്.

വായനയും സുഹൃത്തുക്കളും കായലും അദ്ദേഹത്തിന് ഏറ്റവും പ്രിയങ്കരങ്ങളായിരുന്നു.

ഡി.എം. പൊറ്റക്കാടിനെ തിരുനെല്ലൂർ പരിചയപ്പെടുന്നത് മദ്രാസിൽ വച്ചായിരുന്നു. അന്ന് തിരുനെല്ലൂരിനെ ആരോ പോക്കറ്റടിച്ചു. അങ്ങനെ വിഷമിച്ചു നിൽക്കുമ്പോൾ ഡി.എം പൊറ്റക്കാട് തന്റെ പാന്റ് സിന്റെ പോക്കറ്റിൽ നിന്ന് ഒരു കുത്ത് നോട്ടെടുത്ത് തിരുനെല്ലൂരിന്റെ കയ്യിൽ

തിരുകിവച്ചു. പിന്നീട് വർഷങ്ങൾക്കുശേഷം രോഗബാധിതനായി ആശു
പത്രിയിൽ കിടന്ന ഡി.എം. പൊറ്റക്കാടിനെ കാണാൻ തിരുനെല്ലൂർ
എത്തി. അന്നത്തേതുപോലെ, പൊറ്റക്കാട് തന്റെ പോക്കറ്റിൽനിന്ന് എ
ന്തോ എടുത്ത് തിരുനെല്ലൂരിന് കൊടുത്തു. "ഇതു വാങ്ങൂ, എന്റെ കയ്യി
ലിപ്പോൾ ഇതേ തരാനുള്ളൂ." അത് ഒരു തിരക്കഥയായിരുന്നു. തിരുനെ
ല്ലൂർ 'കൗമുദി' ബാലകൃഷ്ണന് ഒരു കത്തുമായി അത് ഏൽപിച്ചു. 'ഏഴു
രാത്രികൾ' എന്ന പേരിൽ പിന്നീട് അത് സിനിമയായി. ഇതുപോലെ
സൗഹൃദങ്ങളുടെ ജൈവലോകങ്ങൾ അദ്ദേഹത്തിന്റെ ജീവിതത്തിലെമ്പാ
ടുമുണ്ട്.

തിരുനെല്ലൂരിന്റെ ഒറ്റ പുസ്തകത്തിനും അവതാരികയില്ല എന്നത്
ശ്രദ്ധേയമാണ്. വായനക്കാരനും എഴുത്തുകാരനുമിടയിൽ ഇടനിലക്കാർ
വേണ്ട എന്നതായിരുന്നു അദ്ദേഹത്തിന്റെ നിലപാട്. താൽപര്യമുള്ളവർ
വായിക്കട്ടെ.

ആഘോഷങ്ങൾ അദ്ദേഹത്തിന് അത്ര ഇഷ്ടമുള്ള കാര്യമായിരു
ന്നില്ല. എങ്കിലും സുഹൃത്തുക്കളുടെയും വിദ്യാർത്ഥികളുടെയും നിർബ
ന്ധത്തിനു വഴങ്ങിയാണ് 80-ാം വയസ്സിൽ പിറന്നാൾ ചടങ്ങിൽ വൈമന
സ്യത്തോടെ പങ്കെടുത്തത്. അതൊരു 'ഇരുത്തിപ്പൂജ'യാണ്, എനിക്കി
ഷ്ടമല്ല എന്ന് അദ്ദേഹം പറയുമായിരുന്നു.

"എനിക്ക് ഞാൻ അർഹിക്കുന്നതിനെക്കാൾ കൂടുതൽ സ്നേഹം
നിങ്ങൾ തന്നിട്ടുണ്ട്." ഏറ്റവും ഒടുവിലത്തെ മീറ്റിംഗിൽ അദ്ദേഹം പറ
ഞ്ഞു. നിഷ്കളങ്കനായ ഒരു നാട്ടിൻപുറത്തുകാരന്റെ ഉള്ളിൽത്തട്ടിയുള്ള
സ്നേഹവാക്കുകളായിരുന്നു അത്.

കൊല്ലത്തെ ജനതാ വായനശാലയുടെ സ്ഥാപകനായിരുന്നു തിരു
നെല്ലൂർ. വായനശാലയുടെ നാടകങ്ങളിലെ നായകനും അദ്ദേഹമായിരു
ന്നു. തോപ്പിൽഭാസിയുമായും ഒന്നിച്ചു പ്രവർത്തിച്ചു. ഒരിക്കൽ തിരുനെ
ല്ലൂരിന്റെ നിർബന്ധത്തിനു വഴങ്ങി ദേവരാജൻ വാദ്യമേളങ്ങളില്ലാതെ
കച്ചേരി നടത്തിയതും ശ്യാമള അനുസ്മരിക്കുന്നു.

"ഒരേസമയം ഒന്നിലേറെ പുസ്തകങ്ങൾ വായിക്കാനുള്ള പ്രത്യേക
കഴിവ് അദ്ദേഹത്തിനുണ്ടായിരുന്നു. തന്റെ വാസസ്ഥാനമായ ചാരുകസേ
രയിലമർന്ന് വ്യത്യസ്തമായ നാലോളം പുസ്തകങ്ങൾ ഒരേ നേരം വായി
ച്ചിരുന്നു.'

2001 ലാണ് തിരുനെല്ലൂർ സാറിൽ ക്യാൻസർ തന്റെ മഹാകാവ്യം
കുറിച്ചത്. അതിനിടയിലും കവിതകളും കടൽയാത്രകളും മക്കളുമായുള്ള
കാവ്യകേളികളും അഭംഗുരം തുടർന്നു.

"അന്നേദിവസം ഉച്ചയ്ക്ക് അദ്ദേഹത്തിന് വല്ലാത്തൊരു അസ്വസ്ഥത
തോന്നി. ഡോക്ടറെ കാണാൻ പോകണം എന്നു പറഞ്ഞു. പുതുശ്ശേ
രിയും ഡോ. പി. സോമനും ചേർന്ന് അദ്ദേഹത്തെ വന്നു കണ്ടിട്ട് പോയി
ക്കഴിഞ്ഞതേ ഉണ്ടായിരുന്നുള്ളൂ. വെള്ളം വേണം എന്ന് എന്നോടു പറ
ഞ്ഞു. ഞാൻ അദ്ദേഹത്തിന്റെ നെഞ്ചിൽ മെല്ലെ തടവിക്കൊണ്ടിരുന്നു.

അപ്പോൾ 'നിന്റെ കൈ കഴയ്ക്കും' എന്ന് പറഞ്ഞ് എന്റെ കൈ പിടിച്ച് തഴുകി..."

2006 ജൂലൈ 5 ന് ആകാശനീലിമയുടെ അഗാധതയിലൂടെ ഒരു തോണി വെളിച്ചത്തിലേക്കു പോയി,

'കാറ്റേ നീ വീശരുതിപ്പോൾ..." വേദനയുടെ ഇലയനക്കം പോലും ഉണ്ടാകല്ലേ. മുറ്റത്തെ പൂത്തുനിൽക്കുന്ന പിച്ചകച്ചെടിയുടെ പശ്ചാത്തല ത്തിൽ ബേബി നിൽപ്പുണ്ട്. തിരുനെല്ലൂർ സാറിന്റെ പ്രണയത്തിന്റെ പെട്ട കത്തിൽനിന്ന് ഓർമ്മയുടെ പൂമ്പൊടികൾ ഉതിരുന്നുണ്ട്.

തിരുനെല്ലൂർ-ശ്യാമളാദേവി ദമ്പതികൾക്ക് നാലുമക്കളാണ്. അവ നീബാല, മധുമാല, മനോജൻ, വിനോദൻ എന്നിവർ. അവനീബാല 2008 ൽ അന്തരിച്ചു. വാത്മീകി രാമായണം ബാലകാണ്ഡം മലയാളത്തിലേക്ക് തർജ്ജമ ചെയ്തിട്ടുണ്ട് അവർ.

ജീവിതത്തിലുടനീളം ലാളിത്യം പുലർത്തിയ തിരുനെല്ലൂർ മരണ ത്തിലും അത് പുലർത്തി. മണ്ണിലേക്കു പോകണം. അതായിരുന്നു അദ്ദേ ഹത്തിന്റെ ആഗ്രഹം. മണ്ണിനെ സ്പർശിച്ചുകൊണ്ട് മണ്ണിന്റെ ഉള്ളറകളിൽ ഒരിക്കലും അവസാനിക്കാത്ത കവിതയായി ആചാരങ്ങളൊന്നുമില്ലാതെ യുള്ള മടക്കയാത്ര.

"നമ്മളോട് സ്നേഹമുള്ളവർ നമ്മെ വന്ന് കാണും. നമുക്ക് സ്നേഹ മുള്ളവരെ അങ്ങോട്ടു പോയി കാണാം." നഗരസൗഹൃദങ്ങളിൽനിന്ന് ഗ്രാമലാവണ്യത്തിലേക്കുള്ള കൂടുമാറ്റത്തിൽ പരിഭവിച്ച മകൻ വിനോ ദനു നൽകിയ അച്ഛന്റെ സാന്ത്വനോക്തികൾ...

കവിതകളിൽ വിപ്ലവത്തിന്റെയും പ്രകൃതിയുടെയും മാത്രമല്ല പ്രണ യത്തിന്റെയും ഹൃദയസംഗീതമൊഴുക്കിയ കവിയായിരുന്നു തിരുനെല്ലൂർ. തീവ്രപ്രണയത്തിന്റെ മന്ത്രനാദമൊരുക്കിയ ആ പ്രണയോപാസകൻ തന്റെ റാണിയോട് ഇങ്ങനെ മന്ത്രിക്കുന്നു...

'പ്രേമം മധുരമാണ്; ധീരവുമാണ്...'

ഇരുട്ടിൽ പൊതിഞ്ഞ തിരിനാളം

തൂക്കുപാലത്തിന്റെ നാടിന് സ്വന്തമായി ഒരു കവിയുണ്ട്. മണ്ണിന്റെ മണവും മലനിരകളുടെ ജൈവതയും കല്ലടയാറിന്റെ ഉർവ്വരതയും തൊഴി ലാളിവർഗ്ഗത്തിന്റെ സമരവീര്യവും ആവാഹിച്ച്, തീക്കനലിൽ നീറ്റിത്തെ ളിയിച്ച കവിതകളുമായി കോട്ടകളെ ഭേദിച്ച് പാട്ടുപാടിയ സർഗ്ഗഗാംഭീര്യ മായ പുനലൂർ ബാലൻ.

പുനലൂർ എന്നു കേൾക്കുമ്പോൾ മലയാളിക്ക് ഓർമ്മവരുന്നത് തൂ ക്കുപാലവും പേപ്പർമില്ലും പിന്നെ പുനലൂർ ബാലനുമാണ്.

കവി, അധ്യാപകൻ, പത്രപ്രവർത്തകൻ, എഡിറ്റർ, സംഘാടകൻ, വാഗ്മി, കമ്മ്യൂണിസ്റ്റ് പാർട്ടി നേതാവ് തുടങ്ങി വിവിധ മേഖലയിൽ വ്യക്തി മുദ്ര പതിപ്പിച്ചയാളാണ് പുനലൂരിന്റെ കവി.

വാളക്കോട് എൻ.എസ്.വി. സ്കൂളിൽ അധ്യാപകനായിരുന്ന കാലത്ത് അദ്ദേഹത്തിന്റെ വിദ്യാർത്ഥിനിയായിരുന്ന സുഭാഷിണി എന്ന പെൺകുട്ടിയുടെ ചാരുരൂപം ബാലൻ സാറിന്റെ ഉള്ളിൽ പതിഞ്ഞു.

"കുട്ടികളെ തല്ലുന്ന അധ്യാപകനായിരുന്നിട്ടും അദ്ദേഹം എന്നെ തല്ലി യിട്ടേയില്ല." ബാലൻസാറിന്റെ ഛായാചിത്രത്തിലേക്ക് പുഞ്ചിരിയുതിർ ത്തുകൊണ്ട് അദ്ദേഹത്തിന്റെ ജീവിതസഖി സുഭാഷിണി ബാലൻ പറ യുന്നു.

പുനലൂരിനടുത്ത് വട്ടപ്പടയിലെ പുരാതന ജന്മിത്തറവാടായ വിജയ വിലാസത്തിൽ നാണുമുതലാളിയുടെയും ഗൗരിയമ്മയുടെയും പത്തുമ ക്കളിൽ മൂന്നാമത്തെയാളാണ് സുഭാഷിണി. ബാലൻസാറുമായുള്ള ബന്ധം സുഭാഷിണിയുടെ വീട്ടുകാർ എതിർത്തു; പഠിത്തം അവസാനി പ്പിച്ചു. ബാലൻസാർ എൻ.എസ്.വി. സ്ക്കൂൾ വിട്ട് പുനലൂരിലെ വിവിധ സ്ക്കൂളുകളിൽ ജോലിനോക്കി. എതിർപ്പുകൾ പ്രണയത്തെ ദൃഢമാക്കി. 'പൂവുകാണാക്കാവുകൾ' തുടങ്ങി അനേകം കവിതകൾ തന്റെ പ്രണയി നിക്കായി അദ്ദേഹം കുറിച്ചു. ഒടുവിൽ 1962 മാർച്ച് 12 ന് നീണ്ട അഞ്ചു വർഷത്തെ കവിതകുറിക്കലുകൾക്കൊടുവിൽ അവർ വിവാഹിതരായി.

തുടർന്ന് 1968-ൽ ബാലൻസാർ അദ്ധ്യാപകവൃത്തി ഉപേക്ഷിച്ച് കേര ളകൗമുദിയിൽ ചേർന്നു. പിന്നീട് ഭാഷാ ഇൻസ്റ്റിറ്റ്യൂട്ടിലെ ഉദ്യോഗസ്ഥ നായി അസിസ്റ്റന്റ് ഡയറക്ടർ പദവിവരെയെത്തി.

പുനലൂരിനടുത്ത് വിളക്കുവെട്ടം എന്ന ഗ്രാമത്തിലെ സാധാരണ കർഷക കുടുംബത്തിൽ കേശവന്റെയും പാർവ്വതിയമ്മയുടെയും എട്ട് മക്കളിൽ ഏഴാമനായിരുന്നു പുനലൂർ ബാലൻ. നന്നേ ചെറുപ്പത്തിൽ തന്നെ പിതാവ് മരിച്ചതിനാൽ ഒരുപാട് സാമ്പത്തിക ബുദ്ധിമുട്ടുകളും പ്രതിസന്ധികളും ജീവിതത്തിൽ നേരിടേണ്ടതായി വന്നു. അത് അദ്ദേഹ ത്തിന്റെ ആത്മധൈര്യം വളർത്തി. ബാലൻകവിതകളുടെ അന്തഃസത്ത യായ ശുഭാപ്തിവിശ്വാസവും പോരാട്ടവീര്യവും ജീവിതാനുഭവങ്ങളിൽ നിന്ന് അദ്ദേഹം നേടിയെടുത്തതാകുന്നു.

"ജീവിതത്തിൽ ഒരു ദുഃഖവും അറിയിക്കാതെയാണ് അദ്ദേഹം ഞങ്ങളെ സംരക്ഷിച്ചത്. ഒപ്പമില്ല എന്നൊരു സങ്കടം മാത്രമേ ഇപ്പോ ഴുള്ളൂ." ഇരുപത്തിനാലു വർഷങ്ങളുടെ അപൂർണ്ണാക്ഷരങ്ങളിൽ സുഭാ ഷിണി ബാലൻ വിതുമ്പുന്നു.

സുഭാഷിണി നന്നായി പാചകം ചെയ്യും. ബാലൻസാറിന് ഭക്ഷണ കാര്യത്തിൽ പ്രത്യേകിച്ച് നിർബന്ധങ്ങളൊന്നുമില്ലെങ്കിലും വിഭവങ്ങൾ ആസ്വദിച്ചു കഴിക്കുമായിരുന്നു. "എന്തൊക്കെ ഉണ്ടെങ്കിലും തിരുവോ ണമാണെങ്കിൽപോലും അദ്ദേഹത്തിന് ചമ്മന്തി നിർബന്ധമായിരുന്നു."

ബാലൻ സാറിന്റെ വിയോഗശേഷം അവർക്ക് പാചകത്തിലുള്ള ശ്രദ്ധ കുറഞ്ഞു.

"അച്ഛൻ അമ്മയുടെ പാചകവും കൂടിയാണ് കൊണ്ടുപോയത്" മകൻ സന്തോഷ് പറഞ്ഞു.

"അദ്ദേഹം ഇരുന്നെഴുതിയ കസേരയിൽ തൊട്ടുവന്ദിച്ചാണ് എന്റെ ഒരു ദിവസം ആരംഭിക്കുന്നത്. എന്നും പുലർച്ചെ ചായയിട്ട് അദ്ദേഹ ത്തിന്റെ ചിത്രത്തിനു മുമ്പിൽ സമർപ്പിച്ചിട്ടാണ് മറ്റു ജോലികൾ ചെയ്യാറ്." സുഭാഷിണിയുടെ മിഴികൾ നനഞ്ഞു.

"ഇപ്പോഴും ബാലേണ്ണൻ ഇവിടെയെല്ലാം നിറഞ്ഞുനിൽക്കുന്നുണ്ട്. ആശുപത്രി വാസത്തിനിടയിൽ ഒരിക്കൽ അദ്ദേഹം പറഞ്ഞു. ഞാൻ പോയാൽ നിനക്ക് കുറച്ച് ദിവസത്തെ വിഷമം കാണും. പിന്നീട് അത്

കുറഞ്ഞ് ഇല്ലാതെ യാകും എന്ന്. പക്ഷേ, ഓരോ ദിവസം കഴിയു ന്തോറും എന്റെ സങ്കടം വർദ്ധിക്കുന്നു. എന്നെ വിട്ടുപോകാൻ ബാലേ ണ്ണന് ഒരിക്കലും കഴി യില്ല.

അദ്ദേഹം ഉണ്ടായി രുന്ന കാലത്ത് വീട്ടിൽ എപ്പോഴും സന്ദർശകരു ണ്ടായിരുന്നു. ഒഴിവുസമ യങ്ങളിൽ കവിസുഹൃ ത്തുക്കളെല്ലാം വീട്ടിൽ ഒത്തുചേരും. കവിതചൊ ല്ലലും ചർച്ചകളുമായി രാവ് നീളും. മിക്കവാറും മീറ്റിംഗുകളും മറ്റും കഴിഞ്ഞ് വൈകിയെത്തി യാലും എഴുതിക്കൊണ്ടി

സുഭാഷിണി ബാലൻ

രിക്കും ചിലപ്പോൾ അതിരാവിലെയും എഴുതും. എഴുതിപ്പൂർത്തിയാക്കിയ കവിതകൾ തീപ്പെട്ടിമേൽ താളമിട്ട് കുട്ടികളെ പാടിക്കേൾപ്പിക്കും.”

സ്വതസിദ്ധമായ നർമ്മബോധം ബാലൻസാറിനുണ്ടായിരുന്നു. കവി തകളിൽ ആക്ഷേപഹാസ്യത്തിന്റെ കൂരമ്പുകൾ നിറച്ചുവെച്ചു. പ്രസംഗ ങ്ങളിലും നർമ്മത്തിന്റെ മേമ്പൊടി കലർത്തി കേൾവിക്കാരെ രസിപ്പി ക്കുകയും അവരെ തന്റെ ചിന്താധാരയിലേക്ക് അടുപ്പിച്ചുകൊണ്ടുവരി കയും ചെയ്തു. ഒരിക്കൽ ഇലക്ഷൻ പ്രചരണത്തിനിടയിൽ, എതിർ സ്ഥാനാർത്ഥി വാഴത്തോപ്പിലെ കോലത്തിനോടുപോലും വോട്ടു ചോദി ച്ചെന്ന കഥ മെനഞ്ഞ് സദസ്യരെ ചിരിപ്പിച്ചു. എതിരാളിയെപ്പോലും നോവി ക്കാത്ത ഫലിതബോധമായിരുന്നു അദ്ദേഹത്തിന്റേത്. ‘രംഗബോധമില്ലാത്ത കോമാളി’ തന്നെ സമീപിക്കുമ്പോഴും അദ്ദേഹം ഒപ്പമുള്ളവരെ ചിരിപ്പി ക്കാൻ ശ്രമിച്ചു.

നട്ടെല്ലിന് ക്യാൻസർ ബാധിച്ച് കൊടും വേദനതിന്ന് കഴിയുമ്പോഴും തന്റെ രോഗമെന്തെന്ന് അദ്ദേഹം വീട്ടുകാരെ അറിയിച്ചില്ല. തിരുവനന്ത പുരം മെഡിക്കൽ കോളേജിൽ കഴിഞ്ഞ അഞ്ചു മാസങ്ങളുടെ ഒടുവിലെ പ്പോഴോ ആണ് രാപ്പകൽ ഒപ്പം നിന്നു ശുശ്രൂഷിച്ച ജീവിതസഖിപോലും രോഗമെന്തെന്ന് മനസ്സിലാക്കിയത്. തന്റെ രോഗാവസ്ഥകൾ അദ്ദേഹം ഡോക്ടർമാരുമായി ചർച്ച ചെയ്തു. ഒടുവിലായപ്പോൾ കഴുത്തിനു താഴേക്ക് ശരീരം തളർന്നു.

"ആശുപത്രിയിലേക്ക് പോകാൻ നേരം ബാലേണ്ണൻ പറഞ്ഞു, 'എല്ലാം എടുത്തോളൂ. ഒന്നിച്ചു തിരിച്ചുവന്നാൽ മതി' എന്ന്. ആ വാക്യം ഉള്ളിൽ വല്ലാതെ തറഞ്ഞു. അതിനാൽ അഞ്ചുമാസക്കാലങ്ങളിൽ ഒരി ക്കൽ പോലും ഞാൻ വീട്ടിൽ പോയില്ല. മക്കളൊക്കെ ചെറിയ കുട്ടികളാ യിരുന്നു. വീട്ടിൽ അവർ മാത്രം"

ആശുപത്രി സ്റ്റാഫിനോടുപോലും സ്വന്തം വേദനകൾ മറന്ന് ബാലൻസാർ തമാശകൾ പറഞ്ഞ് പൊട്ടിച്ചിരിച്ചു. അതുകൊണ്ട് അവ രൊക്കെ വളരെ സ്വാതന്ത്ര്യമെടുത്തു. അതിനിടയിലെപ്പോഴോ ഒരു നഴ്സ് സുഭാഷിണിയോട് 'ചേച്ചി ഇനി വെള്ളസാരിയുടുക്കാറായി' എന്നറിയിച്ചു. ആ നിമിഷം ബാലൻ സാർ പൊട്ടിത്തെറിച്ചു. ഒന്നും മനസ്സിലാകാതെ നിന്ന ഭാര്യയോട് അദ്ദേഹം പറഞ്ഞു.

"ഒരിക്കലും വെള്ളവസ്ത്രം ധരിക്കരുത്, നിറമുള്ളവ ധരിക്കണം. നിറമുള്ളവ, പൂക്കളുള്ളവ...." പ്രണയകാലത്തിന്റെ ഓർമ്മപ്പൂവുകളിലേ ക്ക് അദ്ദേഹം ശലഭമായി.

മകൻ സന്തോഷിനെ കോയമ്പത്തൂരിൽ പഠിക്കാൻ കൊണ്ടാക്കി യത് ബാലൻ സാറാണ്. തന്നോട് യാത്ര പറഞ്ഞ് അച്ഛൻ കൈകൊണ്ട് കണ്ണുതുടച്ച് വിതുമ്പി നടന്നുപോകുന്ന കാഴ്ച മകന്റെ ഹൃദയത്തെ വല്ലാതെ നൊമ്പരപ്പെടുത്തി. അച്ഛന്റെ കണ്ണുകൾ നനയുന്നത് മകൻ കണ്ടിട്ടുണ്ടായിരുന്നില്ല.

അതിനുമുമ്പ് തന്റെ മാതാവിന്റെ വിയോഗത്തിൽ മാത്രമേ ബാലൻ സാർ ദു:ഖിച്ചു കണ്ടുള്ളൂ. ആ സമയത്ത് കുറെ ദിവസം ആരോടും മിണ്ടാതെ മൗനത്തിലമർന്നു.

അച്ഛന് അസുഖമായപ്പോൾ കോയമ്പത്തൂരിലെ പഠനം ഉപേക്ഷിച്ച് സന്തോഷ് എത്തി. ഡോക്ടറെ കണ്ട് വിവരം അന്വേഷിച്ചു. "എനിക്ക് നിങ്ങളുടെ അച്ഛനെ രക്ഷിക്കാൻ കഴിയില്ല" ഡോക്ടർ പറഞ്ഞു.

ആശുപത്രിമുറിയുടെ ജനലഴികളിൽ പിടിച്ച് 'ദൈവമേ അച്ഛന്റെ അസുഖം എനിക്ക് തന്നിട്ട് അച്ഛനെ രക്ഷിക്കണേ' എന്ന് ആരും കാണാതെ കണ്ണുനീരൊഴുക്കി. അപ്പോൾ തന്റെ ബാലേണ്ണന്റെ രോഗതീ വ്രതയറിയാതെ സുഭാഷിണി അദ്ദേഹത്തിന് ഭക്ഷണം കൊടുക്കുകയാ യിരുന്നു. സാഹിത്യ സാംസ്കാരിക നായകന്മാരുടെ സ്ഥിരതാവളമായി പിന്നീട് ആശുപത്രിമുറി.

രോഗക്കിടക്കയിലും തളരാത്ത വിപ്ലവവീര്യം അദ്ദേഹം സൂക്ഷിച്ചു. 1987 മാർച്ച് 19ന് 57-ാം വയസ്സിൽ പുനലൂർ ബാലൻ വർഷനിശാന്ത്യ ത്തിലെ ചടുലതാരയായി.

സുഹൃത്തുക്കൾ ബാലൻസാറിന് നൽകിയ സ്നേഹാദരവുകൾ അദ്ദേഹത്തിന്റെ വിയോഗശേഷവും ആ കുടുംബത്തിനു ലഭിച്ചു. പിൽക്കാ ലത്ത് മക്കളുടെ വിവാഹവേളയിലൊക്കെ തന്നെ ഒരു ബുദ്ധിമുട്ടുമറിയി ക്കാതെ എല്ലാ കാര്യങ്ങളും നോക്കിനടത്തിയത് ബാലേണ്ണന്റെ സുഹൃ ത്തുക്കളായിരുന്നുവെന്ന് സുഭാഷിണി അനുസ്മരിക്കുന്നു.

പുനലൂർ ബാലൻ-സുഭാഷിണി ദമ്പതികൾക്ക് നാലുമക്കളാണ്. സന്തോഷ്‌കുമാർ, അനിത, സന്ധ്യ, കവിത. ഇവരെല്ലാം കുടുംബമായി സസന്തോഷം കഴിയുന്നു.

വ്യക്തിബന്ധങ്ങൾ പുലർത്തുന്നതിലും അത് നിലനിർത്തുന്നതിലും പ്രത്യേക നിഷ്ഠ പുലർത്തിയ ആളാണ് പുനലൂർ ബാലൻ. അക്കാലത്തെ എല്ലാ എഴുത്തുകാരുമായും വളരെയേറെ അടുപ്പം അദ്ദേഹത്തിനുണ്ടാ യിരുന്നു. പഴയ കവികൂട്ടായ്മയിലെ അംഗങ്ങളുമായുള്ള സൗഹൃദത്തിന്റെ തിരുശേഷിപ്പുകളായി ചില കത്തുകൾ അദ്ദേഹം സൂക്ഷിച്ചു വച്ചു. ജി. ശങ്കരക്കുറുപ്പ്, വയലാർ, ഇടശ്ശേരി, വൈലോപ്പിള്ളി, ബാലാമണിയമ്മ, എം. ഗോവിന്ദൻ തുടങ്ങിയവരുടെ കത്തുകളും അതിൽ ഉൾപ്പെടുന്നു.

കൈരളി ടിവിയിലെ 'മാമ്പഴം' എന്ന പരിപാടിയിൽ ബാലൻസാ റിന്റെ കവിതകൾ കുട്ടികൾ ആലപിച്ചത് ആനന്ദത്തോടെയാണ് താൻ കേട്ടിരുന്നതെന്ന് സുഭാഷിണി പറയുന്നു.

പുനലൂർ ഹൈസ്കൂളിൽ ആറാംക്ലാസ് വിദ്യാർത്ഥിയായിരിക്കെ രചിച്ച 'ഞെക്കുവിളക്കാ'ണ് പുനലൂർ ബാലൻ സാറിന്റെ ആദ്യകവിത. 'തുടിക്കുന്ന താളുകൾ, രാമൻ രാഘവൻ, അരം, കോട്ടയിലെ പാട്ട് തുടങ്ങി നിരവധി കൃതികൾ അദ്ദേഹത്തിന്റെതായിട്ടുണ്ട്. 'കോട്ടയിലെ പാട്ടി'ന് കേരളസാഹിത്യ അക്കാദമി അവാർഡു ലഭിക്കുകയുണ്ടായി. കൂടാതെ കെ.പി.എ.സിയുടെ നിരവധി നാടകങ്ങൾക്ക് ഗാനരചന നിർവ്വഹിക്കുകയും ചെയ്തു. ഒപ്പം കർഷകസംഘത്തിന്റെ സമരത്തിന് ആക്കം കൂട്ടാനായി 'ദുര്യോധനവധം ആട്ടക്കഥ'യും രചിച്ചു.

വയലാറിന്റെ ചരമത്തിൽ അനുശോചിച്ചെഴുതിയ 'ഒരുപാട്ടിന്റെ ഓർമ്മ' എന്ന കവിതയിൽ ഇഷ്ടസുഹൃത്തായ ഓ.എൻ.വി. കുറുപ്പിനെ ക്കുറിച്ചുള്ള വർണ്ണനയുണ്ട്. 'ഓയെൻവിക്കൊരു ഗീതകം' എന്നൊരു ക വിതകൂടി അദ്ദേഹം എഴുതിയിട്ടുണ്ട്.

ആത്മഹത്യചെയ്യാനുള്ള ചിന്തയിൽനിന്ന് താൻ പിന്തിരിഞ്ഞത് ഒമ്പതാം ക്ലാസിലെ മലയാളം പുസ്തകത്തിൽ പുനലൂർ ബാലന്റെ 'ഇരു ട്ടിൽ പൊതിഞ്ഞ തീനാളം' എന്ന കവിത വായിച്ചപ്പോഴായിരുന്നു എന്ന് ഒരു യുവകവി തന്റെ കവിതാപുസ്തകത്തിന്റെ ആമുഖത്തിൽ ചൂണ്ടി ക്കാണിക്കുന്നു.

സമഗ്രമായ വിലയിരുത്തലിന് ബാലൻ കവിതകൾ വിധേയമായി ട്ടില്ല. സ്ഥിരം വാചകങ്ങളിൽ മാത്രമേ നിരൂപകർ പോലും അവയെ വില യിരുത്തിയിട്ടുള്ളൂ. വർത്തമാന മലയാള കവികളിൽ മുൻനിരസ്ഥാനം ലഭിക്കേണ്ട അദ്ദേഹം ഒരിക്കലും സ്ഥാനമോഹിയായിരുന്നില്ല. പുനലൂർ ബാലന്റെ കൃതികളെക്കുറിച്ചുള്ള പഠനങ്ങൾ ഇനിയും ഉണ്ടാകേണ്ടിയി രിക്കുന്നു.

പുനലൂർ ബാലന്റെ സ്മരണ നിലനിർത്താനായി 1987 ൽ തിരുവന ന്തപുരത്ത് അദ്ദേഹത്തിന്റെ ആപ്തമിത്രമായ ഡോ. എം.ആർ.തമ്പാൻ ചെയർമാനായി പുനലൂർ ബാലൻ സ്മാരക സാഹിത്യവേദി രൂപം

കൊണ്ടു. വേദിയുടെ ആഭിമുഖ്യത്തിൽ 'പുനലൂർ ബാലന്റെ കവിതകൾ' എന്ന സമാഹാരം പുറത്തുവന്നു. സാഹിത്യവേദി സെക്രട്ടറിയായ വിള ക്കുടി രാജേന്ദ്രൻ 'പുനലൂർ ബാലന്റെ കാവ്യലോകം' എന്ന പഠനഗ്രന്ഥവും 'പുനലൂർ ബാലൻ – പൗരുഷത്തിന്റെ ശക്തിഗാഥ' എന്ന കൃതിയും രചിച്ചു. പത്തനാപുരം താലൂക്ക് ലൈബ്രറി കൗൺസിലിന്റെ ആഭിമുഖ്യത്തിൽ 'പുനലൂർ ബാലൻ കയ്യെത്താത്തൊരു പൂവായ്' എന്ന പഠനഗ്രന്ഥവും പ്രകാശിതമായി. കൂടാതെ താലൂക്ക് ലൈബ്രറി കൗൺസിൽ, കവിതയ്ക്കായി പുനലൂർ ബാലൻ സ്മാരക സാഹിത്യപുര സ്കാരവും നൽകിവരുന്നു. കൂടാതെ പുനലൂരിലെ ലൈബ്രറിയുടെ പേര് 'പുനലൂർ ബാലൻ സ്മാരക മുനിസിപ്പൽ ലൈബ്രറി' എന്ന് പുനർനാമ കരണം ചെയ്തു.

എങ്കിലും കവിതയുടെ മറുപകുതി 'തപസ്യ'യിലെ ഛായാചിത്ര ത്തോട് പരിഭവം കുറുകുന്നു. മിഴികളിൽ ശുഭാപ്തിവിശ്വാസം നിറച്ച് തികഞ്ഞ ജൈവപ്രഭാവത്തോടെ ബാലേണ്ണൻ തന്റെ പ്രിയതമയോട് മറു പടി പാടുന്നു...

'എത്ര മധുരം സഖീ, ജീവിതം..'

ഉച്ചവെയിലിന്റെ ഓർമക്കല്ലുകൾ

'ഡിവൈൻ കോമഡി' എന്ന് ജീവിതത്തെ വിശേഷിപ്പിക്കാം.

അല്പസന്തോഷങ്ങളും മഹാസങ്കടങ്ങളും കോർത്തെടുത്ത മുത്തു മാലയിൽ 'ഡാന്റേ'യുടെ ഈ ലോകറ്റല്ലാതെ മറ്റെന്താണ് യോജിക്കുക?

ഞാൻ കാർമേഘം.

പെയ്തുതീരുമ്പോൾ നിങ്ങൾ എന്നെ

എന്തു പേരു വിളിക്കും?

ഓർമ്മകളെ നാം എന്തു പേരിട്ട് വിളിക്കും? ചില്ലുപാത്രം നിറഞ്ഞു തുളുമ്പിയൊഴുകുമ്പോൾ ഇന്ദിരയുടെ സൂര്യകാന്തവും ചന്ദ്രകാന്തവുമായ കവി കിളിമാനൂർ രമാകാന്തൻ 'ആതിര'യുടെ ചുവരിലെ ചില്ലുചതുര ത്തിൽ മന്ദഹസിക്കുന്നുണ്ട്. എതിർചുവരിൽ 'ശിബി'യുണ്ട്. പതിനഞ്ചാം വയസ്സിൽ ജീവിതം വേണ്ടെന്നു വച്ച് ഹൃദയങ്ങളിൽ സങ്കടചതുരം വീഴ്ത്തിയവൻ.

"ദുഃഖമൊരു മേഘംപോലെ, സൗഖ്യമൊരു മിന്നൽ മാത്രം" എന്ന തന്റെ സ്വന്തം കവിയുടെ അക്ഷരച്ചിന്തുകൾ ഉരുവിട്ട് ഇന്ദിര, ഒരു മഹാ നദിയുടെ ഇക്കരെ തനിച്ചായിപ്പോയ ഇടറുന്ന ഇരുപാദങ്ങൾ ഉറപ്പിക്കാൻ ശ്രമിക്കുന്നു.

മരണം കറുത്ത വള്ളികളുള്ള ഒറ്റച്ചെരുപ്പാണ്. ഉല്ലാസയാത്രയ്ക്കു പുറപ്പെടുന്നതിന് തൊട്ടുമുമ്പുള്ള പതിവു ചെക്കപ്പുകളുടെ വാഹന ത്തിൽവച്ച് മഹായാത്രയുടെ മടക്കമില്ലാത്ത ടിക്കറ്റ് അതു കൊടുത്തേ ക്കാം.

"മൂന്നാറിലേക്ക് കുടുംബസമേതം ഒരു സ്വപ്നയാത്ര. എല്ലാ ദൂര

യാത്രകൾക്കു മുമ്പും ചേട്ടന് ചെക്കപ്പ് നടത്താറുണ്ട്. എന്നാൽ തലേ രാത്രി ഞാൻ ഒറ്റച്ചെരുപ്പ് സ്വപ്നം കണ്ടു. കാണാതെപോയ ചെരുപ്പ് തേടിയിട്ടും കിട്ടിയില്ല. അതിനു വല്ലാത്തൊരു ജീവനുള്ളതുപോലെ. സാധാരണ സ്വപ്നം കണ്ടുണർന്നാൽ മറക്കാറാണ് പതിവ്. എന്നാൽ എന്തുകൊണ്ടോ ഈ സ്വപ്നം എന്നെ വല്ലാതെ അലട്ടിക്കൊണ്ടിരുന്നു" കവിയുടെ പത്നി ഇന്ദിര പറഞ്ഞു. ഇന്ദിരയും എഴുത്തുകാരിയാണ്. ഏതാണ്ട് പത്തോളം നോവലുകൾ പ്രസിദ്ധീകരിച്ചിട്ടുണ്ട്. ഓർമ്മക്കുറി പ്പുകൾ വേറെയും. ആദ്യകാലങ്ങളിൽ കഥയും കവിതയുമെല്ലാം എഴു തിയിരുന്നു.

ഇതുപോലൊരു കവിതയാണ് അവരെ തമ്മിൽ കൂട്ടിമുട്ടിച്ചതും. ഒരി ക്കൽ കൗമുദിയുടെ ഓണം വിശേഷാൽ പ്രതിയിൽ കിളിമാനൂർ രമാകാ ന്റെ ഒരു വിലാപകവിത ശ്രദ്ധിക്കപ്പെട്ടു. വിവാഹം കഴിഞ്ഞ് ആറാം മാസത്തിൽ അന്തരിച്ച ഗർഭിണിയായ ഭാര്യയെക്കുറിച്ചുള്ളതായിരുന്നു 'ജനിച്ചില്ല' എന്ന ആ കവിത. പിന്നീട് പല കവിതകളും കടന്നുപോയി. ഒരിക്കൽ കൗമുദിയിൽ വന്ന രമാകാന്തന്റെ കവിതയ്ക്ക് മറുപടിക്കവിത കൊടുത്തു. അതും പ്രസിദ്ധീകരിച്ചു വന്നു.

അങ്ങനെയങ്ങനെ കവിതയും മറുപടിക്കവിതയും കാലംചെന്നപ്പോൾ ഒന്നായിത്തീർന്നു.

പിന്നെ കവിതയുടെ ആദ്യ കേൾവിക്കാരിയും, ശിബിയുടെയും മനു വിന്റെയും അമ്മയുമായി.

"ഒരിക്കൽ ഞാൻ ഓഫീസ് വിട്ട് വീട്ടുസാധനങ്ങളുമൊക്കെയായി വന്നു കയറി. എന്നെ കണ്ടപ്പോൾ കളിച്ചുകൊണ്ടുനിന്ന കുട്ടികൾക്കു വിശപ്പുകൂടി. അവർ ഓടിവന്നു. ഉടനെ കവി ഒരു കടലാസു നീട്ടിക്കൊണ്ട് ഈ കവിതയൊന്നു വായിച്ചുനോക്ക് എന്നു പറഞ്ഞു രണ്ടുവരിചൊല്ലി. എനിക്കു വല്ലാതെ ദേഷ്യംവന്നു. അദ്ദേഹമാകട്ടെ സങ്കടപ്പെട്ട് കവിത എഴു തിയ കടലാസ് കൊച്ചുകഷണങ്ങളായി കീറി പുറത്തെറിഞ്ഞു. പിന്നെ ആ കവിത പുനർജനിച്ചില്ല. എനിക്ക് കുറ്റബോധം തോന്നി." ജീവിതക്ക വിതയിലെ ചില വരികൾ ഇന്ദിര ഉരുവിട്ടു.

കസാന്ത്സാക്കീസ് അഭിപ്രായപ്പെടുന്നത് ഒരു മനുഷ്യന് മൂന്ന് കട മകൾ ഉണ്ടെന്നാണ്. മനസ്സിനോടുള്ള കടമ, ഹൃദയത്തോടുള്ള കടമ, മനസ്സിൽ നിന്നും ഹൃദയത്തിൽ നിന്നും മോചനം നേടുക എന്ന കടമ. രൂപം കൊടുക്കുകയും അംഗീകരിക്കുകയും ചെയ്യുന്ന അതിർത്തികളെ ഒരു മനുഷ്യൻ നേരിടേണ്ടതുണ്ട്. ആഹ്ലാദിച്ചുകൊണ്ട്, ഗാനങ്ങൾ പാടി ക്കൊണ്ട് എന്തിനു മുന്നിലും അവൻ ധീരനായി നിലകൊള്ളുന്നു. ഗാന ത്തിന്റെ കൈവഴികൾ അക്ഷരത്തിന്റെ ഉല്പാദനങ്ങളാണ്. അത് നിര ന്തര തപസ്യയാക്കി മാറ്റി കിളിമാനൂർ രമാകാന്തൻ എന്ന കവി.

ഹരിതഭൂമി, മനുഷ്യമരങ്ങൾ, ഗുരുപഥം, വർഗ്ഗമുദ്ര തുടങ്ങി ഒട്ടേറെ കൃതികൾ മാത്രമല്ല വിവർത്തനങ്ങളും മലയാളത്തിനു സമ്മാനിച്ചിട്ടുണ്ട് അദ്ദേഹം. ഡാന്റേയുടെ 'ഡിവൈൻ കോമഡി'ക്ക് ഒരു ഇന്ത്യൻ ഭാഷ

യിൽ ആദ്യമുണ്ടായ വിവർത്തനം കിളിമാനൂർ രമാകാന്തന്റേതായിരുന്നു. 2006-ൽ ഇറ്റലിയിലെ റവേന്നയിൽ നടന്ന ഡാന്റേ അനുസ്മരണചടങ്ങിൽ അദ്ദേഹം ആദരിക്കപ്പെട്ടു.

കേരള സാഹിത്യ അക്കാഡമി അവാർഡ്, ചെന്നൈ ആശാൻ അവാർഡ്, മൂലൂർ അവാർഡ്, കവിതാരംഗം അവാർഡ് തുടങ്ങി ഒട്ടേറെ പുരസ്കാരങ്ങൾക്ക് അർഹനായിട്ടുണ്ട്. ഫിൻലൻഡുകാരുടെ ദേശീയകാവ്യമായ 'കലേവല', കസാന്ത്സാക്കീസിന്റെ 'ഒഡീസി എ മോഡേൻ സീക്വൽ', ഓവിഡിന്റെ 'മെറ്റ

ഇന്ദിര രമാകാന്തൻ

മോർഫോസിസ്, പോൾ വാലറിയുടെ 'ദ ഗേൾ' തുടങ്ങി ഒട്ടനവധി പരിഭാഷകൾ ഇനിയും പുസ്തകരൂപത്തിലാകാനുണ്ട്.

അദ്ധ്യാപകൻ, നാടകരചയിതാവ് എന്നീ നിലകളിലും അദ്ദേഹം ശ്രദ്ധേയനായിരുന്നു.

ഒരു മനുഷ്യായുസ്സിന് ചെയ്യാൻ കഴിയുന്നതിനപ്പുറം അക്ഷരചിന്തുകൾ മലയാളത്തിനു നൽകിയ കവി പക്ഷേ പറയുന്നത് ഇങ്ങനെയാണ്.

"കടലാസിൽ പണ്ടേതന്നെ വരയ്ക്കപ്പെട്ടു കഴിഞ്ഞു കവിതകൾ. ഞാനാ വരകൾ തെളിക്കുന്നെന്നേയുള്ളൂ."

പ്രേമത്തിന്റെ തിളക്കവും നിസ്സഹായതയുടെ തേങ്ങലും മനുഷ്യസ്നേഹത്തിന്റെ ഉജ്ജ്വലതയും വിധിയുടെ ആഘാതങ്ങളുമെല്ലാം കവിതയിൽ നിറഞ്ഞിരുന്നു.

ആരെയും നോവിക്കാതെ അദ്ദേഹം നടന്നുമറഞ്ഞു. ഏറ്റവും മൃദുവായി, നിർമ്മമമായി പാദങ്ങൾ വച്ചു.

കവിത കഴിഞ്ഞാൽ പിന്നെ യാത്രയായിരുന്നു കവിക്കേറെയിഷ്ടം.

"കന്യാകുമാരിയിലെ സൂര്യാസ്തമയം ചേട്ടൻ വളരെ ഇഷ്ടപ്പെട്ടു. വള്ളിയൂരിൽ ഒരിക്കൽക്കൂടി പോകണമെന്ന് ആഗ്രഹിച്ചു. വീശിയടിക്കുന്ന കാറ്റിൽ ഞങ്ങൾ എത്രയോ തവണ വള്ളിയൂരിനെ തൊട്ടറിഞ്ഞു. എങ്കിലും ആ ആഗ്രഹം നടത്തിക്കൊടുക്കാൻ രോഗം അനുവദിച്ചില്ല." ചന്ദനനിറമുള്ള ജനൽ തിരശ്ശീല വകഞ്ഞ് വള്ളിയൂരിലെ കാറ്റ് ഇന്ദിരയെ പൊതിഞ്ഞുനിന്നു.

"ചേട്ടന് യാത്രപോലെയായിരുന്നു പേനകളോടുള്ള ഇഷ്ടം. ഒന്നോ

രണ്ടോ എങ്ങാനും ഞങ്ങൾക്ക് തന്നാലായി. ബാക്കി പൂട്ടി വയ്ക്കും. എവിടെപ്പോയാലും കണ്ണട കളഞ്ഞിട്ടൊരു വരവുണ്ട്. ഒരു ദിവസം രാവിലെ വാങ്ങിയ കണ്ണട അന്നുതന്നെ കളഞ്ഞ സംഭവവും ഉണ്ടായി ട്ടുണ്ട്.

പുൽപ്പായയിൽ കമിഴ്ന്നു കിടന്നാണ് എഴുതാറുള്ളത്. ഹൃദ്രോഗം വന്നതിനു ശേഷമാണ് ചാരുകസേരയിലേക്കു മാറിയത്. ഒരു കൈയിൽ സിഗരറ്റും മറുകൈയിൽ പേനയും. സിഗരറ്റുകുറ്റി അലക്ഷ്യമായി വലി ച്ചെറിയും. അങ്ങനെ രണ്ടു മെത്തകളാണ് തീപിടിച്ചത്." കണ്ണിലുറഞ്ഞ നനവിനു മീതെ ഇളംചിരി പരത്തിയിട്ടു ഇന്ദിരാ രമാകാന്തൻ.

മക്കളെ അദ്ദേഹം കൂട്ടുകാരെപ്പോലെ കണ്ടു. ഒന്നിച്ചു കളിച്ച് വീടിനെ ശബ്ദമുഖരിതമാക്കി. അടുക്കും ചിട്ടകളും തെറ്റിച്ചു. അദ്ദേഹം പറഞ്ഞു, "ഇതൊരു പട്ടാള ക്യാമ്പല്ല, കുട്ടികളുടെ കളിയും ചിരിയും കൊണ്ട് വീടു നിറയണം. അല്ലെങ്കിൽ അത് കല്ലും കുമ്മായവും മാത്രമുള്ള കെട്ടിട മായി മാറും."

"ഓരോ വ്യക്തിക്കും ഓരോ കസേര ലോകത്തുകാണും. അത് അവനു കിട്ടും." അതായിരുന്നു മക്കളെക്കുറിച്ചുള്ള കവിയുടെ കാഴ്ച പ്പാട്.

ആരെയും നോവിക്കാത്ത, എല്ലാവരെയും സ്നേഹിക്കാൻ മാത്രമ റിയാവുന്ന സൗമ്യസരോവരമായിരുന്നു കവി. അതുകൊണ്ടാവണം കൗമുദി ആഴ്ചപ്പതിപ്പിൽ കെ. ബാലകൃഷ്ണന്റെ ചോദ്യോത്തര പംക്തി യിൽ ഒരാൾ "മനുഷ്യന് ഒരു നിർവ്വചനം തരാമോ" എന്നു ചോദിച്ചപ്പോൾ "കിളിമാനൂർ രമാകാന്തൻ" എന്ന് അദ്ദേഹം ഉത്തരം കൊടുത്തത്.

ദീർഘവർഷങ്ങൾ അദ്ദേഹം വിവിധ ശ്രീനാരായണ കോളേജുക ളിൽ അദ്ധ്യാപകനായിരുന്നു. വിപുലമായ ശിഷ്യസമ്പത്തിന്റെയും സുഹൃ ത്വലയത്തിന്റെയും ഉടമയായിരുന്നു. അദ്ദേഹത്തിന്റെ പ്രേമകവിതകൾ കുട്ടികൾ പാടിനടന്നിരുന്നു.

"സ്നേഹത്തിന്റെ പടച്ചട്ടയണിഞ്ഞാൽ നിങ്ങൾക്ക് ദുഃഖത്തെയും വിധിയേയും സൈന്യങ്ങളേയും കീഴടക്കാം" എന്ന് മൈക്കൽ ആഞ്ച ലോയുടെ കവിതയിൽ പറയുന്നുണ്ട്, 'സ്നേഹത്തിനു പകരം വയ്ക്കാൻ സ്നേഹം മാത്രമെന്ന്' അതിനൊപ്പം കവി കൂട്ടിച്ചേർത്ത് സ്നേഹത്തിൽ തന്നെ ജീവിച്ചു.

"ഒരു നല്ല കവിത എഴുതിക്കഴിയുമ്പോൾ ഞാൻ എന്നെ സ്നേഹി ക്കുന്നു. ഒരു ചീത്തക്കവിത എഴുതിക്കഴിയുമ്പോൾ ഞാൻ എന്നെ വെറു ക്കുന്നു"- കവി പറയുന്നു.

എഴുത്തിനിടയിൽ ചില തമാശകൾ കവി ഒപ്പിക്കാറുണ്ട്. പുലരുവോ ളമിരുന്നാണ് അദ്ദേഹം കവിതകൾ എഴുതിയതും പരിഭാഷകൾ നടത്തി യതും. ഫ്ലാസ്കിൽ ചായ ഉണ്ടാക്കി വച്ചിരിക്കും. രാവേറെ ചെല്ലുമ്പോൾ ഉറങ്ങിക്കിടക്കുന്ന ഭാര്യയെ വിളിച്ചുണർത്തി 'ഒരു ചായകുടിച്ചിട്ടുറങ്ങാൻ' പറയും.

ഭിത്തിക്കു നേരെ തിരിഞ്ഞു ജനാലക്കമ്പിയിൽ പിടിച്ചുകൊണ്ട് ആലോചിച്ച് കിടക്കുന്ന കവിയുടെ രൂപം ഇന്ദിരയുടെ ഓർമപ്പെട്ടകം തുറന്ന് പുറത്തുവന്നു. മഹാസങ്കടങ്ങളുടെ ആൾരൂപമാണത്.

ജീവിതത്തിൽ ഏറ്റവുമധികം സന്തോഷിച്ചത് ഇളയ മകൻ മനു വിന്റെ ജനനത്തിലാണ്. മൂത്തയാളുടെ ജനനവേളയിൽ കവി പനിപി ടിച്ചു കിടപ്പായിരുന്നു. അതിനാൽ ജനനമുഹൂർത്തത്തിന്റെ മാധുര്യം നുക രാൻ കഴിഞ്ഞില്ല എന്ന് പലപ്പോഴും പറയുമായിരുന്നു.

പക്ഷേ പാതിവഴിയിൽ വച്ച് മൂത്തമകൻ ശിബി വേറൊരു വീട്ടിൽ വിളക്കുകൊളുത്തുവാൻ വേപഥുവോടെ വീടുവിട്ടു പോയപ്പോൾ പിതൃ ഹൃദയം അക്ഷരങ്ങളിലും ഈശ്വരനിലും ആശ്വാസം തേടി.

ശിബിയുടെ ശവകുടീരത്തിൽ നിന്നെടുത്ത ഒരു പിടി കല്ലുകൾ ഒരു പിത്തളപ്പറയിലിട്ട് അദ്ദേഹം അമൂല്യമായി സൂക്ഷിച്ചു. ഇടയ്ക്കിടെ അവ യെടുത്തു നോക്കി. അവയോടു മൗനമായി സംവദിച്ചു. "ഈ കല്ലുക ളിൽ കൂടി എനിക്കവന്റെ ശൈശവവും ബാല്യവും കാണാം. അവന്റെ പൊട്ടിച്ചിരിയും വർത്തമാനവും കേൾക്കാം."

കവിവീടിന്റെ ഹൃദയസ്പന്ദനങ്ങളെ തെറ്റിച്ച ഒരു വേർപാടായിരു ന്നു ശിബിയുടേത്. സങ്കടങ്ങളുടെ വസന്തത്തിലൂടെ ജീവിതം പിന്നെയും മുന്നോട്ടു പോയി. മരണം തൊട്ടുനോക്കാൻ കഴിയുന്ന കരിമറുകായി ഘനീഭവിച്ചു.

"പഞ്ചഭൂതക്കുടിനുള്ളിൽ
നെഞ്ചെരിയും കിളിമകളേ
വയ്പതാരു മുന്നിലെന്നും
കയ്പുനീർ നിറഞ്ഞ കിണ്ണം?" എന്ന വരികൾ വിഷമസന്ധികളിൽ തന്നോടുതന്നെ ചോദിക്കുന്നതാണെന്ന് ഇന്ദിര പറയുന്നു.

കയ്പുനീർ നിറഞ്ഞ ജീവപാത്രം പിന്നെ കാൻസർ കൊണ്ടു നിറഞ്ഞു. അതിന്റെ വേരുകൾ ശാന്തമായി ശ്വാസകോശം കടന്ന് കര ളിനെ പിടിച്ചു മുറുക്കി. ആരും ഒന്നുമറിഞ്ഞില്ല. ദൂരയാത്രയ്ക്കു മുമ്പുള്ള പതിവു ചെക്കപ്പിൽ പെടുംവരെ.

പിന്നെ ചികിത്സയുടെ പൊള്ളുന്ന നാളുകൾ. ഇടയ്ക്ക് ഉണർവ്വിന്റെ കവിത കുറിയ്ക്കലുകൾ. ജീവിതത്തിനും മരണത്തിനുമിടയിൽ അക്ഷ രങ്ങളുടെ നനുത്ത തെളിച്ചം മാത്രം.

കടൽത്തീരത്തേക്കുള്ള അവസാനയാത്രയിൽ മഴ കവിയെ കാണാൻ വന്നു. കടൽ തിരക്കൈകൾ വീശി യാത്രപറഞ്ഞു.

2009 നവംബർ 30–ന് നട്ടുച്ചയുടെ നക്ഷത്രപ്പൊട്ടായി കവി കടലിൽ നിന്ന് ഉദിച്ചുയർന്നു. ഓർമ്മക്കല്ലുകൾ ബാക്കിവച്ച് ശിബിമോനു കൂട്ടായി.

'ആതിര'യിൽ ഇനി ഇന്ദിരയ്ക്കു കൂട്ട് മകൻ കൊല്ലം എസ്. എൻ. വിമൻസിലെ അദ്ധ്യാപകനായ മനുവും മരുമകൾ ദിവ്യയും ചെറുമകൾ അമ്മുവും. പിന്നെ ഓർമ്മകളുടെ ചില്ലുപടർപ്പുകളും.

"കണ്ണുനീരില്ലാതെ കരയാനും തേങ്ങലുകൾ പുറത്തുവരാതെ വിഴു

ങ്ങുവാനും നമ്മൾ പരിശീലിക്കുന്നു. ഒഴിഞ്ഞു കിടക്കുന്ന ചാരുകസേര ജീവിതത്തിന്റെ മഹാശൂന്യത വിളിച്ചറിയിക്കുന്നു. കഥകളെഴുതാൻ എന്നെ പ്രോത്സാഹിപ്പിച്ചിരുന്ന, ഞാനെഴുതുന്ന കഥകൾ ആദ്യം വായിച്ചിരുന്ന ആൾ ഇന്നില്ല. പിണങ്ങാനും എന്റെ പരിഭവങ്ങൾ കേൾക്കാനും എത്ര വിഷമങ്ങൾ വന്നാലും സാരമില്ല എന്നു പറയാനും ഇന്ന് ആരുമില്ല..."

ഇന്ദിരാ രമാകാന്തന്റെ ഡയറിക്കുറിപ്പുകളിലെ ഒരിതൾ ഇങ്ങനെ വിങ്ങിത്തുടിക്കുന്നു.

ഇനി ഒരിക്കലും കാണാൻ പറ്റില്ല. ഒരിക്കലും ആ ശബ്ദമൊന്ന് കേൾക്കാൻ പറ്റില്ല.

പിത്തളപ്പറയിൽ ഓർമ്മക്കല്ലുകൾ കിലുങ്ങുന്നു.

"എല്ലാം വിഴുങ്ങുന്ന കാലമേ
ഞാനെന്റെ പുല്ലാങ്കുഴൽ തരില്ല."

കാക്കനാടൻ

സ്നേഹത്തിന്റെ ഏഴാംമുദ്ര

'എ'ന്റെ ബേബിച്ചായൻ'– ഇത് ഒരു ഓർമ്മപ്പുസ്തകത്തിന്റെ പേരല്ല. അമ്മിണി കാക്കനാടന്റെ ജീവന്റെ നേർനാമമാണ്. തനിച്ചാകലിന്റെ ഉഷ്ണമേഖലകളിലിരുന്ന് അവർ ഓർമ്മകളുടെ ഇങ്ങേയറ്റത്തേക്ക് യാത്ര പോകുന്നു. എല്ലാ ഓർമ്മകളും തുടങ്ങുന്നത് ഒരു പകൽയാത്രയിൽ നിന്നാണ്. മറ്റൊരു പകൽ, ഓർമ്മകളിൽ നിന്ന് ഓക്സിജൻ എടുത്തുമാ റ്റുന്നു. ഇരവിപുരത്തെ 'അർച്ചന'യിൽ അമ്മിണി കാക്കനാടൻ തനിച്ചാ കുന്നു. മലയാള സാഹിത്യത്തിന് പ്രതിസംസ്കൃതിയുടെ വന്യലാവണ്യം സമ്മാനിച്ച എഴുത്തുകാരനാണ് കാക്കനാടൻ. അക്ഷരങ്ങൾ കൊണ്ടുള്ള തീക്ഷ്ണ ആക്രമണങ്ങളിലൂടെ അസ്വസ്ഥതയുടെ അനുഭൂതികൾ വായ നക്കാരന് അദ്ദേഹം പകർന്നുകൊടുത്തു. ധിക്കാരത്തിന്റെയും നിഷേധ ത്തിന്റെയും ദാർശനിക വിപിനങ്ങളിലേക്ക് വായനക്കാരനെ കൂട്ടിക്കൊ ണ്ടുപോയി. മലയാളികൾ കാക്കനാടനെ വായിക്കുകയായിരുന്നില്ല. അനു ഭവിക്കുകയായിരുന്നു.

മലയാളകഥയ്ക്കു യൗവ്വനത്തിന്റെ പച്ചഞരമ്പുകൾ നൽകിയ കാക്ക

നാടന്റെ പച്ചയായ ജീവിതവും പച്ചയായ പെരുമാറ്റവും മലയാളികൾ വിസ്മയത്തോടെ നോക്കിക്കണ്ടു. അദ്ദേഹം വലിപ്പച്ചെറുപ്പമില്ലാതെ ഏവരെയും സ്നേഹിച്ചു. ജീവിതം ഒരു ആഘോഷമാക്കിത്തീർത്തു. നഷ്ടത്തെയോ നേട്ടത്തെയോ പറ്റി വ്യാകുലനായില്ല.

ഒരിക്കൽ അദ്ദേഹം ഇങ്ങനെ സൂചിപ്പിച്ചു: "എനിക്ക് വൻ പരാജയങ്ങൾ ഇല്ല, വൻ വിജയങ്ങളും ഇല്ല. സ്നേഹത്തിന്റെ കാര്യത്തിൽ വൻ പരാജയങ്ങൾ ഉണ്ടായിട്ടില്ല. നമ്മൾ സ്നേഹിക്കുന്ന അതേ അളവിൽ തിരിച്ചുകിട്ടിയിട്ടില്ല. പക്ഷേ, ഞാൻ പ്രതിഫലം പ്രതീക്ഷിക്കാത്തതുകൊണ്ട് നിരാശയില്ല."

സ്നേഹത്തിന്റെ സ്വന്തം കാക്കനാടന്റെ ഉള്ളിലേക്ക് 1963 നവംബറിലെ ഒരു ബസ്‌യാത്രയിലാണ് അമ്മിണി വന്നെത്തിയത്. അന്നുതൊട്ടിന്നുവരെ അക്ഷരങ്ങൾക്കൊപ്പം അമ്മിണിയും കാക്കനാടന് കൂട്ടായി.

"ഡൽഹിയിൽ വച്ചാണ് ബേബിച്ചായനെ ഞാനാദ്യമായി കാണുന്നത്. അന്ന് പാകിസ്ഥാൻ എംബസിയിൽ എന്റെ സൗദി വിസയുടെ കാര്യങ്ങൾ അന്വേഷിക്കാൻ പോയി മടങ്ങിവരികയായിരുന്നു. എന്റെ അടുത്തിരുന്ന സർദാർജി എഴുന്നേറ്റപ്പോൾ ഒരാൾ അടുത്തു വന്ന് മലയാളിയാണോ എന്ന് ചോദിച്ച് അടുത്തിരുന്നു. മുടി രണ്ടായി പിന്നിയിട്ട് സാരിയൊക്കെ ഉടുത്ത എന്നെ കണ്ടിട്ട് മലയാളിയാണെന്ന് തോന്നിയിട്ടുണ്ടാകാം. പിന്നെ എന്റെ പേരു ചോദിച്ചു. കുറെ തവണ ചോദിച്ചപ്പോൾ 'ഏലിയാമ്മ' എന്നു പറഞ്ഞു. പേരിഷ്ടപ്പെടാത്ത ഭാവത്തിൽ ബേബിച്ചായനിരുന്നു. പ്രധാന സ്റ്റോപ്പുകൾ കഴിയുമ്പോഴെല്ലാം അടുത്ത സ്റ്റോപ്പിലേക്കുള്ള ടിക്കറ്റുകൾ എടുത്തുകൊണ്ടിരുന്നു. ഞാനിറങ്ങേണ്ട സ്റ്റോപ്പിൽ ഇറങ്ങുകയാണ് ലക്ഷ്യമെന്ന് മനസ്സിലായി. ബസ്സിന്റെ അവസാന സ്റ്റോപ്പ് അടുത്തപ്പോൾ ഒരു ടിക്കറ്റിന്റെ പുറത്ത് ബേബിച്ചായൻ പേരും വിലാസവും ഫോൺ നമ്പറും എഴുതി മടിയിലേക്കിട്ടുതന്നു. ബസിറങ്ങിയപ്പോൾ കാത്തു നിന്ന കൂട്ടുകാരി എന്നെ 'അമ്മിണീ' എന്നു വിളിച്ചു. അങ്ങനെ യഥാർത്ഥ പേര് ബേബിച്ചായനു മനസ്സിലായി. പിന്നെയും കുറെ ദിവസം കഴിഞ്ഞ് ഞാൻ വെറുതെ ഒരു കത്തെഴുതി. "ജോർജ്ജ് വർഗ്ഗീസ് എന്ന പേരു കേട്ടപ്പോൾ ക്രിസ്ത്യാനിയാണെന്ന് മനസ്സിലായി. ഏതു പള്ളിയിലാണ് നിങ്ങൾ പോകുന്നത്" എന്നതായിരുന്നു ഉള്ളടക്കം.

പിന്നെ ഞങ്ങൾ കൂടുതലടുത്തു. പരസ്പരം കത്തുകളെഴുതി. ഇതിനിടെ ബേബിച്ചായന്റെ പിതാവ് രോഗബാധിതനായി മരണപ്പെട്ടു. ബേബിച്ചായനും സഹോദരനും വസൂരി പിടിപെട്ട് അടച്ചിട്ട മുറിയിൽ കഴിഞ്ഞു. ഈ രോഗത്തിന്റെ ഓർമ്മയിലാണ് പിൽക്കാലത്ത് ബേബിച്ചായൻ 'വസൂരി' എന്ന നോവൽ എഴുതിയത്.

ഒരിക്കൽ എം.പി. നാരായണപിള്ളയെയും കൂട്ടി എന്നെക്കാണാൻ ഹോസ്റ്റലിൽ വന്നു. കുത്തബ്‌മിനാറും മറ്റ് കുടീരങ്ങളിലുമൊക്കെ ഞങ്ങൾ ഒരുമിച്ചു പോയി. സായംസന്ധ്യകളിൽ ബേബിച്ചായൻ എനിക്കുവേണ്ടി പാട്ടുകൾ പാടി. എന്നെയും കൂട്ടി സിനിമയ്ക്കു പോയി. 'ഗംഗ യമുന'

എന്ന സിനിമയാണ് വിവാഹത്തിനു മുമ്പ് ഞങ്ങൾ ഒരുമിച്ചിരുന്നു കണ്ട ആദ്യ ചിത്രം. അപ്പോഴേക്കും എനിക്ക് വിസ ശരിയായി ഞാൻ സൗദിയി ലേക്കു പോയി. ഒരു വർഷം കഴിഞ്ഞ് അവധിക്ക് നാട്ടിലെത്തിയപ്പോൾ ഞങ്ങളുടെ വിവാഹം നടന്നു. പി.കെ.വി., എം.എൻ. ഗോവിന്ദൻ നായർ തുടങ്ങിയ രാഷ്ട്രീയ-സാമൂഹ്യ രംഗത്തുള്ള ഒട്ടുമിക്ക പേരും വീട്ടി ലെത്തി. വിവാഹശേഷം രണ്ടു ദിവസം കഴിഞ്ഞ് ഞങ്ങൾ ഡൽഹിക്കു പോയി. അവിടെ പി.കെ.വി.യുടെ വീട്ടിൽ താമസിച്ചു. ഒരു മാസം കഴിഞ്ഞ് ഞാൻ ഗൾഫിലേക്കു മടങ്ങി. വിരഹദുഃഖം ബേബിച്ചായനെ വളരെയേറെ അലട്ടിയിട്ടുണ്ടാകണം. പിന്നീട് അദ്ദേഹത്തിന്റെ ആഗ്രഹപ്രകാരം ഞാൻ ജോലി രാജിവച്ച് നാട്ടിലെത്തി. പിന്നെ ബേബിച്ചായന്റെ നിഴലായി ആ സന്തോഷത്തിലും ദുഃഖത്തിലും അക്ഷരങ്ങളിലും പങ്കുചേർന്നു."

തന്റെ ബേബിച്ചായനെക്കുറിച്ച് ഒരിക്കലും തീരാത്ത ഓർമ്മയുടെ പുസ്തകം തുറന്നുവെച്ച് സ്നേഹാക്ഷരങ്ങൾ വായിച്ചുകൊണ്ടേയിരുന്നു അമ്മിണി കാക്കനാടൻ.

ജോർജ്ജ് വർഗ്ഗീസ് കാക്കനാടൻ എന്ന മലയാളിയുടെ 'കാക്കനാ ടൻ' 1935 ഏപ്രിൽ 23 ന് തിരുവല്ലയിൽ ജനിച്ചു. സ്വാതന്ത്ര്യസമരത്തിലും വൈക്കം സത്യാഗ്രഹത്തിലും പങ്കെടുത്ത ജോർജ്ജ് കാക്കനാടന്റെയും റോസമ്മയുടെയും മകനാണ്.

നിഷേധത്തിന്റെ ധ്യാനരേണുക്കൾ കാക്കനാടന് പിതാവിൽ നിന്ന് കിട്ടിയതായിരിക്കണം. ഡൽഹി റെയിൽവേ മന്ത്രാലയത്തിലെ ജോലി രാജിവച്ച് ജർമ്മനിയിൽ ഗവേഷണത്തിന് പോയെങ്കിലും അതുപേക്ഷിച്ച് കൊല്ലത്തു തിരിച്ചെത്തി മുഴുവൻ സമയ സാഹിത്യരചനയിലേർപ്പെട്ടു.

കാക്കനാടന്റെ 'ഒറോത' എന്ന നോവലിന് കേരളസാഹിത്യ അക്കാ ദമി അവാർഡ്, ജാപ്പാണം പുകയിലയ്ക്ക് മികച്ച ചെറുകഥയ്ക്കുള്ള കേന്ദ്ര സാഹിത്യ അക്കാദമി അവാർഡ്, ഉഷ്ണമേഖല എന്ന നോവലിന് മുട്ട ത്തുവർക്കി സാഹിത്യ അവാർഡ്, ആൾവാർ തിരുനഗറിലെ പന്നികൾ മികച്ച ചെറുകഥയ്ക്കുള്ള കേരളസാഹിത്യ അക്കാദമി അവാർഡിനും അർഹമായി. അദ്ദേഹത്തിന്റെ നാലു കൃതികൾ ചലച്ചിത്രമായിട്ടുണ്ട്.

'വിവാഹശേഷമാണ് ബേബിച്ചായൻ എഴുത്തിൽ കൂടുതൽ സജീ വമായത്.' അമ്മിണി കാക്കനാടൻ അറിയിച്ചു. ഡൽഹി അമർകോളനി യിലെ വീട്ടിലിരുന്നാണ് അദ്ദേഹം 'സാക്ഷി' എന്ന ആദ്യനോവൽ എഴു തുന്നത്.

'കാറ്റിന് പെണ്ണിന്റെ മണം.' – ഇതായിരുന്നു ആദ്യവരി. ഞാനടു ത്തുചെന്നു വായിച്ചുനോക്കി. എന്തായിത്, ഇങ്ങനെയൊരു മണമുണ്ടോ? ഞാൻ കുസൃതിച്ചോദ്യമെറിഞ്ഞു.

എഴുതുന്ന ഓരോ പേജും ഞാൻ വായിച്ചുകേൾപ്പിക്കണം. 'നന്നാ യിട്ടുണ്ട് ബേബിച്ചായാ' എന്നു പറഞ്ഞാൽ തുടർന്നെഴുതും. എനിക്കത് ഇഷ്ടമായില്ലെന്നു തോന്നിയാൽ ബേബിച്ചായൻ ആ പേപ്പർ ചുരുട്ടിക്ക ളയും. ചിലതൊക്കെ വായിച്ചിട്ട് ഇങ്ങനെ പച്ചയായിട്ടൊക്കെ എഴുതുന്നത്

ശരിയാണോ എന്ന് ഞാൻ ചോദിക്കാറുണ്ട്. അപ്പോൾ ബേബിച്ചായൻ പറയും: "ഇതൊന്നും അശ്ലീലമല്ല, ഒരാളിന്റെ മുഖത്ത് ചേറു പുരണ്ടിരുന്നാൽ അതു വൃത്തികേടാണ്. ഇരിക്കേണ്ടിടത്ത് എന്തും ഇരുന്നാൽ അത് വൃത്തികേടല്ല. ആരെയെങ്കിലും ദ്രോഹിക്കുക, കൊല്ലുക ഇതൊക്കെയാണ് പാപങ്ങൾ. ഞാനെഴുതുന്നത് യഥാർത്ഥ ജീവിതമാണ്. അതൊക്കെ മറച്ചുവച്ച് എഴുതുന്നവരാണ് കള്ളന്മാർ. ഞാൻ യഥാതഥമായി എഴുതുമ്പോൾ അവയൊക്കെ എങ്ങനെയാണ് പാപമാകുന്നത്. നീ പോയി പമ്മന്റെ നോവലുകളെടുത്തു വായിക്കൂ."

കാക്കനാടന്റെ ജീവിതം സ്നേഹത്തിന്റെ ധൂർത്തടിക്കലായിരുന്നു. സ്വന്തം ഇല്ലായ്മകളെ ഉള്ളതായ്മയാക്കിക്കൊണ്ട് സ്നേഹത്തന്റെ ആൾ രൂപമായി വിളങ്ങി. തേവള്ളിയിലും കടപ്പാക്കടയിലുമുള്ള വാടകവീടുകളിൽ നിന്ന് അക്ഷരാഗ്നിയുടെ ഉടമ സ്നേഹം മാത്രം വിളമ്പി. അതുകൊണ്ടാണല്ലോ കാക്കനാടന് ഇരവിപുരത്ത് കൊല്ലത്തിന്റെ 'അർച്ചന' ഒരുങ്ങിയത്. അർച്ചന വെറുമൊരു വീടല്ല. അത് കാക്കനാടനെ സ്നേഹിക്കുന്നവർ അദ്ദേഹത്തിന് മടക്കിനൽകിയ സ്നേഹക്കൂടാണ്.

ബേബിച്ചായന്റെ വീട് എഴുത്തുകാരുടെയും സിനിമക്കാരുടെയും താവളമായിരുന്നു. അവർക്കൊപ്പം വീട് ആഘോഷത്തിലാണ്ടു. രാത്രി രണ്ടുമണിക്കൊക്കെ ചപ്പാത്തിയുണ്ടാക്കി അമ്മിണിയമ്മയും ആ ഉത്സവങ്ങൾക്ക് ഉറക്കമിളച്ചു.

"മലയാറ്റൂർ രാമകൃഷ്ണൻ പലപ്പോഴും ഇവിടെ താമസിച്ചിട്ടുണ്ട്. അദ്ദേഹം വന്നാൽ എന്നെക്കൊണ്ടാണ് പലതും എഴുതിക്കുന്നത്." മലയാറ്റൂരിന്റെ കൃതികളുടെ അക്ഷരസാമീപ്യമാകാൻ കഴിഞ്ഞത് അമ്മിണിയമ്മ അനുസ്മരിച്ചു.

"എല്ലാ ദിവസവും രാവിലെ മൂന്നരയോടുകൂടി ബേബിച്ചായൻ ഉണരും. പിന്നെ വായനയും എഴുത്തുമായിരിക്കും. ഞാൻ ഫ്ളാസ്കിൽ കാപ്പി ഉണ്ടാക്കി വയ്ക്കും. രാത്രിയായാലും പകലായാലും എഴുതിക്കഴിഞ്ഞ് ബേബിച്ചായൻ വിളിക്കും. എന്തു ജോലിയുണ്ടെങ്കിലും ഇട്ടിട്ട് ചെല്ലണം. വായിച്ചുകേൾപ്പിക്കണം. അവസാനകാലത്ത് പറഞ്ഞു തരും. ഞാൻ എഴുതിയെടുക്കും. അതും വായിച്ചുകേൾപ്പിക്കണം. അടിയിൽ ബേബിച്ചായൻ ഒപ്പിടും."

കാക്കനാടന്റെ ജീവിതത്തിൽ മാത്രമല്ല സാഹിത്യജീവിതത്തിലും അമ്മിണി ഒഴിവാക്കാനാവാത്ത സാന്നിദ്ധ്യമായിരുന്നു. അമ്മിണിയമ്മ വായിച്ചുകഴിഞ്ഞേ ഏതു മലയാളിയും കാക്കനാടന്റെ കൃതികൾ വായിച്ചിട്ടുള്ളൂ.

കാക്കനാടന്റെ 'പറങ്കിമല' എന്ന നോവൽ അയൽവാസിയായ ഒരു വിറകുവെട്ടുകാരന്റെ ജീവിതത്തിൽ നിന്നും കണ്ടെടുത്തതാണ്. അയാൾ ഇടയ്ക്കിടെ വരും. എന്റെ കഥയെഴുതിയതല്ലേ എന്നു പറയും, വരുമ്പോഴൊക്കെ ബേബിച്ചായൻ അയാൾക്ക് കാശു കൊടുക്കും.

അതുപോലെ ബേബിച്ചായൻ അവസാനകാലത്ത് എഴുതിയ 'ഊൾ

മ്മിള ഒരു കടങ്കഥ' എന്ന ചെറു കഥ അയൽവാസിയായ ഒരു പെണ്ണിന്റെ കഥ തന്നെയാണ്. ഭാഗ്യത്തിന് അവരാരും അത് വായിച്ചിട്ടില്ല. ഇക്കാര്യം അവര റിഞ്ഞിട്ടുമില്ല.

"എവിടെപ്പോയാലും എന്നെയും ഒപ്പം കൂട്ടും. ജർമ്മ നിയിലും സിനിമാചർച്ചകൾക്കു പോകുമ്പോഴുമൊഴികെ എപ്പോഴും ഞാനുണ്ടായിരുന്നു. മദ്യപിക്കുന്ന കാര്യത്തിനു മാത്രമേ ഞങ്ങൾക്കിടയിൽ എന്തെങ്കിലും അസ്വാരസ്യങ്ങ ളുണ്ടായിട്ടുള്ളൂ."

കുട്ടികൾ ആരാകണം എന്താകണം എന്നൊന്നും ബേ ബിച്ചായന് നിർബന്ധമില്ലായിരു

അമ്മിണി കാക്കനാടൻ

ന്നു. അവരുടെ അഭിരുചിക്കൊത്ത് വളരണം എന്നായിരുന്നു നിലപാട്. അവരെ ബേബിച്ചായൻ വഴക്കു പറഞ്ഞിട്ടില്ല. എങ്കിലും കുട്ടികൾക്ക് അദ്ദേ ഹത്തോട് ഭയം കലർന്ന സ്നേഹമാണ് ഉണ്ടായിരുന്നത്. അത് അദ്ദേ ഹത്തെ അല്പം അസ്വസ്ഥനാക്കി.

മകൾ രാധ തിരുവനന്തപുരം സ്റ്റേറ്റ് പ്ലാനിംഗ് ഓഫീസിൽ റിസർച്ച് ഓഫീസറാണ്. ആൺമക്കളായ രാജൻ വർഗ്ഗീസും, ഋഷി വർഗ്ഗീസും ബോംബെയിൽ എക്കണോമിക് ടൈംസിലാണ്.

മകൾ രാധയെ കാക്കനാടന്റെ പ്രിയസുഹൃത്തായ വൈക്കം ചന്ദ്ര ശേഖരൻ നായരുടെ മകൻ ഗിരിയാണ് വിവാഹം ചെയ്തത്.

"എന്റെ സ്പെഷ്യൽ പാചകമൊക്കെ ബേബിച്ചായൻ നന്നായി ആസ്വദിച്ചിരുന്നു. തീയലും, പുളിശ്ശേരിയും, കൂണും, പച്ചടിയും, മീൻക റിയും, ബീഫ് ഉലർത്തിയതുമൊക്കെ ഏറെ പ്രിയമായിരുന്നു."

ഒരുപാട് ശാരീരിക അവശതകൾ അദ്ദേഹത്തിനുണ്ടായിരുന്നു. നട്ടെ ല്ലിനും, കരളിനും ഓപ്പറേഷൻ വേണ്ടിവന്നു. കൂടാതെ ഡയബറ്റിസും മറ്റ് പ്രശ്നങ്ങളും. അതിനാൽ വായനയ്ക്കായി ഏറെ സമയം ചെലവ ഴിച്ചു. "പിന്നെ ഞങ്ങളൊന്നിച്ച് ക്രാബ്ൾ കളിക്കും. ഇടയ്ക്ക് ഞാൻ വേദ പുസ്തകം വായിച്ചു കേൾപ്പിക്കും. അവസാന നാളുകളായപ്പോഴേക്കും ഞാൻ എപ്പോഴും അരികിൽ വേണമെന്ന് ബേബിച്ചായന് നിർബന്ധമാ യിരുന്നു. ഉറങ്ങണമെങ്കിൽ പോലും അടുത്തുവേണം. കൊച്ചുകുഞ്ഞു ങ്ങളെപ്പോലെ എന്റെ കൈപിടിച്ചാണ് ഉച്ചയ്ക്കും മറ്റും ഉറങ്ങുന്നത്. തിരു വോണ ദിവസം ബേബിച്ചായൻ ഞങ്ങൾക്കൊപ്പമിരുന്ന് രണ്ടുരുള ചോറു

കഴിച്ചതാണ്. അതിനു ശേഷം ചോറു കഴിച്ചിട്ടില്ല. ഓട്സും മറ്റുമായി രുന്നു ആഹാരം. പിന്നീട് ആരോഗ്യനില വളരെ വഷളായി. ആശുപത്രി യിൽ പോകാനൊക്കെ മടിയാണ്. നിർബന്ധിക്കണം."

"നീ എപ്പോഴും എന്റെ അടുത്തുവേണം. എനിക്ക് നിന്റെ മടിയിൽ തലവച്ചു മരിക്കണം." ബേബിച്ചായൻ പറയുമായിരുന്നു.

"ആശുപത്രിയിൽ വച്ചാണ് ബേബിച്ചായൻ അന്ത്യകൂദാശ കൈക്കൊ ണ്ടത്. എന്നിട്ടും ബേബിച്ചായൻ വിട്ടുപിരിയില്ലെന്നുള്ള വിശ്വാസമായിരു ന്നു. പിന്നീട് ബന്ധുക്കളും സുഹൃത്തുക്കളും ആശുപത്രിയിൽ വന്നപ്പോൾ 'എന്താ ഞാൻ പോകുവാണോ? എല്ലാവരും വരുന്നതെന്താ?' എന്നൊക്കെ എന്നോടു ചോദിക്കും."

ഐ.സി.യു.വിൽ കൃത്രിമശ്വാസം സ്വീകരിച്ചുകൊണ്ട് ബേബിച്ചായൻ കിടന്നു. "ഇത്രയും നാൾ ഞങ്ങൾ നോക്കി. ഇനി അമ്മിണിയമ്മ പ്രാർത്ഥിക്ക്." ഡോക്ടർമാർ അമ്മിണിയമ്മയെ അറിയിച്ചു.

"എന്റെ കൈയിൽ നീ പിടിക്കണം." ബേബിച്ചായന്റെ ചുണ്ടുകളിൽ നിന്ന് വാക്കുകൾ അടർന്നുവീണു.

നിശബ്ദ പ്രാർത്ഥനകളോടെ തന്റെ ബേബിച്ചായനെ കൊണ്ടുപോ കരുതെന്ന് ദൈവത്തോട് അപേക്ഷിച്ചുകൊണ്ട് ബേബിച്ചായന്റെ അമ്മി ണി കയ്യിൽ പിടിച്ച് കാവൽ നിന്നു. കയ്യിലെ ജീവത്തുടിപ്പ് മെല്ലെ മെല്ലെ താഴ്ന്നുവരുന്നത് അവരറിഞ്ഞു. ഒരു തൂവൽ പോലെ മൃദുവായി... ഏറ്റവും മൃദുവായി, മാലാഖമാർ ആ ജീവനെ എടുത്തു. പെട്ടെന്ന് ഹൃദയമിടിപ്പ് നിലച്ചു. ബേബിച്ചായൻ വായയൊന്നു തുറന്നു അത്രമാത്രം.

2011 ഒക്ടോബർ 11 ന് സ്നേഹത്തിന്റെ വൻമരം നിന്ന നിൽപ്പിൽ അപ്രത്യക്ഷമായി. മഹാനദിക്ക് സമാനമായ അക്ഷരതാപസൻ യാത്ര യായി. പഞ്ഞിപോലത്തെ നീണ്ട മുടിയിഴകൾ നിദ്രയ്ക്കു ഭംഗംവരാതെ നിശബ്ദമിരുന്നു.

"എന്റെ ബേബിച്ചായൻ സ്വർഗ്ഗത്തിലേക്കാണ് പോയത്." അമ്മിണി യമ്മ വിശ്വാസത്തോടെ പറഞ്ഞു. അദ്ദേഹത്തിന്റെ വിയോഗശേഷം ഏതാനും നാൾ കഴിഞ്ഞ് ഒരു സന്ന്യാസിവര്യൻ കാക്കനാടന്റെ ജന്മ-മ രണ നക്ഷത്രങ്ങളും സമയവും കൂട്ടിനോക്കിയ ശേഷം പറഞ്ഞുവത്രേ കാക്കനാടൻ ദൈവസന്നിധിയിലേക്കാണ് പോയതെന്ന്.

പൂർത്തിയാക്കാത്ത 'ക്ഷത്രിയൻ' എന്ന സ്വപ്നം കാക്കനാടൻ ബാക്കിവച്ചു. അത് എഴുതപ്പെട്ടാൽ താൻ ഇല്ലാതാകുമെന്ന് അദ്ദേഹം ഭയപ്പെട്ടിരുന്നു. ഏപ്രിൽ 23 ന് കാക്കനാടന്റെ പിറന്നാൾ ദിനത്തിൽ കൊല്ലം ലൈബ്രറി കൗൺസിൽ കാക്കനാടൻ അവാർഡ് നൽകിവരുന്നു. കാക്ക നാടൻ ഫൗണ്ടേഷനും രൂപീകരിച്ചിട്ടുണ്ട്.

ആരവങ്ങളെല്ലാമൊഴിഞ്ഞ 'അർച്ചന'യുടെ പൂമുഖത്ത് അമ്മിണിയമ്മ തനിച്ചാണ്. ജീവന്റെ നേർപാതി തന്നെ വിട്ടുപിരിഞ്ഞു എന്ന് വിശ്വസി ക്കാനാവാതെ രോഗാതുരതകളാൽ അവർ അസ്വസ്ഥപ്പെടുന്നു. ഇടംകണ്ണ് കാഴ്ചയെ ഉള്ളിലൊളിപ്പിച്ചു. എന്നിട്ടും 'എന്റെ ബേബിച്ചായൻ' എന്ന

ഓർമ്മക്കുറിപ്പിന്റെ അവസാന പുറങ്ങളിലാണ് അമ്മിണിയമ്മ.

മകളും മരുമകനും പേരമക്കളും ഒപ്പമുണ്ടെങ്കിലും അമ്മിണിയമ്മ വ്യാകുലയാണ്. എന്തിനുമേതിനും ഒപ്പം കൂട്ടിയ, മരണത്തിൽ പോലും മുറുകെ പിടിക്കണമെന്നു പറഞ്ഞ ഏറ്റവും പ്രിയപ്പെട്ടൊരാളുടെ അഭാവം എത്രയോ വേദനയാണ്.

സ്നേഹം ഒരിക്കലും നഷ്ടപ്പെടുന്നില്ല.

എൻ മോഹനൻ

ഒരു മഴത്തുള്ളിയുടെ ആത്മകഥ

മഴയ്ക്ക് സ്നേഹനനവിന്റെ മിഴികളാണ്. ഒരിക്കൽ പെയ്താൽ ഉള്ളിടങ്ങളിൽ ഒരിക്കലും മായാത്ത മഴവഴികളുടെ പാടുകൾ അവശേ ഷിക്കും. അന്നേരം മഴത്തുള്ളിക്കരികിലൂടെ പോകുന്ന ചെറുകാറ്റ് അതിനോട് ചോദിക്കും "ഒരു പൂവിതൾ തൊട്ടാൽ ഉള്ളു പൊള്ളുന്നതെ ങ്ങനെ?"

ഉള്ളിൽ ഒരു പൂവിതളും പേറി സ്നേഹത്തിന്റെ വ്യാകരണം തിരഞ്ഞ് മഴപ്പാടുകളിലൂടെ അലഞ്ഞുനടന്ന അവധൂതനായിരുന്നു എൻ. മോഹ നൻ എന്ന കഥാകാരൻ.

എൻ. മോഹനന്റെ ജീവിതം സങ്കീർണ്ണമായ ഭാവങ്ങളുള്ള ഒരു കഥ യായിരുന്നു. ആ കഥയുടെ ഓരോ വരിയും മലയാളികൾക്ക് മനഃപാഠവു മായിരുന്നു.

കൗമാരത്തിന്റെ ഒരു സായംസന്ധ്യയ്ക്ക് ഉള്ളിൽ തൊട്ടുപോയ ഒരു സിന്ദൂരപ്പൊട്ടിന്റെ സാന്നിദ്ധ്യമുള്ള അക്ഷരങ്ങൾ മലയാളിയുടെ മനസ്സിനെ തെല്ലൊന്നുമല്ല ഉലച്ചത്. ജീവിതത്തിന്റെ ചൂടും നിറവും ഉൾച്ചേർന്ന് കഥാ ലോകം വായനക്കാരിൽ നൊമ്പരത്തിന്റെ അലൗകിക സാന്നിദ്ധ്യം നിറച്ചു.

'ഒരിക്കൽ' എന്ന തന്റെ ആത്മകഥാപരമായ നോവലിന്റെ ആമുഖ ത്തിൽ എൻ. മോഹനൻ ഇങ്ങനെ എഴുതി:

"എന്റെ എല്ലാ സന്തോഷങ്ങളിലും സങ്കടങ്ങളിലും ഭാഗ്യനിർഭാഗ്യ

ങ്ങളിലും പങ്കാളിയായി അവൾ കൂട്ടുനിൽക്കുന്നു. ജീവിതത്തിന്റെ ഏറ്റവും പ്രക്ഷുബ്ധവും താളരഹിതവുമായ ഒരു കാലത്ത് ഒപ്പം വന്ന് കുലീന മായ സ്നേഹത്തിന്റെ ആത്മീയവും ഭൗതികവുമായ ശക്തിയിൽ എന്നെ മെരുക്കിയെടുത്തത് അവളാണ്."

അദ്ദേഹം വിശേഷിപ്പിക്കുന്ന ഈ 'അവൾ' ഭാമയാണ്. കൊച്ചി കോവിലകത്തുനിന്ന്, മലയാളത്തിന്റെ സ്വന്തം ലളിതാംബിക അന്തർജ നത്തിന്റെ മകൻ എൻ. മോഹനന്റെ സഹധർമ്മിണിയായ ഭാമതമ്പുരാൻ.

എൻ. മോഹനൻ എന്ന എഴുത്തുകാരന്റെ, മനുഷ്യന്റെ ജീവിതത്തിന് അവർ ഊർജ്ജവും ചൈതന്യവും നൽകി.

പക്ഷേ ഭാമ പുഞ്ചിരിക്കുക മാത്രമേ ചെയ്യുന്നുള്ളൂ. ശാന്തസമുദ്ര ങ്ങൾക്കു മീതെ അയത്നലളിതമായി അവർ ഇപ്പോഴും സഞ്ചരിച്ചുകൊ ണ്ടിരിക്കുന്നു.

തന്റെ ജീവിതത്തിൽ ഏറ്റവുമധികം സ്വാധീനം ചെലുത്തിയ സ്ത്രീ യെപ്പറ്റി എഴുതേണ്ടി വന്നപ്പോൾ തന്റെ പ്രേമഭാജനത്തെക്കുറിച്ചാണ് എൻ. മോഹനൻ എഴുതിയത്.

അദ്ദേഹമെഴുതുന്ന എല്ലാത്തിന്റെയും കയ്യെഴുത്തുകോപ്പി ആദ്യം വായിക്കുന്നത് എന്നത്തെയും പോലെ ഭാമയായിരുന്നു. ഏതൊരു വായ നക്കാരിയെയും പോലെ മാത്രമേ അവർ അതിനെയും സ്വീകരിച്ചുള്ളൂ. അതെക്കുറിച്ച് പിൽക്കാലത്ത് എൻ. മോഹനൻ ഇപ്രകാരം എഴുതി: "എന്റെ ഭാര്യ, അതു പ്രസിദ്ധീകരിക്കേണ്ടതില്ല എന്നെന്നോടു പറഞ്ഞി രുന്നെങ്കിൽ തീർച്ചയായും അത് പ്രസിദ്ധീകരിക്കുമായിരുന്നില്ല. അവളുടെ മഹനീയമായ ആ മഹാമനസ്കതയ്ക്കും ഉദാത്തമായ ഉദാരതയ്ക്കും എനിക്ക് കടപ്പാടുണ്ട്."

എല്ലാ ജീവികളും തന്നെത്താൻ സ്നേഹവുമായി ഇരട്ടപിറന്നതാ ണെന്ന് എൽസാ ബാർക്കറിന്റെ കവിത പോലെ, ഒരു ജീവിതത്തിൽ തങ്ങൾ രണ്ടാളും മാത്രമായിരുന്നെന്ന സ്നേഹത്തിന്റെയും അലിവി ന്റെയും സാത്വിക തേജസ് അവരുടെ വചനങ്ങളിൽ നിറഞ്ഞു.

"ബി.എസ്.സിയ്ക്കു പഠിക്കുമ്പോഴായിരുന്നു എന്റെ വിവാഹം. അതു കഴിഞ്ഞ് തിരുവനന്തപുരത്ത് വന്ന് എം.എസ്.സിക്കു ചേർന്നു. പിന്നിടാണ് ജോലി കിട്ടിയത്. ഹെൽത്ത് സർവ്വീസിൽ ഡെപ്യൂട്ടി ഡയറക്ടായാണ് വിരമിച്ചത്.

അക്ഷരത്തറവാട്ടിലാണ് എൻ. മോഹനൻ ജനിച്ചത്. അമ്മ ലളിതാം ബിക അന്തർജനത്തിന്റെ അക്ഷരവാത്സല്യം മകനെയും സ്വാധീനിച്ചു. സാഹിത്യ സാംസ്കാരിക നായകന്മാരുടെ സൗഹൃദാന്തരീക്ഷത്തിൽ വളർന്ന അദ്ദേഹം ആത്മവാക്യങ്ങൾകൊണ്ട് അക്ഷരനഭസ്സിൽ തന്റേതായ ഇടം നേടി.

ഇരുപതുവർഷം അദ്ദേഹം എഴുതാതിരുന്നു.

അക്ഷരങ്ങളുടെ നേർക്ക് ആത്മാവിന്റെ വാതിൽ കൊട്ടിയടച്ച നീണ്ട വർഷങ്ങൾ. ഉള്ളിന്റെ ഉപ്പുതൊടാതെ അദ്ദേഹത്തിനൊന്നും എഴുതാൻ

കഴിയുമായിരുന്നില്ല. അറിഞ്ഞുകൊണ്ടാകുമോ അദ്ദേഹം തിരക്കുകളുടെ ശലഭങ്ങൾക്ക് നൊമ്പരത്തിന്റെ മധുരം പകർന്നു കൊടുത്തത്?

കേരള ഗവൺമെന്റിന്റെ പബ്ലിക് റിലേഷൻസ് ഉദ്യോഗസ്ഥൻ, കേരള സർക്കാരിന്റെ ആദ്യത്തെ സാംസ്കാരിക വകുപ്പ് ഡയറക്ടർ, കേരള സ്റ്റേറ്റ് ഫിലിം ഡവലപ്മെന്റ് കോർപ്പറേഷന്റെ എം.ഡി. എന്നീ നിലകളിൽ പ്രവർത്തിച്ചു. സാംസ്കാരിക മേഖലകളിൽ ഒട്ടേറെ പദ്ധതികൾ പുതുതായി ആവിഷ്കരിച്ചതും അദ്ദേഹമായിരുന്നു.

"ഔദ്യോഗിക തിരക്കുകൾ ഒരുപാടായിരുന്നു അദ്ദേഹത്തിന്. കൾച്ചറൽ ട്രൂപ്പുമായി ഇന്ത്യയൊട്ടുക്ക് യാത്ര ചെയ്തു. ചലച്ചിത്രങ്ങൾക്ക് അവാർഡ് ഏർപ്പെടുത്തിയത് അദ്ദേഹത്തിന്റെ കൂടി ശ്രമഫലമായിട്ടാണ്. അവാർഡിന് ലഭിക്കുന്ന എല്ലാ ചിത്രങ്ങളും കാണും. മിക്കവാറും ഞങ്ങളെയും ഒപ്പം കൂട്ടും. ജോലിയോട് വല്ലാത്ത കമ്മിറ്റ്മെന്റ് ആയിരുന്നു. എഴുതുന്നതിന് എല്ലാത്തിൽ നിന്നുമൊഴിഞ്ഞ ഒരു ഏകാന്തത കിട്ടിയിരുന്നില്ല, അതാകാം." ഭാമയുടെ വാക്കുകൾ.

"മകൻ എഴുതാതിരുന്നപ്പോൾ അമ്മയ്ക്ക് വിഷമം ഉണ്ടായിരുന്നു. എന്നാലും അദ്ദേഹത്തിനോടൊന്നും പറയില്ല. മറ്റു പലരോടും പരാതി പറയുമായിരുന്നു."

രണ്ടു തലമുറകളുടെ സാഹിത്യജീവിതത്തിന് സാക്ഷിയാകാൻ ഭാമയ്ക്ക് കഴിഞ്ഞു.

"ഇടയ്ക്കിടെ ഞങ്ങൾക്കൊപ്പം വന്ന് അമ്മ താമസിക്കും. പലതരം അസുഖങ്ങൾ അമ്മയെ അലട്ടിയിരുന്നു. ആയുർവേദ ചികിത്സയായിരുന്നു പ്രധാനമായും. കണിശസ്വഭാവമുണ്ടെങ്കിലും മൃദുവായ പെരുമാറ്റമായിരുന്നു. മരിക്കുന്നതിന്റെ നാലുദിവസം മുമ്പും അമ്മ ഇവിടെയുണ്ടായിരുന്നു. എം.ജി. യൂണിവേഴ്സിറ്റിയുടെ ആദ്യത്തെ കലോത്സവമായിരുന്നു അത്. അതിന് അമ്മയെ വിളിച്ചിട്ടുണ്ടായിരുന്നു. അവിടെ പോയി തിരിച്ചുവരവേ അമ്മ ഒന്നു ഛർദ്ദിച്ചു. പിറ്റേന്ന് മരിച്ചു."

'അഗ്നിസാക്ഷിയുടെ കഥാകാരി അഗ്നിയിലേക്കു തിരിച്ചുപോയി.

എൻ. മോഹനനും ഭാമയ്ക്കും രണ്ടു മക്കളാണ്. പത്രപ്രവർത്തകയായ സരിതാ വർമ്മയും അമേരിക്കയിൽ കമ്പ്യൂട്ടർ കമ്പനി ഡയറക്ടറായ ഹരിയും.

അച്ഛന്റെ അതേ കണ്ണുകളുള്ള മകൾ. അച്ഛന്റെ ജീവിതത്തിന്റെ കണ്ണുകളിലേക്ക് സ്നേഹാതിരേകത്തോടെ നോക്കാൻ ആ മകൾക്കു കഴിഞ്ഞു.

അച്ഛനും മക്കൾക്കുമിടയിൽ ഒരു രഹസ്യങ്ങളുമില്ലായിരുന്നു. സ്നേഹം പകുത്ത് കൂട്ടുകാരെപ്പോലെ അവർ വാണു.

"അദ്ദേഹം മക്കളോട് വളരെ ഫ്രീയായിരുന്നു. അവരുടെ പഠനത്തിലോ ഒന്നും ഇടപെടാറില്ല. ഞാനാണ് അതൊക്കെ നോക്കാറുള്ളത്. അമ്മയ്ക്കും (ലളിതാംബിക അന്തർജനം) സരിതയോട് വളരെ ഇഷ്ടമായിരുന്നു. അമ്മ ഇവിടെ വരുമ്പോൾ ധാരാളം മീറ്റിംഗുകളൊക്കെ

ഉണ്ടാവും. എവിടെ പോകാനും ഒരു കൂട്ട് വേണം. സരിതയായിരുന്നു വലംകൈ. അമ്മ ഒരുങ്ങി സരിത യുടെ കൈയും പിടിച്ച് പോകും."

രണ്ടു തലമുറകളുടെ സ്നേഹ വഴികള്‍ ഭാമയുടെ വാക്കുകളില്‍ നിറഞ്ഞു.

"ലളിതാംബിക ട്രസ്റ്റിന്റെ സെക്രട്ടറിയായി അദ്ദേഹം പ്രവര്‍ ത്തിച്ചിരുന്നു. പിന്നീട് 8 വര്‍ഷത്തോളം സരിതയായിരുന്നു സെക്രട്ടറി.

അദ്ദേഹത്തിന്റെ സ്നേഹ ത്തിന്റെ സ്ഫടികജലത്തിലൂടെ ഭാമ യാത്രചെയ്തു. അതില്‍ അദ്ദേ ഹത്തിന്റെ സുഹൃത്തുക്കളും മക്കളും എല്ലാമെല്ലാം ഉള്‍ക്കൊണ്ടി രുന്നു. ഒറ്റയ്ക്ക് മാറ്റി നിര്‍ത്തപ്പെടാന്‍

ഭാമ മോഹനന്‍

കഴിയാത്ത സ്നേഹത്തിന്റെ കാണാന്‍ കഴിയാത്ത പട്ടുനൂലുകള്‍ കൊണ്ട് അദ്ദേഹം എല്ലാവരെയും തന്നിലേക്ക് ചേര്‍ത്തുപിടിച്ചിരുന്നു.

"ധാരാളം വര്‍ത്തമാനം പറയുന്ന കൂട്ടത്തിലായിരുന്നു. നര്‍മ്മസംഭാ ഷണത്തിന് എക്സ്പെര്‍ട്ടാണ്. സരിതയ്ക്കും അത് ഇത്തിരി കിട്ടിയിട്ടുണ്ട്.

മറ്റുള്ളവരെ സഹായിക്കാന്‍ വലിയ മനസ്സായിരുന്നു അദ്ദേഹത്തിന്. എത്ര സഹായിച്ചാലും മതിയാകില്ല. പൈസയുടെ കാര്യമൊന്നും നോക്കില്ല. ചെക്കില്‍ ഞാന്‍ തുകയെഴുതിക്കൊടുക്കണം. അദ്ദേഹം ഒപ്പു മാത്രമിടും.

നല്ല അടുക്കും ചിട്ടയുമൊക്കെ സൂക്ഷിക്കുന്നയാളാണ്. അതിന്റെ ഒരു മുന്‍ശുണ്ഠിയുണ്ടായിരുന്നു. ചായയും കാപ്പിയും പോലും കഴിക്കില്ല. ലഘുവായി എന്തെങ്കിലും സസ്യഭക്ഷണം മതി. വീടിനോട് വല്ലാത്ത അറ്റാച്ച്മെന്റായിരുന്നു.

"പകലായിരുന്നു അദ്ദേഹം കൂടുതലും എഴുതിയിരുന്നത്. തനിച്ചി രിക്കുന്നതൊന്നും ഇഷ്ടമല്ല. ഈ ഡ്രോയിംഗ് റൂമില്‍ എല്ലാവരുടെയും ഇടയിലിരുന്നാണ് എഴുത്ത്. ആരും ഒച്ചവയ്ക്കരുതെന്ന നിര്‍ബന്ധമേയു ള്ളൂ. തനിച്ചേയുള്ളുവെങ്കില്‍ എഴുതുകയുമില്ല. എല്ലാം എഴുതിക്കഴിഞ്ഞ് എനിക്ക് വായിക്കാന്‍ തരും. സരിതയും വായിക്കാറുണ്ട്. സരിത പറയുന്ന അഭിപ്രായത്തിനാണ് വില."

നിന്റെ കഥ (എന്റെയും), ശേഷപാത്രം, സ്നേഹത്തിന്റെ വ്യാകരണം, ഒന്നും പറയാതെ തുടങ്ങി ഒമ്പത് ചെറുകഥാസമാഹാരങ്ങളും, ഇന്ന ലഞ്ഞ മഴ, ഒരിക്കല്‍ എന്നീ നോവലുകളും പ്രസിദ്ധീകരിച്ചിട്ടുണ്ട്. അദ്ദേ ഹത്തിന്റെ പതിമൂന്ന് കഥകള്‍ ടെലിഫിലിമുകളായിട്ടുണ്ട്. മികച്ച ടെലി

വിഷൻ കഥയ്ക്കുള്ള സംസ്ഥാന അവാർഡ്, നോവലിനുള്ള കേരള സാഹിത്യ അക്കാദമി അവാർഡ്, പത്മരാജൻ അവാർഡ് തുടങ്ങി ഒട്ടേറെ പുരസ്കാരങ്ങളും ലഭിച്ചിട്ടുണ്ട്.

സൗഹൃദം അദ്ദേഹത്തിന്റെ ദൗർബല്യമായിരുന്നു. ഉള്ളിൽ നിറയെ സ്നേഹം നിറഞ്ഞു തുളുമ്പുമൊരാൾക്ക് സുഹൃത്തുക്കൾ ഏറെയുണ്ടാ കുമല്ലോ.

"അദ്ദേഹത്തിന് ഏറ്റവും ആത്മബന്ധമുള്ള എഴുത്തുകാരൻ ഓ.എൻ. വി.യാണ്. സരിതയെ തന്റെ മകളെപ്പോലെയാണ് ഓ.എൻ.വിക്ക്. ജി. എൻ. പണിക്കർ സാറുമായും വളരെ അടുപ്പമാണ്.

രാഷ്ട്രീയരംഗത്ത് വെളിയം ഭാർഗ്ഗവനുമായി ഉറ്റ ചങ്ങാത്തമായി രുന്നു. പി.കെ.വി., പി.ജി. ഗോവിന്ദപ്പിള്ള, സി.കെ. ചന്ദ്രപ്പൻ, എം.എൻ. ഗോവിന്ദൻ നായർ, കെ. കരുണാകരൻ തുടങ്ങി ഒരുപാടു പേരുണ്ടായിരുന്നു."

എൻ. മോഹനൻ ഉറ്റ സൗഹൃദം സൂക്ഷിച്ചിരുന്ന പഴയ തലമുറയി ലെയും പുതിയ തലമുറയിലെയും, തന്റെ സഹോദര എഴുത്തുകാരുമട ങ്ങിയ ഒരു സൗഹൃദനിരയുടെ നാമം ഭാമ സ്നേഹപൂർവ്വം ഉരുവിട്ടു.

"ഒട്ടേറെ പുതിയ എഴുത്തുകാരെ അദ്ദേഹം പ്രോത്സാഹിപ്പിച്ചിട്ടുണ്ട്. മാതൃഭൂമി ആഴ്ചപ്പതിപ്പൊക്കെ സ്ഥിരമായി വായിക്കാറുണ്ടായിരുന്നു. പുതിയ ഏതെങ്കിലും എഴുത്തുകാരുടെ രചനകൾ കണ്ടാൽ അവരുടെ അഡ്രസ്സ് തേടിപ്പിടിച്ച് അവർക്ക് അഭിനന്ദന കത്തുകൾ എഴുതും. കത്ത യയ്ക്കൽ പ്രധാന വിനോദമായിരുന്നു എന്നു പറയാം. പക്ഷേ, കിട്ടുന്ന കത്തുകളൊന്നും സൂക്ഷിക്കില്ല. ഒരു കത്തു കിട്ടുമ്പോൾ ആ നിമിഷം മറുപടിയെഴുതും. എന്നിട്ട് കിട്ടിയ കത്തുകൾ കീറിക്കളയും."

സ്നേഹം പോലെ എൻ. മോഹനൻ സൂക്ഷിച്ചിരുന്ന ചില അപൂർവ്വ വസ്തുക്കൾ ആ വീട്ടിലുണ്ട്. 1958 മുതലുള്ള മാതൃഭൂമി വീക്കിലികൾ അദ്ദേഹം ബൈൻഡു ചെയ്ത് സൂക്ഷിച്ചിട്ടുണ്ട്. മലയാറ്റൂർ രാമകൃഷ്ണൻ വരച്ചു സമ്മാനിച്ച ഒരു പെയിന്റിംഗ്, ആർട്ടിസ്റ്റ് നമ്പൂതിരി തടിയിൽ രൂപ പ്പെടുത്തിയ ശിൽപം അങ്ങനെ ചിലത്.

എല്ലാ സ്നേഹവും ചില നൊമ്പരങ്ങൾ തരുന്നുണ്ട്. അപ്രതീക്ഷി തമായ നേരത്ത് അത് വിട്ടുപോയെന്നും വരാം.

"അദ്ദേഹത്തിന്റെ വിയോഗം തന്നെ ഏറ്റവും വലിയ വേദന."

ഭാമയുടെ പുഞ്ചിരിക്കു മേലെ വിഷാദം കറുപ്പു തൊടുവിച്ചു. "തീരെ പ്രതീക്ഷിക്കാത്ത മരണമായിരുന്നു. ആദ്യം കണ്ടുപിടിച്ചിരുന്നെങ്കിൽ രക്ഷ പ്പെടുമായിരുന്നോ എന്നറിയില്ല. നഷ്ടപ്പെടാനുള്ളത് നഷ്ടപ്പെട്ടു. അദ്ദേ ഹത്തിന്റെ മൂക്കിൽ ഒരു ഗ്രോത്ത് ഉണ്ടായിരുന്നു. അതിന് ഒരു മൈനർ സർജറി വേണ്ടിവന്നു. മോൻ അമേരിക്കയിൽ നിന്നു വന്ന സമയത്താണ്. ഒന്നിനും മെഡിക്കൽ കോളേജിൽ പോവുകയില്ലെന്നു ശഠിച്ചയാളായി രുന്നു അദ്ദേഹം. അദ്ദേഹത്തിന്റെ സുഹൃത്തിന്റെ മകൾ അവിടെ പ്രാക്ടീസ് ചെയ്തിരുന്നു. അതുകൊണ്ട് ചെന്ന് സർജറി നടത്തി. പിറ്റേ ദിവസം ആശുപത്രി വിടുകയും ചെയ്തു. അദ്ദേഹം സാധാരണ അവ

സ്ഥയിലായി. സുഖമായി ശ്വാസം വിടാനൊക്കെ പറ്റും. മൂന്നു നാലു ദിവസം കഴിഞ്ഞപ്പോഴേക്കും വായ തുറക്കാൻ പറ്റുന്നില്ല. ലക്ഷണം കണ്ട പ്പോൾ ടെറ്റനസ് ആണെന്ന് എനിക്കു മനസ്സിലായി. ഡോക്ടർമാർ കണ്ടു പിടിച്ചില്ല. ഒടുവിൽ ആശുപത്രിയിൽ പ്രവേശിപ്പിച്ചു. നടന്ന് ഐ.സി.യു. വിലേക്ക് പോയ ആൾ അടുത്ത ദിവസം മരിച്ചു.”

1999 ഒക്ടോബർ 3 ന് തന്റെ 66-ാം വയസ്സിൽ എൻ. മോഹനൻ എന്ന കഥാകാരൻ ഏതോ മഴയിലേക്ക് അലിഞ്ഞുചേർന്നു. ശാസ്തമം ഗലത്തെ 'പൂർണ്ണിമ'യിൽ ഉൾനനവുകൾ ഓർമ്മകൊണ്ടു തലോടി മുറി വുണക്കുകയാണ് ഭാമയിപ്പോൾ.

സ്നേഹത്തിന്റെ ശേഷപത്രത്തിൽ നിന്ന് ഭാമ പിന്നെയും വായിച്ചെ ടുക്കുന്നു.

“ആർത്രൈറ്റിസിന്റെ കഷ്ടപ്പാടുകളിലായിരുന്നു അക്കാലത്ത് ഞാൻ. ഒട്ടും തന്നെ നടക്കാൻ കഴിഞ്ഞിരുന്നില്ല. അതിലുപരി അസഹ്യമായ വേദ നയും. ആ വേദനയ്ക്കൊപ്പം വിയോഗത്തിന്റെ വേദനയും അനുഭവിക്കേ ണ്ടിവന്നു.”

ഓർമ്മയിൽ നിന്ന് സ്നേഹത്തിന്റെ മധുരം ഒരിക്കലും നഷ്ടമാകു ന്നില്ല.

“വേദനകൊണ്ട് പുളയുമ്പോഴൊക്കെ എന്നെ ആശ്വസിപ്പിച്ചുകൊണ്ട് അദ്ദേഹം അരികിലുണ്ടാകും. ഒരിക്കൽ കുറെ വേദനസംഹാരികളൊക്കെ കഴിച്ച് ഞാൻ മെല്ലെ നടന്നു. അദ്ദേഹം വിചാരിച്ചത് എന്റെ അസുഖം മാറിയെന്നാണ്. മക്കളോട് അതിയായ സന്തോഷത്തോടെ അദ്ദേഹം വിളി ച്ചുപറഞ്ഞു: “അമ്മയ്ക്കു കുഴപ്പമില്ല, എല്ലാം സുഖമായി” എന്ന്. അദ്ദേ ഹത്തിന് ഒന്നുമറിയില്ലായിരുന്നു... ഒന്നും...”

ഹൃദയത്തിൽ നിന്ന് വാത്സല്യത്തിന്റെ എന്തോ ഒന്ന് ഓർമ്മകളിൽ തൊട്ടുനിന്നു.

പിന്നെ ജീവിതത്തിന്റെ ചില നേരുകൾ അവർ തൊട്ടെടുത്തു.

“അദ്ദേഹത്തിന് ഒരു പ്രണയമുണ്ടായിരുന്നെന്ന് എനിക്കറിയാമായി രുന്നു. വിവാഹത്തിനു മുമ്പു തന്നെ എല്ലാം എന്നോട് തുറന്നുപറഞ്ഞിട്ടു ണ്ടായിരുന്നു. പ്രണയം മാത്രമല്ല ജീവിതവും ജീവിതസാഹചര്യങ്ങളു മെല്ലാം. ഒക്കെ കേട്ടു കഴിഞ്ഞപ്പോൾ എനിക്ക് അദ്ദേഹത്തോടുള്ള ബഹു മാനം കൂടുകയാണുണ്ടായത്. 'ഒരിക്കൽ' എന്ന നോവലിൽ പറയും പോലെയല്ല കാര്യങ്ങൾ. ജീവിതത്തിന്റെ ചില മുഹൂർത്തങ്ങൾ അതി ലുണ്ട് എന്നേയുള്ളൂ. എനിക്കു തോന്നുന്നത് പ്രണയത്തെ തനിക്ക് എഴു താനുള്ള പ്രേരകവസ്തുവായി അദ്ദേഹം വളർത്തിയെടുത്തു എന്നാണ്. 'ഒരിക്കൽ' വായിച്ചിട്ട് അദ്ദേഹത്തിന്റെ സുഹൃത്തും നാടകപ്രവർത്തക നുമായ പി.കെ. നമ്പൂതിരി ആ സ്ത്രീയുടെ വീട് തേടിപ്പിടിച്ചുചെന്ന് വഴ ക്കുണ്ടാക്കുകയുണ്ടായി.

കൗമാരത്തിൽ തോന്നിയ ഒരിഷ്ടം. സാമ്പത്തികമായ അന്തരം അവർക്കിടയിൽ വലുതായിരുന്നു. മികച്ചൊരു ബന്ധം വന്നപ്പോൾ അവർ

വേറെ വിവാഹം ചെയ്തു. അത്രേയുള്ളൂ. അവരുടെ പേര് പത്മ എന്നാണ്. അവർ ഇപ്പോഴും ജീവിച്ചിരിപ്പുണ്ട്. ഏറെ പേരും വിചാരിക്കും പോലെ ഞങ്ങളുടെ മകൻ ഹരി വിവാഹം ചെയ്തിരിക്കുന്നത് അവരുടെ മകളെ യല്ല. ക്രിസ്റ്റീന എന്ന അമേരിക്കക്കാരിയെയാണ്."

വായിച്ചും കേട്ടും അറിഞ്ഞ അറിവുകളുടെ മേലേക്ക് നേരിന്റെ മുത്തു കൾ ഉതിർന്നുവീഴുന്നു.

എൻ. മോഹനൻ എന്തായിരുന്നു? വായിച്ച് അടച്ചുവച്ച പുസ്തകം ഉള്ളിൽ നിന്ന് പോകുന്നതേയില്ല. ശരിക്കും എൻ. മോഹനൻ ഒരു കഥ യായിരുന്നുവോ?

'ഞാൻ അവളെ വെയിൽവെളിച്ചത്തിന്റെ ഉടുപുടവ അണിയിച്ചു. പൂക്കളുടെ സൗന്ദര്യവും സുഗന്ധവും കൊടുത്തു. ആകാശനീലിമയിലൂ ടെയും വനാന്തരംഗത്തിലെത്തിയ ഹരിത ദല മർമ്മരങ്ങളിലൂടെയും അവ ളുമായി സംവദിച്ചു. കിളികൾ എന്റെ പ്രണയഗാനം പാടിക്കേൾപ്പിച്ചു.

പ്രണയത്തിന്റെ ആത്മകഥ അവസാനിക്കുന്നില്ല.

പവനമരത്തിൽ പൂക്കൾ വിടരുമ്പോൾ

"അമ്മ ഇപ്പോൾ എത്ര നല്ല അമ്മയായിരിക്കുന്നു." ശ്രീരേഖ തന്റെ അമ്മയുടെ കഴുത്തിലൂടെ കൈയിട്ട് കവിളിൽ മുത്തമിട്ടു. "ഇപ്പോൾ അമ്മയ്ക്ക് മൂക്കത്തു ശുണ്ഠിയില്ല. കോപക്കനലുകളില്ല. അമ്മ എത്രയോ മാറിപ്പോയി." അമ്മ മകളുടെ കൈ പിടിച്ച് മടിയിൽ വച്ച് തലോടി.

ഓർമ്മകളുടെ കനൽതാൾ പിന്നോട്ടു മറിഞ്ഞു. എല്ലാം തുടങ്ങിയി ടത്ത് എത്തപ്പെട്ടു. ഇനി അസഹ്യമായ ഏകാന്തപർവ്വം ബാക്കി. ജനലി നോട് ചേർന്നുള്ള പവനമരത്തിന്റെ ഇലകൾ ഉച്ചവെയിലേറ്റു വാടി. തൃശൂ രിലെ 'ദീപ്തി'യോട് ചേർന്നുള്ള പവനൻ റോഡ് വേനൽച്ചൂടേറ്റു കിടന്നു . ആരോ എപ്പോഴോ പെയ്തു തീർന്നിരുന്നു.

"ഇനി ഞാൻ ആരോടാണ് എന്റെ കുസൃതികൾ പ്രകടിപ്പിക്കുക? ചെറു കാര്യങ്ങൾക്കുപോലും വെറുതെയിങ്ങനെ ഒച്ചവച്ച് കലഹിച്ചുകൊ ണ്ടിരിക്കുക? എന്റെ ഭൂകമ്പങ്ങളെ പവനനല്ലാതെ മറ്റാർ പുഞ്ചിരിയോ ടെയും സ്നേഹവായ്പോടെയും സ്വീകരിക്കും. ഇപ്പോൾ അദ്ദേഹമില്ല. അതിനാൽ ഞാൻ മാറിയല്ലേ പറ്റൂ."

എഴുത്തുകാരൻ, പത്രപ്രവർത്തകൻ, യുക്തിവാദി എന്നീ നിലക ളിൽ അറിയപ്പെടുന്ന പവനന്റെ ജീവിതസഖി പാർവ്വതീ പവനൻ ഗ്രീഷ്മ ത്തിന്റെ തിരിച്ചറിവുകൾ പകുത്തെടുത്തു.

"എന്നും ഒരു അരക്ഷിതബോധം എന്നെ പിടികൂടിയിരുന്നു. കയ്പു നിറഞ്ഞ ബാല്യത്തിന്റെ ഓർമ്മകൾ എന്നെ പിന്തുടർന്നുകൊണ്ടിരുന്നു. അഞ്ചു മക്കളിൽ ഏറ്റവും ഇളയതായിരുന്നു ഞാൻ. ഞാൻ ജനിക്കുമ്പോ ഴേക്കും അച്ഛനും അമ്മയും വേർപിരിഞ്ഞിരുന്നു. അച്ഛനെ ഒരിക്കലും കണ്ടിട്ടേയില്ല. അമ്മ അതിനാൽ വളരെ ഓമനിച്ചാണ് വളർത്തിയത്. ഏട്ട നായിരുന്നു എല്ലാം. അമ്മയുടെയും ബന്ധുജനങ്ങളുടെയും തണലിൽ കഴിഞ്ഞു." അശാന്തിയുടെ സമുദ്രങ്ങൾ തന്നെ പിടികൂടിയതെങ്ങനെ യെന്ന് പവനസഖി തിരഞ്ഞു.

"പവനൻ എന്നെ ഒരു ചെറിയ കുട്ടിയെപ്പോലെയാണ് നോക്കിയിരു ന്നത്. ഞാൻ കലഹിക്കുമ്പോഴൊക്കെ പുഞ്ചിരിയോടെ നിൽക്കും. തലോടും. അമ്മയും പവനനും സ്നേഹിച്ചു വഷളാക്കിയ ഒരാളാണ് ഞാനെന്ന് എല്ലാവരും പറയും.

വിവാഹസമയത്ത് എന്റെ അമ്മ പവനനോട്, മകളെ വിഷമിപ്പിക്ക രുതെന്നും അവൾ തനിക്ക് ഏറ്റവും പ്രിയപ്പെട്ട മകളാണെന്നും പറഞ്ഞപ്പോൾ അദ്ദേഹം പറഞ്ഞത്, 'എന്റെ കൈയ്ക്ക് പേന പിടിക്കാൻ കഴിയുന്നിടത്തോളം, തലച്ചോറ് പ്രവർത്തിക്കുന്നിടത്തോളം അമ്മയുടെ മകൾക്ക് പട്ടിണി കിട ക്കേണ്ടിവരില്ല. സുഖിപ്പിക്കാൻ പറ്റുമോ എന്ന് എനിക്കറിയില്ല' എന്നാണ്."

പാർവ്വതി എല്ലാവരുടെയും 'ബേബി'യായിരുന്നു. അതിനാൽ പവ നനും ബേബീ എന്നു വിളിച്ചു. യാത്ര കഴിഞ്ഞു വരുമ്പോൾ ദൂരെനിന്നേ പവനന്റെ 'ബേബീ' എന്ന് ഉറക്കെയുള്ള വിളിയൊച്ചകൾക്കു മീതെ ഇന്ന് നിശബ്ദതയുടെ ഇലകൾ കൊഴിഞ്ഞുവീണിരിക്കുന്നു.

പ്രശസ്ത പത്രപ്രവർത്തകനായ സി.പി. രാമചന്ദ്രന്റെ സഹോദരി യാണ് ബേബി എന്ന പാർവ്വതീ പവനൻ. സി.പി.ആറിന്റെ സുഹൃത്താ യിരുന്നു പവനൻ. 1954 ൽ ഒറ്റപ്പാലത്തു നടന്ന സാഹിത്യപരിഷത്തിന്റെ സജീവപ്രവർത്തകനായിരുന്നു സി.പി.ആർ. സാഹിത്യപരിഷത്ത് ഉദ്ഘാ ടനം ചെയ്തത് ഡോ. എസ്. രാധാകൃഷ്ണനാണ്. അതിൽ പ്രസംഗി ക്കാൻ പവനനും ഉണ്ടായിരുന്നു. അന്നത്തെ സമ്മേളനം കഴിഞ്ഞ് പവ നൻ ബേബിയുടെ വീട്ടിലായിരുന്നു താമസിച്ചത്. ഏട്ടന്റെ എത്രയോ സുഹൃത്തുക്കൾ വന്നുപോകുന്ന വീടാണ്. അതിലൊരാളായിട്ടേ പവനനെ കണ്ടിരുന്നുള്ളൂ. 'ഏതോ ഒരു നല്ല ചെറുപ്പക്കാരൻ എന്നു തോന്നി അത്ര മാത്രം.' പിന്നീട് വീട്ടുകാർ ആലോചിച്ചുറപ്പിച്ച് ആ വിവാഹം നടത്തി. പാർവ്വതിയുടെ വീട്ടുകാർ വിവാഹമാലോചിച്ച് ചെന്നപ്പോൾ, താൻ അത് അങ്ങോട്ടു പറയാനിരിക്കുകയായിരുന്നു എന്നാണ് അദ്ദേഹം മറുപടി പറഞ്ഞത്.

ബ്രിട്ടീഷ് ഭരണകാലത്ത് കുറച്ചുകാലം പട്ടാളസേവനം നടത്തിയി രുന്നെങ്കിലും അദ്ദേഹം പുറത്താക്കപ്പെട്ടു. മദ്രാസിലെ ജയകേരളം മാസി കയിൽ ജോലി നോക്കിയിരുന്ന പവനൻ സേലം ജയിലിലെ വെടിവയ്പിൽ നിരപരാധികളായ കമ്മ്യൂണിസ്റ്റുകാർ കൊല്ലപ്പെട്ടതിനെതിരെ ജയകേര ളത്തിൽ 'ആളുകളും കാര്യങ്ങളും' എന്ന തന്റെ കോളത്തിൽ എഴുതി. അന്നത്തെ മദിരാശി ആഭ്യന്തരമന്ത്രി കോഴിപ്പുറത്ത് മാധവമേനോനെ

ഇത് ക്ഷുഭിതനാക്കി. തുടർന്ന് ജയകേരളത്തിൽ നിന്ന് രാജിവച്ചു. ഈ കാലത്താണ് വിവാഹം നടന്നത്.

വീട്ടിലെ എല്ലാവരുടെയും ഓമനയായി വളർന്ന ബേബി, ചങ്ങമ്പുഴയുടെ വലിയ ആരാധികയായിരുന്നു. 'എങ്കിലും ചന്ദ്രികേ'യൊക്കെ പാടവരമ്പത്തുകൂടി ഉറക്കെ പാടി നടന്നു. അനിയത്തിമാരില്ലാത്തതുകൊണ്ട് 'ഏടത്തീ' വിളി കേൾക്കാൻ കൊതിച്ച് സഹോദരിയുടെ മകളെക്കൊണ്ട് 'ബേബിയേടത്തീ' എന്നു വിളിപ്പിച്ച് ഏടത്തി ചമഞ്ഞു. കാണുന്ന മരക്കൊമ്പിലൊക്കെ വലിഞ്ഞുകയറി കായകളൊക്കെ പറിച്ചു

പാർവ്വതി പവനൻ

തിന്ന്, ചെടികളോടും പൂക്കളോടും കൂട്ടുകൂടി, ഒരു സ്നേഹപ്രപഞ്ചം തനിക്കുമാത്രം നിർമ്മിച്ചു.

അങ്ങനെയുള്ള 'കുഞ്ഞൻ' ബേബിയെ ഒരു പവനൻ വന്നു പെട്ടെന്ന് വിവാഹം കഴിച്ചുകൊണ്ടുപോയി നുക്തിരഹിതമായ ജീവിതത്തിലേക്കു 'വലിച്ചെറിഞ്ഞാൽ' ബേബി എങ്ങനെ കുറുമ്പത്തിയാകാതിരിക്കും. അതിനാലാകണം മുൻകോപം ബേബിയുടെ മൂക്കിൻ തുമ്പത്തു സ്ഥിരതാമസമാക്കിയത്. എന്നാൽ പവനനാകട്ടെ ഈ കുറുമ്പുകളൊക്കെ നന്നായി ആസ്വദിച്ചു. ഒരിക്കൽപ്പോലും മുഖം കറുപ്പിച്ചിട്ടില്ല. അത്യധികം വാത്സല്യത്തോടെ ഒക്കെയും നെഞ്ചേറ്റി.

പവനന്റെ യഥാർത്ഥ പേര് പി.വി. നാരായണൻ നായർ എന്നായിരുന്നു. ആദ്യകാലത്ത് ആ പേരിലാണ് അദ്ദേഹം എഴുതിയിരുന്നത്. പിന്നീട് പി.വി.എൻ.എൻ. എന്നാക്കി ചുരുക്കി. ഒരിക്കൽ, ഓരോ അക്ഷരങ്ങൾക്കിടയിലും സുഹൃത്തായ പി. ഭാസ്കരൻ ഓരോ 'എ' കൂടി എഴുതി വച്ചു. അങ്ങനെയാണ് 'പവനൻ' ഉത്ഭവിച്ചത്.

കേരളത്തിൽ യുക്തിവാദി പ്രസ്ഥാനം തുടങ്ങിയ സഹോദരൻ അയ്യപ്പന്റെ ആരാധകനായിരുന്നു പവനൻ. ചൊവ്വര പരമേശ്വരൻ നായർ, എം. കെ. പ്രഭ, കെ.കെ. പെരുമാൾ, മാത്യു എം. കുഴിവേലി, തോമസ് വർഗ്ഗീസ്, പി.എസ്. രാമൻകുട്ടി, പെരുമ്പടവം ശ്രീധരൻ, കെ. വേണു എന്നിവരുമായി ചേർന്ന് പവനൻ കേരള യുക്തിവാദിസംഘം രൂപീകരിച്ചു. 2002 വരെ 30

വർഷത്തോളം സംഘത്തിന്റെ സ്ഥിരം പ്രസിഡന്റായിരുന്നു അദ്ദേഹം. പ്രസ്ഥാനത്തിന്റെ മുഖപത്രമായ 'യുക്തിരേഖ'യുടെ സ്ഥാപക എഡിറ്റ റുമായിരുന്നു.

പവനൻ കേവല യുക്തിവാദി ആയിരുന്നില്ല. അനാചാരങ്ങൾക്കും അന്ധവിശ്വാസങ്ങൾക്കുമെതിരെ മാനവികതയ്ക്ക് ഊന്നൽ നൽകിയാണ് പ്രധാനമായും പ്രവർത്തിച്ചിരുന്നത്. ആത്മീയത താല്കാലിക വിഭ്രമത്തിന്റെ സൃഷ്ടിയാണെന്നും ആഴമില്ലാത്തതു കാരണം താനത് പരിഗണിച്ചിട്ടില്ല എന്നുമാണ് പവനന്റെ അഭിപ്രായം. എന്നാൽ സ്വന്തം യുക്തിവാദത്തെക്കുറിച്ച് പാർവ്വതി പവനൻ പറയുന്നത് ഇങ്ങനെ: "ഇത്രയും കാലം പവനനോടൊത്തു ജീവിച്ച ഞാൻ ഒരു യുക്തിവാദിയാണെന്ന് പറയാൻ മനസ്സ് സമ്മതിക്കാ റില്ല. എന്നെ സംബന്ധിച്ച് ഒരു 'അന്വേഷക' എന്നു പറയുന്നതാകും ശരി. ഇന്ത്യയിലെ ദൈവമനുഷ്യൻ എന്നു പറയുന്ന അരവിന്ദഘോഷിനെ ഞാൻ ആദരവോടെ കാണുന്നു. പോണ്ടിച്ചേരിയിലെ അരവിന്ദാശ്രമത്തിൽ ഞാൻ പോയിട്ടുണ്ട്. പരിശുദ്ധിയെയാണ് ഞാൻ യുക്തിവാദമായി കാണുന്നത്."

പവനന്റെ മരണത്തിനും പവനന് സാക്ഷ്യം വഹിക്കേണ്ടതായി വന്നി ട്ടുള്ള കാര്യവും പാർവ്വതി പവനൻ ഓർമ്മിക്കുന്നു.

"പവനൻ കേരള സാഹിത്യ അക്കാദമി സെക്രട്ടറിയായ കാലത്താണ് സംഭവം. റോബർട്ട് പാവന എന്ന എഴുത്തുകാരൻ മരിച്ചത് തെറ്റായി ആകാശവാണി റിപ്പോർട്ട് ചെയ്തു. അക്കാദമിയിലേക്ക് റീത്തുമായി ആളു കളെത്താൻ തുടങ്ങി. വിവരം തിരക്കാൻ കളക്ടർ വിളിച്ചപ്പോൾ ഫോൺ പവനൻ തന്നെയാണ് എടുത്തത്!"

സമൂഹത്തോട് യുക്തിഭദ്രമായ ഒരു കാര്യം പാർവ്വതി പവനൻ പറയുന്നു.

"നമ്മുടെ സമൂഹത്തിൽ കൊലപാതകം നടത്തുന്നവർ, സ്ത്രീപീ ഡനം നടത്തുന്നവർ ഒക്കെ ഈശ്വരവിശ്വാസം ഉണ്ടെന്നു പറയുന്നവ രാണ്. ഇത്തരം പ്രവൃത്തികൾ നടത്തുന്നവർക്കിടയിൽ ഒരു യുക്തിവാദി ഉണ്ടായിരുന്നു എന്ന് ഞാനൊരിടത്തും കേട്ടിട്ടില്ല. തിന്മയിലേക്കു നയി ക്കുന്ന അന്ധമായ വിശ്വാസത്തെക്കാൾ നന്മയിലേക്കു നയിക്കുന്ന യുക്ത മായ ചിന്തകളായിരിക്കണം ജീവിതത്തിന്റെ കാതൽ."

പവനൻ കഴിഞ്ഞാൽ പാർവ്വതി നന്ദിയോടെ സ്മരിക്കുന്നത് വീട്ടിൽ തന്റെ സഹായികളായിരുന്ന വള്ളിയമ്മ, ദേവകി, മാക്കം, ഓമന തുട ങ്ങിയ സ്ത്രീകളെയാണ്. വർഷങ്ങളോളം ഒപ്പമുണ്ടായിരുന്ന അവർ വെറും സഹായികൾ എന്ന നിലയിൽ നിന്ന് കുടുംബത്തിന്റെ ഭാഗമായി മാറി. പാചകം അല്പവും വശമില്ലാത്ത പാർവ്വതിയുടെ വീടിനെ നില നിർത്തിയിരുന്നത് അവരായിരുന്നു.

"പാചകം ഒരു കലയാണ്. എന്തുകൊണ്ടോ ആ കല എനിക്ക് വഴ ങ്ങില്ല. എന്റെ മക്കളെക്കൂടി ഞാൻ നോക്കിയിട്ടില്ല. ആ സഹായികളായി രുന്നു എല്ലാം ചെയ്തിരുന്നത്.

ഞാൻ അലസയായിരുന്നു. എന്നാൽ പവനൻ രാവിലെ അഞ്ചു

മണിക്ക് ഉണരും. കട്ടൻകാപ്പി കുടിക്കും. പിന്നീട് നടക്കാൻ പോകും. മൂന്നു കിലോമീറ്ററോളം രാവിലെ നടക്കും. എന്നിട്ട് വീട്ടിൽ വന്ന് പിന്നെയും എക്സർസൈസ് ചെയ്യും. അദ്ദേഹത്തിന് സുഗന്ധദ്രവ്യങ്ങൾ വളരെ ഇഷ്ടമായിരുന്നു. മണമുള്ള സോപ്പ്, മണമുള്ള പൗഡർ ഒക്കെയും നിർബന്ധം. എന്നാൽ വേഷഭൂഷാദികളിലൊന്നും താല്പര്യമില്ലായിരുന്നു. പൂക്കളോടും മരങ്ങളോടും വല്ലാത്ത അടുപ്പമായിരുന്നു. സാഹിത്യ അക്കാ ദമി സെക്രട്ടറിയായിരുന്നപ്പോൾ ഓഫീസിൽ മേശപ്പുറത്ത് എപ്പോഴും നിറയെ പൂക്കളുണ്ടായിരിക്കും."

പാർവതിക്കും പവനനും മൂന്നു മക്കളാണ്. പ്രശസ്ത ഭൗമശാസ്ത്ര ജ്ഞനായ സി.പി. രാജേന്ദ്രൻ, ടൈംസ് ഓഫ് ഇന്ത്യയുടെ പൂനെ ഡിവി ഷനിൽ റസിഡന്റ് എഡിറ്റർ സി.പി. സുരേന്ദ്രൻ, മർച്ചന്റ് നേവിയിലെ ക്യാപ്റ്റൻ വി.എം. നായരുടെ ഭാര്യ ശ്രീരേഖ എന്നിവർ. മകൾക്ക് ശ്രീരേഖ എന്നു പേരിട്ടതിനും ഒരു കഥയുണ്ട്. മഹാകവി വൈലോപ്പിള്ളിയോട് വലിയ ആദരവായിരുന്നു പവനന്. അദ്ദേഹത്തിന്റെ 'ശ്രീരേഖ' എന്ന കവിത പവനന് ഏറെ ഇഷ്ടമായിരുന്നു. അതിനാൽ മകൾക്ക് ആ പേരിട്ടു.

മക്കളൊക്കെ സ്വയം ഉന്നതിയിലെത്തും എന്നൊരു വിചാരമായിരുന്നു പവനന്. ഞാൻ ഒരു സെൽഫ് മെയ്ഡ് മാൻ ആണ് – പവനൻ പറയും. അതുപോലെയാകണം മക്കളും. മക്കൾ ഏതു ക്ലാസ്സിൽ പഠിക്കുന്നു എന്ന് ആരെങ്കിലും ചോദിച്ചാൽ ഉടൻ വിളിക്കും. 'ബേബീ, മോൻ ഏതു ക്ലാസ്സി ലാണ്' എന്ന്.

ഇംഗ്ലീഷിലും മലയാളത്തിലുമായി ഏതാണ്ട് നാല്പതിലേറെ പുസ്ത കങ്ങൾ എഴുതിയ പവനന് അർഹിക്കുന്ന അംഗീകാരം കിട്ടിയിട്ടില്ല എന്ന ഒരു ദുഃഖം പാർവതിക്കുണ്ട്. എങ്കിലും കേരളചരിത്രത്തിന്റെ ഭാഗമായി പവനന്റെ പേർ ജ്വലിച്ചു നിൽക്കും എന്ന് അവർക്ക് ഉത്തമ വിശ്വാസമുണ്ട്.

പവനൻ വളരെ അടുക്കും ചിട്ടയുമുള്ള വ്യക്തിയായിരുന്നു. എഴുത്തു മുറി വൃത്തിയായി സൂക്ഷിച്ചിരുന്നു. പേന, കടലാസ് ഒക്കെ അതാതു സ്ഥാനങ്ങളിൽ കൃത്യമായി അടുക്കിവയ്ക്കും. ഒരു കത്തു കിട്ടിയാൽ സാവകാശം കത്രിക കൊണ്ട് അരികു മുറിക്കും. സൂക്ഷ്മതയോടു കൂടി മാത്രമേ എല്ലാം ചെയ്തിരുന്നുള്ളൂ.

മറ്റുള്ളവരെ സഹായിക്കുന്നതിൽ അദ്ദേഹം ബദ്ധശ്രദ്ധനായിരുന്നു. അവനവനില്ലെങ്കിലും മറ്റുള്ളവരെ സഹായിക്കും. എഴുത്തിൽ നിന്ന് കാശു കിട്ടുമ്പോൾ അദ്ദേഹം തന്റെ ഡ്രൈവറോട് കുറച്ച് മണിയോർഡർ ഫോറം വാങ്ങി വരാൻ പറയും. അതിന്റെ ഒരു വീതം തുക പലരെയും സഹായി ക്കാനായി അയച്ചുകൊടുക്കും.

എഴുതാനിരുന്നാൽ എഴുത്തിൽ മാത്രമാവും പവനന് ശ്രദ്ധ. പിന്നെ മറ്റൊന്നിനെക്കുറിച്ചും ആലോചിക്കാറില്ല. രസകരമായ ഒരനുഭവം പാർവതി പങ്കുവച്ചു.

ഒരിക്കൽ പാർവതി പുറത്തുപോയി തിരികെ വന്നപ്പോൾ വീടിനു മുന്നിലൊരു ആൾക്കൂട്ടം. എന്തെന്നു തിരക്കിയപ്പോൾ ആളുകൾ പറഞ്ഞു.

ഒരാൾ അകത്തേക്കു കയറിയിട്ടുണ്ട്, ഇപ്പോൾ അങ്ങോട്ടു പോകേണ്ട എന്ന്. പാർവ്വതി വേവലാതിയോടെ അകത്തേക്കു നോക്കി. പവനന്റെ കാൽക്കീഴിൽ ഒരു പാമ്പ്! പക്ഷേ പവനൻ പറഞ്ഞു. "നവയുഗം ഓണ പ്പതിപ്പിൽ കൊടുക്കേണ്ട സാധനമാ. എഴുതട്ടെ. എന്നിട്ട് പവനൻ കാൽ പൊക്കിവെച്ചിരുന്ന് എഴുതി. പാമ്പ് പുച്ഛത്തോടെ പവനനെ ഒന്നു നോക്കി യിട്ട് ജനലിലൂടെ ഇറങ്ങി ഒരു പോക്കങ്ങുപോയി!

പാർവ്വതിയും ഇടയ്ക്കൊക്കെ കഥകൾ എഴുതിയിരുന്നു. "ഞാൻ അദ്ദേഹത്തെ വായിച്ചു കേൾപ്പിക്കും. അദ്ദേഹം ചിരിക്കുകയേ ഉള്ളൂ. അഭി പ്രായം എന്തെങ്കിലും പറയൂ എന്നു പറഞ്ഞാൽ, നീയല്ലേ എന്റെ വിമർശക എന്നു പറഞ്ഞ് ചിരിക്കും. എന്റെ കഥയിൽ 'തിരണ്ടിവാൽ' എന്നൊരു പ്രയോഗമുണ്ടായിരുന്നു. എം. കൃഷ്ണൻനായർ സാർ അതൊക്കെ വായിച്ചിട്ട് വീട്ടിൽ വരുമ്പോൾ 'എവിടെ തിരണ്ടിവാൽ' എന്നു ചോദിച്ച് എന്നെ കളിയാക്കും. അങ്ങനെ ഞാൻ കഥയെഴുത്ത് നിറുത്തി!"

എങ്കിലും പാർവ്വതി പിന്നെയും എഴുതിക്കൊണ്ടിരുന്നു. 'ഒരു വിധ വയുടെ അമേരിക്കൻ യാത്ര' എന്ന കൃതിയും പവനനെക്കുറിച്ചുള്ള സ്മൃതിഗ്രന്ഥമായ 'പവനപർവ്വ'വും രചിച്ചു. പവനപർവ്വത്തിന് കേരള സാഹിത്യ അക്കാദമി അവാർഡ്, കെ.പി. സുരേന്ദ്രനാഥ് സ്മാരക അവാർഡ്, മുതുകുളം പാർവ്വതിയമ്മ സ്മാരക പുരസ്കാരം എന്നിവ ലഭിച്ചിട്ടുണ്ട്. സഹോദരനും പ്രശസ്ത പത്രപ്രവർത്തകനുമായ സി.പി. രാമചന്ദ്രനെക്കുറിച്ചുള്ള സ്മരണകൾ പകർത്തുകയാണ് ഇപ്പോൾ പാർവ്വതി.

ഓർമ്മയുടെ വൃക്ഷത്തിൽ മറവിയുടെ പൂക്കൾ വിടർന്നു. അതിന് ഡോക്ടർമാർ പേരിട്ടു, 'പാർക്കിൻസൺസ് റിലേറ്റഡ് ഡിമെൻഷ്യ.' ജീവിതത്തിൽ പരിചിതമായ പലതിന്റെയും മീതെ മെല്ലെ മെല്ലെ മറവിയുടെ പുതപ്പ് വീണു.

"കുറച്ചു കഴിഞ്ഞാൽ ഞാൻ എന്നെത്തന്നെ മറക്കും. നിന്നെ മറ ക്കും. ഓർമ്മകളെല്ലാം നശിക്കും. ഓർമ്മ നശിച്ചാൽ ഞാൻ പിന്നെ എന്തിനു ജീവിക്കണം." തന്റെ രോഗം തിരിച്ചറിഞ്ഞ് ഒരുകെട്ടു മരുന്നു കൾക്കിടയിലിരുന്ന് പവനൻ ആരോടെന്നില്ലാതെ ചോദിച്ചു.

"പേന പിടിക്കാൻ കഴിയുന്നിടത്തോളം കാലം മകളെ ബുദ്ധിമുട്ടി ക്കില്ല എന്ന് എന്റെ അമ്മയ്ക്കു വാക്കു നൽകിയ പവനൻ ഇതാ എനിക്ക് വിശക്കുന്നോ, ഭക്ഷണം കഴിച്ചോ എന്നു പോലും ചോദിക്കാനാവാതെ മറവിയുടെ പേന പിടിച്ചു." പവനന്റെ ബേബിയുടെ കണ്ണുകളിൽ പവ നൻ ജലകണമായി തിളങ്ങി. മൂന്നു വർഷത്തെ മറവിലോകവാസത്തിനു ശേഷം 2006 ജൂൺ 22 ന് പവനൻ ഓർമ്മയുടെ ലോകത്തേക്ക് മടങ്ങിപ്പോയി.

ഒരു സ്നേഹജീവിതത്തിന്റെ കടലിരമ്പങ്ങൾ പാർവ്വതിയുടെ ഉള്ളു ലച്ചു. ജനാലയ്ക്കരികിൽ പവനൻ നട്ട ചെടി വളർന്നു പന്തലിച്ചിരിക്കുന്നു. 'പവനമര'മെന്നു പാർവ്വതി പേരിട്ട ആ മരത്തിൽ നിറയെ വെള്ളപ്പൂക്കൾ വിടർന്നിരിക്കുന്നു. ഓർമ്മകളുടെ ഗന്ധം ശ്വസിച്ചുകൊണ്ട് അവർ മരച്ചു വടെ നിന്നു. ജനാലയിലൂടെ കൈ നീട്ടിയ ഒരു ചെറുകാറ്റ് വെള്ളപ്പൂ ക്കളെ പാർവ്വതിയുടെ ശിരസ്സിലേക്ക് കൊഴിച്ചിട്ടു.